ഗ്രീൻ ബുക്സ്

മരച്ചോട്ടിലെ വെയിൽച്ചീളുകൾ

പി. വത്സല (1938–2023)

നോവലിസ്റ്റ്, കഥാകൃത്ത്, അധ്യാപിക.
1938ൽ കോഴിക്കോട് ജനനം.
അച്ഛൻ: കാനങ്ങോട്ടു ചന്തു. അമ്മ: പത്മാവതി.
ഗവ. ട്രെയിനിംഗ് സ്കൂളിൽ പ്രധാന അദ്ധ്യാപികയായിരുന്നു.
'നെല്ല്' ആണ് വത്സലയുടെ ആദ്യ നോവൽ. ഈ കഥ പിന്നീട്
എസ്.എൽ.പുരം സദാനന്ദന്റെ തിരക്കഥയിൽ രാമു കാര്യാട്ട്
സിനിമയാക്കി. 'നിഴലുറങ്ങുന്ന വഴികൾ' എന്ന കൃതിക്ക്
കേരള സാഹിത്യ അക്കാദമി പുരസ്കാരം ലഭിച്ചു.
കേരള സാഹിത്യ അക്കാദമി അദ്ധ്യക്ഷയായിരുന്നു.
ഭർത്താവ് എം. അപ്പുക്കുട്ടി.
കേരള സാഹിത്യ അക്കാദമി നിർവ്വാഹക സമിതിയംഗം,
എസ്.പി.സി.എസ്. ഡയറക്ടർ ബോർഡ് അംഗം
എന്നീ നിലകളിൽ സേവനം.

പ്രധാന കൃതികൾ: *നെല്ല്, ആഗ്നേയം,
നിഴലുറങ്ങുന്ന വഴികൾ, വിലാപം, പാളയം, ചാവേർ,
കൂമൻകൊല്ലി, കാലാൾ കാവലാൾ, പംഗുരു പുഷ്പത്തിന്റെ തേൻ,
ഗൗതമൻ, തൃഷ്ണയുടെ പൂക്കൾ, മൈഥിലിയുടെ മകൾ,
മലയാളത്തിന്റെ സുവർണ്ണകഥകൾ, വേറിട്ടൊരു അമേരിക്ക,
അശോകനും അയാളും, വത്സലയുടെ സ്ത്രീകൾ,
പോക്കുവെയിൽ പൊൻവെയിൽ, എരണ്ടകൾ.*

പുരസ്കാരങ്ങൾ: കുങ്കുമം അവാർഡ്, അബുദാബി മലയാളി
സമാജം അവാർഡ്, കേരള സാഹിത്യ അക്കാദമി അവാർഡ്,
മുട്ടത്തുവർക്കി പുരസ്കാരം, സി.എച്ച്. അവാർഡ്,
മാതൃഭൂമി പത്മപ്രഭാ പുരസ്കാരം, കഥ അവാർഡ്,
മലയാള സാഹിത്യത്തിനു നൽകിയ സമഗ്ര
സംഭാവനകളെ പരിഗണിച്ച് എഴുത്തച്ഛൻ പുരസ്കാരം.

ഗ്രീൻ ബുക്സ് പ്രസിദ്ധീകരിച്ച ഗ്രന്ഥകാരിയുടെ ഇതര കൃതികൾ

മലയാളത്തിന്റെ സുവർണ്ണകഥകൾ - പി. വത്സല

മൈഥിലിയുടെ മകൾ

ഗൗതമൻ

കൊല്ലി

നിന്നെ തിരയുമ്പോൾ

കൂനമ്പാറയിലെ മേള

ഓർമ്മ

മരച്ചോട്ടിലെ വെയിൽച്ചീളുകൾ

പി. വത്സല

ഗ്രീൻ ബുക്സ്

green books private limited
gb building, civil lane road, ayyanthole,
thrissur- 680 003, kerala, ph: +91 487-2381066, 2381039
website: www.greenbooksindia.com
e-mail: info@greenbooksindia.com

branches:
thrissur 8589095302
thiruvananthapuram 8589095301
calicut 8589095307

malayalam
marachottile veyilcheelukal
reminiscence
by
p. valsala

published january 2008
reprinted january 2025

printed in india
repro india ltd

isbn : 81-8423-075-8

₹ 240.00
GBPL/221/2008

മുഖക്കുറി

വയനാടിന്റെ കഥാകാരിയായ പി. വത്സലയുടെ മരച്ചോട്ടിലെ വെയിൽച്ചീളുകൾ എന്ന കൃതി മൂന്ന് ഭാഗങ്ങളായി തിരിച്ചിരിക്കുന്നു. എഴുത്തിന്റെ ദേശം, സൗഹൃദം, നിയോഗം എന്നിങ്ങനെ. വയനാടൻകാടുകളിലെ ആദിവാസികൾക്കിടയിലെ ജീവിതാനുഭവങ്ങളാണ് 'എഴുത്തിന്റെ ദേശ'ത്തിലെ കാതൽ. എഴുപതുകളിൽ വയനാടൻ കാടുകളിൽ പൊലിഞ്ഞുപോയ വിപ്ലവപ്രസ്ഥാനത്തെപ്പറ്റിയുള്ള വത്സലയുടെ വീക്ഷണങ്ങൾ ഇവിടെ വെളിച്ചപ്പെടുന്നു. പാരിസ്ഥിതിക വിപത്തുകൾക്കു മുന്നിൽ, പ്രകൃതിയുടെ തിരോധാനത്തിനു മുന്നിൽ നിഷ്ക്രിയരായി നിൽക്കുന്ന സമകാലിക സമൂഹത്തെ അവർ വിചാരണ ചെയ്യുന്നു. വത്സലയുടെ എഴുത്തുജീവിതവുമായിട്ടിടപഴകുകയും സർഗ്ഗാത്മകതയുടെ അനുഭവപാഠങ്ങൾ കൈമാറുകയും ചെയ്ത യശസ്വികളായ ഏതാനും എഴുത്തുകാരെക്കുറിച്ചുള്ള ഓർമ്മകളാണ് 'എഴുത്തിന്റെ സൗഹൃദ'ത്തിൽ. പൊറ്റെക്കാട്ട്, എം.ടി., വൈലോപ്പിള്ളി, വികെഎൻ, സത്യാർത്ഥി തുടങ്ങിയ ലബ്ധപ്രതിഷ്ഠരായ എഴുത്തുകാരുമായുള്ള സൗഹൃദങ്ങൾ വത്സല പങ്കുവയ്ക്കുന്നു. വത്സല കഥയിലൂടെ പിന്നിട്ട വഴികളെയും ഈ ഭാഗം പ്രകാശിപ്പിക്കുന്നു. സമൂഹത്തിന്റെ പരിവർത്തനത്തിനും പുരോഗമനത്തിനും വേണ്ടിയുള്ള വത്സലയുടെ പിടച്ചിലുകൾ എഴുത്തായും പ്രവൃത്തിയായും പരിണമിക്കുന്ന കാഴ്ച 'എഴുത്തിന്റെ നിയോഗ'ത്തിൽ കാണാം. ഉലയുന്ന കാടിന്റെ സംഗീതം ഈ കൃതിയിൽ നിന്നു കേൾക്കാം. സ്നേഹത്തിന്റെ ശ്രുതിതാളങ്ങളനുഭവിക്കാം. വിശ്വമാനവികതയെ സ്വപ്നം കാണുന്ന മഹാമനസ്കയായ ഒരെഴുത്തുകാരി ഈ വെയിൽച്ചീളുകൾക്കിടയിൽ നിന്നും എഴുന്നേറ്റു വരുന്നു.

മാനേജിങ് എഡിറ്റർ

ആമുഖം

പുസ്തകങ്ങൾ കാലത്തിന്റെ മുദ്രകളാണ്. കാലത്തെ അറിയുവാൻ പുസ്തകങ്ങളെ അറിയണം. കാലത്തിന്റെ ദിശയും സാക്ഷ്യപ്പെടുത്തലുകളും ഞാൻ വായനയിലൂടെ സ്വായത്തമാക്കാൻ തുടങ്ങിയത് മൂന്നാം ക്ലാസ്സിൽ പഠിക്കുമ്പോഴാണ്. ടാഗോറിന്റെയും സി.വി. രാമൻപിള്ളയുടെയും ഉറൂബിന്റെയും ഒട്ടുമിക്ക കൃതികളും അക്കാലത്ത് വായിച്ചിട്ടുണ്ട്. ടാഗോറിന്റെ കാബൂളിവാല കൊച്ചുമനസ്സുകളെ വളരെയേറെ സ്വാധീനിക്കുന്നുവെന്ന് ഞാൻ ഇപ്പോൾ തിരിച്ചറിയുകയാണ്. ബാലികയായ മിനിയുടെ നിഷ്കളങ്കമായ മുഖത്തെ മനസ്സിൽ താലോലിച്ചു നടന്നിരുന്ന ഖാൻ, വിവാഹ പ്രായമെത്തിയ പെൺകുട്ടിയായി തന്റെ മാനസപുത്രി വളർന്നുവെന്ന സത്യം അംഗീകരിക്കാനാവാതെ അസ്വസ്ഥനായി പടിയിറങ്ങുന്ന ചിത്രം ഞാൻ ഓർക്കുന്നു. വായന അനുഭവമാകുന്നത് ഇത്തരം സന്ദർഭങ്ങളിലാണെന്നു തോന്നുന്നു.

വായന നമ്മുടെ ആന്തരിക ശുദ്ധീകരണ പ്രക്രിയയാണ്. ഒരു സംസ്കരണ രീതിയാണത്. അതുകൊണ്ടുതന്നെ വായന അനുഭവമായി മാറുന്ന സന്ദർഭങ്ങളും ഏറെയാണ്. അമ്മയാണ് വായനയിലേക്ക് എന്നെ നയിച്ചത്. അയൽപക്കത്തെ ഒരു വീട്ടിൽ ബൈൻഡ് ചെയ്യാൻ കൊണ്ടുവരുന്ന പുസ്തകങ്ങൾ വായിക്കാൻ കിട്ടുമായിരുന്നു. അമ്പതിന്റെ കെട്ടുകളായി കൊണ്ടുവരുന്ന പുസ്തകങ്ങൾ ബൈൻഡിംഗ് തീരുമ്പോഴേക്കും വായിച്ചു തീർക്കാനുള്ള ആർത്തിയായിരുന്നു. സ്കൂൾ ലൈബ്രറികൾ കുട്ടികൾക്ക് കണികാണാൻ കിട്ടാത്ത കാലത്ത് എന്നെ പഠിപ്പിച്ച പയ്യന്നൂർക്കാരിയായ മീനാക്ഷി പൊതുവാൾ ടീച്ചർ സ്കൂൾ ലൈബ്രറിയിൽനിന്ന് പുസ്തകങ്ങൾ തന്ന് എന്റെ വായനയെ വിപുലപ്പെടുത്തിയത് ഞാൻ ഓർക്കുന്നു. യാത്രകൾ മനസ്സിന്റെ വലിപ്പം കൂട്ടുന്നതുപോലെ വായന നമുക്ക് ദിശാബോധം പകർന്നുതരുന്നു. പേൾ ബക്കിന്റേയും പ്രേം ചന്ദിന്റേയും

പുസ്തകങ്ങൾ കാലത്തെ സാക്ഷ്യപ്പെടുത്താൻ എന്നെ ഏറെ സഹായിച്ചിട്ടുണ്ട്.

പ്രാദേശിക ഭാഷകൾ കാലത്തിന്റെ പിന്നാമ്പുറത്തേക്ക് തള്ളപ്പെട്ടുകൊണ്ടിരിക്കുന്ന കാലമാണിത്. എന്നാൽ നമ്മുടെ വായനാസംസ്കാരം ഉയർച്ച-താഴ്ചകൾക്കിടയിലും ഇവിടെ നിലനില്ക്കുകതന്നെ ചെയ്യും. ഒപ്പം നമ്മുടെ മാതൃഭാഷയും.

കഥയെക്കുറിച്ചുള്ള നമ്മുടെ സങ്കല്പങ്ങളെല്ലാം ഇന്നു തിരുത്തപ്പെട്ടുകൊണ്ടിരിക്കയാണ്. കഥയെന്നാൽ കഥയല്ലാത്തതായിരിക്കുന്നു, പല കഥാകൃത്തുക്കൾക്കും.

ആദിമദ്ധ്യാന്തങ്ങളുള്ള ഒരു കഥയാണ് നമ്മുടെ ആദ്യത്തെ സങ്കല്പം. കഥയിൽ കഥാപാത്രങ്ങളുണ്ടായാൽ മാത്രം പോരാ, നായകൻ, നായിക, വില്ലൻ, ഉപപാത്രങ്ങൾ എന്നീ ഗ്രൂപ്പുകളിൽ അഡ്രസ്സുള്ളവർ കൂടിയായിരിക്കണം അവർ.

പുതിയ കഥാകൃത്തുക്കൾ ചിന്തിക്കുന്നത് മറ്റൊരു തരത്തിലാണ്. ജീവിതം നിറയെ കഥകളാണ്. നാം കാണുന്ന, കേൾക്കുന്ന കഥകൾ. കെട്ടുകഥകളേക്കാൾ അത്ഭുതകരമാണ് നിത്യജീവിതം. പ്രതിജനഭിന്ന ജീവിതം, അതുൾക്കൊള്ളുന്ന സമൂഹവുമായി പല തരത്തിലും ബന്ധപ്പെട്ടുകൊണ്ടിരിക്കയാണല്ലോ. സമൂഹം ഓരോ വ്യക്തിയിലും ഏല്പിക്കുന്ന പ്രതികരണങ്ങൾ, ക്ഷതങ്ങൾ വിഭിന്ന രൂപത്തിലുള്ളവയാണ്. സമൂഹജീവിയായ മനുഷ്യനാകട്ടെ ഈ വിഭിന്നതകൾ മറന്നു സ്വന്തം ജീവിതത്തെ ചട്ടക്കൂട്ടിലൊതുക്കാൻ പരിശ്രമിക്കുന്നു. ഏണും കോണും ഒപ്പിച്ച ചിത്രങ്ങൾക്കു മാത്രമെ ഒരു ഗാലറിയിൽ ഒതുങ്ങി നില്ക്കാനാവൂ. സാമാന്യ നിയമങ്ങൾക്കു വിധേയമല്ലാത്ത രൂപങ്ങൾക്കു ഗാലറിയിൽ സ്ഥാനമില്ല. സ്ഥാനം പുറത്താണ്. ഇങ്ങനെ സമുദായ സങ്കല്പങ്ങളിൽ നിന്നും പുറംതള്ളപ്പെട്ടവർ എങ്ങുമുണ്ട്. അവരാണ് പലപ്പോഴും എഴുത്തുകാരന്റെ കരുക്കൾ. എന്തുകൊണ്ട് അവനങ്ങനെ ആയി? അവളെന്തുകൊണ്ട് അങ്ങനെ പ്രവർത്തിച്ചു?

ഉത്തരം കണ്ടെത്താനുള്ള സംരംഭമാണ് കലാരചന. ഏതുതരത്തിലുള്ള ആത്മാവിഷ്ക്കാരവും ഈ ഇനത്തിൽ പെടുന്നു. ആത്മാവിഷ്ക്കാരം എന്നത്, ഉന്നതതലങ്ങളിലെ ഒരു പ്രതിഭാസമല്ല. കലാകാരന് ആത്മാവിഷ്ക്കാരസംതൃപ്തി രചനകളിലൂടെ ലഭിക്കുന്നു. ഗായകൻ പാടുമ്പോൾ, ചിത്രകാരൻ വരയ്ക്കുമ്പോൾ, നർത്തകൻ നൃത്തം ചെയ്യുമ്പോൾ, നടൻ ഒരു പുതിയ കഥാപാത്രവുമായി താദാത്മ്യം പ്രാപിക്കുമ്പോൾ –

എന്റെ പരിചയത്തിൽ ഒരു കുമ്പാരത്തി ഉണ്ട്. സാധാരണ ചട്ടിയും കലങ്ങളും ഉണ്ടാക്കുന്ന പാരമ്പര്യമുള്ള ഒരു കുടുംബത്തിൽ വിവാഹം ചെയ്ത് എത്തിച്ചേർന്നവൾ. അവൾക്കു താത്പര്യം മണ്ണു കൊണ്ടു മനോഹരമായ കൂജകളും പൂപ്പാത്രങ്ങളും ഉണ്ടാക്കുന്നതിലാണ്. അത്തരം കൗതുക വസ്തുക്കൾക്കാകട്ടെ ഞങ്ങളുടെ ഗ്രാമത്തിൽ ആവശ്യക്കാരുമില്ല. പട്ടിണിയായാലും അവൾ അതേ പണി തുടരുന്നു.

മറ്റൊരു കഥാപാത്രം അലക്കുകാരൻ രാമൻ. രാമന്റെ കുലത്തൊഴിൽ വസ്ത്രമലക്കൽ. അവന്റെ ഭാര്യയും മക്കളും അതേ ജോലിയിൽ തുടരുന്നു. നിവൃത്തിയില്ലാതെ രാമനും. ഇതിൽനിന്നു രക്ഷപ്പെടാൻ രാമൻ കണ്ടുപിടിച്ചിരിക്കുന്ന മാർഗ്ഗം ഇടയ്ക്കിടെ നാട്ടിൽനിന്നുള്ള ഒളിച്ചോട്ടമാണ്. ഒരു പ്രസവം കഴിഞ്ഞ ആശ്വാസത്തോടെ ദിവസങ്ങൾക്കുശേഷം സ്വസ്ഥനായി, പലപ്പോഴും ശാരീരികമായി അവശനായി എങ്കിലും സന്തോഷവാനായി, ഭാര്യാപുത്രാദികളുടെ പരുഷവാക്കുകൾ കേൾക്കുമെന്ന ഉറപ്പോടെ അവൻ തിരിച്ചു വരുന്നു.

ഇതുകൊണ്ട് കല, ജീവിതത്തിൽ നിന്നുള്ള പലായനമാണെന്നർത്ഥമാക്കുന്നില്ല. ജീവിതത്തിലെ വിരസമായ ആവർത്തനങ്ങളെ, അപൂർണ്ണതകളെ നിർമ്മാർജ്ജനം ചെയ്യാനുള്ള ഒരു പരിശ്രമമാണെന്നു കരുതാം.

ഇതത്രെ കലാകാരന്റേയും പ്രശ്നം -

നാം പഞ്ചേന്ദ്രിയങ്ങൾകൊണ്ടനുഭവിക്കുന്ന ജീവിതത്തിന്നു പല അടരുകളുണ്ട്. കഥാകാരിയായ ഞാനും, അമ്മയും സ്നേഹിതയും ഭാര്യയുമായ ഞാനും പലതാണ്. പല മുഖങ്ങളുള്ള എന്റെ യഥാർത്ഥ മനസ്സ് എന്താണെന്ന് ഞാനറിയുന്നത് ഞാനെഴുതുമ്പോൾ മാത്രമാണ്. എഴുതുന്നത് ഒരു കഥയുള്ള കഥയാവണം എന്നില്ല.

ഒരു പ്രത്യേക ഭാവം, ഒരു പ്രത്യേക വ്യക്തി, ഒരു പ്രത്യേക സാമൂഹ്യ പ്രതിദാനം, പ്രകൃതിപ്രതിഭാസം ഇവയൊക്കെ ഒരു കഥയായി രൂപാന്തരപ്പെടാം. കഥ വർത്തമാനകാലത്തിന്റെ മാത്രം സന്തതിയല്ല. കഥാകൃത്ത് ജനിച്ചു വളർന്ന ചുറ്റുപാടുകൾ, പാരമ്പര്യസിദ്ധമായി കിട്ടിയ വാസനകൾ, അഭിരുചികൾ, കഴിവുകൾ, നേടിയെടുത്ത വിദ്യാഭ്യാസം, ജീവിക്കുന്ന സമുദായം ഇവയെല്ലാം ചെറുതോ വലുതോ ആയ സംഭാവനങ്ങൾ കഥാരചനയ്ക്ക് സഹായിക്കുന്നു. ഈ അനുഭവസിദ്ധികൾ തികച്ചും വ്യക്തിഗതമത്രെ. അതുകൊണ്ടാണ് കാളിദാസനും ഭവഭൂതിയും രണ്ടായിരിക്കുന്നത്.

വള്ളത്തോളും ആശാനും വിഭിന്നരായിരിക്കുന്നത്. ഒരു വ്യക്തി മറ്റൊരു വ്യക്തിയിൽനിന്ന് വ്യത്യസ്തനായിരിക്കുന്നതിനേക്കാളേറെ, ഒരു കഥാകൃത്ത് മറ്റൊരു കഥാകൃത്തിൽനിന്നു വ്യതിരിക്തനായിരിക്കുന്നു.

എന്താണ് പുതിയ കഥ? പുതിയ കല? കലകൾ എന്നും പുതിയതാണ്. അതുകൊണ്ടത്രെ അതെന്നും സഹൃദയരെ ആകർഷിക്കുന്നത്. മൗലികമായ മാനുഷിക വികാരങ്ങളെ, ജീവിതത്തെ, സ്വന്തം കാഴ്ചപ്പാടിലൂടെ കാണുകയും, അനുഭവിക്കുകയും, അവതരിപ്പിക്കുകയും, അനുഭവിപ്പിക്കുകയും ചെയ്യുകയാണ് കഥാകൃത്ത്.

ഞാനൊരു കഥയെഴുതുമ്പോൾ അതിന്ന് ഒരു മാനമേയുള്ളൂ. പത്തുപേരതു വായിച്ചാസ്വദിക്കുമ്പോൾ പത്തുമാനങ്ങൾ അതിന്നു കൈവരുന്നു. ആയിരം ആസ്വാദകർ ആയിരം മാനങ്ങൾ സൃഷ്ടിക്കുന്നു. ഇതാണ് ഉത്തമകലയുടെ ഒന്നാമത്തെ ലക്ഷണം.

ഒരു കഥയ്ക്ക് ഒറ്റ മാനമേ ഉള്ളൂവെങ്കിൽ അതു കഥാകൃത്ത് അവതരിപ്പിക്കാൻ പാടില്ലാത്ത, പ്രയോജനരഹിതമായ ഒരു ശാരീരികാദ്ധ്വാനം മാത്രമാണ്. പഴയ കഥകൾ, പുതിയ കഥകൾ എന്ന തരം തിരിവ് ശരിയല്ലെന്നു തോന്നുന്നു. പഴയ കഥാപാത്രമായ കമ്പന് ലക്ഷോപലക്ഷം മാനങ്ങൾ ഉണ്ടായിക്കഴിഞ്ഞു. ഒരു പുതിയ ആസ്വാദകൻ അതു വായിക്കുമ്പോൾ, ഇരുപതാം നൂറ്റാണ്ടിലെ സങ്കീർണ്ണ ജീവിതം കമ്പന്ന് പുതിയൊരു മാനം നല്കുന്നു. ഇതാണ് കലയിലെ നിത്യനൂതനത്വം. കാലത്തെ അതിജീവിക്കു ന്നതേ കലയാവുന്നുള്ളൂ എന്നർത്ഥം.

ഓരോ കഥയ്ക്കും മൂന്നു വശങ്ങളുണ്ട്. കഥാകാരൻ, ആസ്വാദകൻ, അവരെ പരസ്പരം ബന്ധിപ്പിക്കുന്ന ജീവിതദർശനം. രചിക്കപ്പെട്ടതെന്തും കലയാവുന്നില്ല. ആസ്വദിക്കപ്പെടുമ്പോഴേ അതിന്ന് പൂർണ്ണതയുള്ളൂ. ദുർഗ്രഹമായ കല അപൂർണ്ണമായിരിക്കുന്നത് അതുകൊണ്ടാണ്.

കല ദുർഗ്രഹമാവുന്നതെങ്ങനെ എന്ന ചോദ്യത്തിനു പ്രസക്തിയുണ്ട്.

ജീവിതം സങ്കീർണ്ണമാവുന്നതിനനുസരിച്ച് മനുഷ്യമനസ്സുകളും സങ്കീർണ്ണമായിക്കൊണ്ടിരിക്കുന്നു. പ്രാഥമിക വർണ്ണങ്ങൾകൊണ്ട് സംതൃപ്തനായിരുന്ന പ്രാകൃതന്റെ സ്ഥാനത്ത് ഇന്ന് വർണ്ണസങ്കരങ്ങളിൽ സൗന്ദര്യം കണ്ടെത്തുന്ന ആധുനിക മനുഷ്യനാണുള്ളത്. വസ്ത്രങ്ങളിൽപ്പോലും ഈ സങ്കീർണ്ണത വന്നു ചേർന്നിരിക്കുന്നു എന്നർത്ഥം. ജീവിതത്തിന്റെ സങ്കീർണ്ണതകൾ കണ്ടെത്താൻ

ശ്രമിക്കുന്ന എഴുത്തുകാരനും ലളിത മനസ്കനായ ഒരു സഹൃദയനും തമ്മിൽ ഒരിക്കലും പൊരുത്തപ്പെടുകയില്ല.

എഴുത്തുകാരനൊത്തു മാനസിക സഞ്ചാരം നടത്താൻ കഴിവുള്ള സഹൃദയത്വത്തിന്റെ അഭാവമാണ് കലയെ പലപ്പോഴും ദുർഗ്രഹമാക്കുന്നത്. ജീവിതത്തിന് ഒരൊറ്റ തലം മാത്രമുണ്ടായിരുന്ന കാലത്ത് രചിക്കപ്പെട്ട കലകളിൽനിന്ന് ഏറെ വ്യത്യസ്തമാണ് ഇന്നത്തെ കലാസൃഷ്ടികൾ. അനുഭവ ക്ഷമതയുടേയും, ആസ്വാദനത്തിന്റേയും കാര്യത്തിൽ സഹൃദയർ ഇന്ന് ഏറെ തട്ടുകളിലായാണ് നില്പ്. പല ഡിഗ്രികളിൽ നിന്നുള്ള വീക്ഷണം കലയെ പല അഭിപ്രായങ്ങൾക്കു പാത്രമാക്കുന്നു. കലാസൃഷ്ടികൾ യന്ത്രനിർമ്മിതമല്ലാത്തതുകൊണ്ട് ഈ അഭിപ്രായവ്യത്യാസങ്ങൾ അനുവദനീയവും അഭിലഷണീയവുമത്രെ. സ്റ്റാൻഡേർഡൈസ് ചെയ്യപ്പെട്ട ഒരു ജീവിതത്തിൽ നിന്നുള്ള മോചനമത്രെ കലാകാരൻ ആഗ്രഹിക്കുന്നത്. അതുകൊണ്ട് കഥാകൃത്ത് ഒരു കഥ വാസ്തവത്തിൽ തുടങ്ങിവയ്ക്കുന്നേയുള്ളൂ. ഓരോ വായനക്കാരനും അഭിരുചിക്കനുസരിച്ച് അതു പൂർണ്ണമാക്കാൻ ശ്രമിക്കുകയാണ്. ■

ഉള്ളടക്കം

ഭാഗം ഒന്ന്

എഴുത്തിന്റെ ദേശം

ഭാഗം രണ്ട്

എഴുത്തിന്റെ സൗഹൃദം

ഭാഗം മൂന്ന്

എഴുത്തിന്റെ നിയോഗം

ഭാഗം ഒന്ന്

എഴുത്തിന്റെ ദേശം

നെല്ലിന്റെ ദേശം

നെല്ലിന്റെ ദേശം എന്റെ ഹൃദയത്തിലെ ഒരു സ്വപ്നഭൂമിയായിരുന്നു. ഞങ്ങളുടെ സുഹൃത്ത് കെ. പാനൂർ അതു കൺമുമ്പിൽ കാണിച്ചുതന്നപ്പോൾ സ്വപ്നത്തിൽ നിന്ന് ഏറെ അകലെയല്ല യാഥാർത്ഥ്യം എന്നു ബോധ്യമായി. വരണ്ട കുടത്തിലേക്ക് കാട്ടുചോലയിലെ കുളിർജലം കുടുകുടെ വന്നു നിറയുമ്പോലെ ഒരനുഭവം. സാധാരണ, അനുഭവങ്ങളുടെ സാരാംശം മാത്രമേ അനുഭൂതിയായി മാറുന്നുള്ളൂ. ഇവിടെ രണ്ടും ഒന്നായിരുന്നു.

തിരുനെല്ലി എന്ന ദേശം ചരിത്ര പേടകത്തിൽ അടയ്ക്കപ്പെട്ട ഒരു കഷ്ണം യാഥാർത്ഥ്യമായിരുന്നു. ചരിത്രത്തിന്റെ ഇടനാഴിയിൽ തടഞ്ഞുവീണുപോയ ഒരു കൂട്ടം മനുഷ്യർ. മേലാളരും കീഴാളരും. അവിടെ അനുദിനം വളർന്നുകൊണ്ടിരുന്നത് അവിടുത്തെ മനുഷ്യരെ അടക്കി വാഴുന്ന പ്രകൃതി. പ്രകൃതിയുടെ രാജ്യഭാരം കണ്ടു ഞാനതിശയിച്ചു. പ്രകൃതിയുടെ ഗാംഭീര്യത്തിനും ആജ്ഞാശക്തിക്കും അടിപ്പെട്ട മനുഷ്യർ എത്ര ചെറുജീവികൾ. ഇവിടെ അധീശശക്തിയായ പ്രകൃതിക്കും പ്രജയായ മനുഷ്യനും തമ്മിലുള്ള സമരത്തിന്നു പ്രസക്തയില്ലാതാവുന്നു. ജീവിക്കാനുള്ള ത്വര ഏതു ചരാചരത്തിന്നും സഹജമാകയാൽ അവിടെ മനുഷ്യർ ജീവിച്ചുപോരുന്നു. മോട്ടോർ വാഹനങ്ങളുടെ, രാഷ്ട്രീയപ്പാർട്ടികളുടെ, സമരക്കാരുടെ, വിമാനങ്ങളുടെ, തീവണ്ടികളുടെ അലർച്ചകളും ആരവങ്ങളും അവരെ അലോസരപ്പെടുത്തുന്നില്ല. പുറംനാട്ടിനെക്കുറിച്ച് അവർ അറിയുന്നത് ബാറ്ററിയിൽ പ്രവർത്തിക്കുന്ന ട്രാൻസിസ്റ്റർ റേഡിയോകളിലൂടെ. ട്രാൻസിസ്റ്ററിന്റെ ഉപയോഗം, ഒരു പുരുഷന്റെ, ഒരു സ്ത്രീയുടെ, ഗൃഹാതുരതയെ വല്ലപ്പോഴും തട്ടിയുണർത്തുക എന്നതാണ്. തലമുറകൾക്കുമുമ്പ് താഴെ നാട്ടിൽ നിന്ന് പൊറുതിയന്വേഷിച്ചു പോന്നവരുടെ, തീർത്തും ഉണങ്ങി നശിച്ചിട്ടില്ലാത്ത വേരുകളുടെ വേദന അവർ അനുഭവിക്കുന്നു. ആദിവാസിക്ക് ഓർമ്മയിലുള്ളത് ഒരു താഴ്‌വരയിൽ നിന്ന്, ഒരു വനസ്ഥലിയിൽനിന്ന് മറ്റൊരു വനത്തിലേക്ക് താവളം തേടിയെത്തിയ പലായനത്തിന്റെ ഓർമ്മ മാത്രം.

മനുഷ്യരും ദൈവങ്ങളും ഇവിടെ മൗനികൾ. വളർച്ച മുട്ടിയവർ. ഒരു വനവൃക്ഷം താഴെ കൂടുകൂട്ടിയിരിക്കുന്ന മനുഷ്യരെ ഒട്ടൊരു ലാളനയോടെ, സഹതാപത്തോടെ ഉറ്റുനോക്കുന്നു. "എന്തിനാടോ താനിവിടെ ദുഃഖിച്ചിരിക്കുന്നത്? ഉള്ളതുപോരേ നമുക്ക്!" കരിമലയും കമ്പമലയും നരിനിരങ്ങി മലയും താണ്ടിയെത്തുന്ന തെക്കുപടിഞ്ഞാറൻ, വടക്കു കിഴക്കൻ കാറ്റുകൾ കരിമേഘങ്ങളെയും കുഞ്ഞുമേഘങ്ങളെയും കൊണ്ടുവരുമ്പോൾ, ഉറക്കം തൂങ്ങിയിരിക്കുന്ന മനുഷ്യർ ഉണരുന്നു. മഴ. വിത്തിടാറാക്കണം. ഭൂമി കരിച്ച് ഉഴവ് നടത്തണം, മലമുടിയേറി പുരപ്പുല്ലരിഞ്ഞു കൊണ്ടുവന്ന് പുര പുതയ്ക്കണം, മഴക്കാലത്തേയ്ക്ക് ഉടുക്കാനും പുതയ്ക്കാനും വാങ്ങണം, തണുപ്പാറ്റാൻ വിറകും കരിമ്പടവും ശേഖരിക്കണം.

ഈ വിചിത്രഭൂമിയുടെ വൈരസ്യത്തെയും ഏകാന്തതയെയും ഇളക്കിമറിക്കാൻ അമാവാസിത്തലേന്ന് തീർത്ഥാടകരുടെ ചെറിയ കൂട്ടങ്ങൾ, പരേതരുടെ ആത്മാക്കളെ മൺകുടത്തിലടച്ചുകൊണ്ടുവരുന്നു. ദൈവത്തിനും ദൈവത്തിന്റെ പരിചാരകർക്കും കാഴ്ചക്കാരായ ചെറുകർഷകർക്കും ആദിവാസിക്കും സന്തോഷം. മലയണ്ണാൻ പ്രതിഷേധത്തോടെ തകരച്ചെണ്ട കൊട്ടുന്നു. കുരങ്ങന്മാർ ചിലച്ചുകൊണ്ട് വനഗർഭങ്ങളിലേക്ക്. ഗജരാജൻ, അവഗണനയോടെ തന്റെ അന്തഃപുരത്തിലേക്ക് - കാറ്റടിച്ച് കാടൊരു അലകടലായി മാറി ഗർജ്ജിക്കുന്നു. പച്ചത്തിരമാലകൾ ഉരുണ്ടുരുണ്ട്, കൊച്ചു വയലുകളുടെ തീരദേശങ്ങളിൽ വന്നടിയുന്നു.

ഈ ദേശത്തിന്റെ ആത്മാവിനെ, ഇതിന്റെ തിരുമുറ്റത്ത് കളിക്കുന്ന മനുഷ്യരേയും മൃഗ-പക്ഷികളേയും കഥാപാത്രങ്ങളാക്കാമെന്ന് വ്യാമോഹിച്ചെത്തിയ എന്റെ മനസ്സ് നമിക്കുന്നു. അനുഗ്രഹിച്ചാലും, അമ്മേ! പ്രകൃത്യംബേ! സകലേശ്വരാ!

നെല്ല് ഒരു നിമിത്തമായി രചിക്കപ്പെട്ടതല്ല. ശൈശവം തൊട്ട് എന്റെ ഉപബോധത്തിന്റെ ഊറിക്കൂടിയ ഒരു സത്തയുടെ സാക്ഷാത്ക്കാരമായിരുന്നു. വയനാടൻ നെല്ലിന്റെ മധുരഗന്ധവും വയനാടൻ പഴങ്ങളുടെ ദൃഢപേശികളും വയനാട്ടിലെ ആദിവാസിയുടെ ശൈശവപ്രായമായ മനസ്സും മലങ്കാറ്റിന്റെ പടഹധ്വനിയും കാട്ടാറിന്റെ കരച്ചിലും കാട്ടാനയുടെ ചീറ്റലും വാനരന്മാരുടെ കളിയാക്കലും വണ്ടുകളുടെ ഗീതകങ്ങളും കൂമന്റെ പ്രശ്നോത്തരികളും കാണാത്ത കാഴ്ചകളുടെ സ്വപനങ്ങളായി എന്റെ മനസ്സിൽ ഉറഞ്ഞുകൂടിയിരുന്നു. ഗിരിഗഹ്വരത്തിലുറഞ്ഞുപോയ പ്രാചീനജലത്തിന്റെ ഹിമരൂപം മെല്ലെ മെല്ലെ അലിയാൻ തുടങ്ങുന്നു.

എന്റെ വീട്ടിലെ കലവറയിൽ, അച്ഛൻ വയനാട്ടിൽ ജോലിചെയ്തിരുന്ന കാലത്തെപ്പോഴോ കൊണ്ടുവന്ന ഒരു കൊച്ചുനിലവിളക്കുണ്ടായിരുന്നു. അതു ഞങ്ങളൊരിക്കലും ഉപയോഗിച്ചിരുന്നില്ല. യാതൊരു കൊത്തുപണിയുമില്ലാത്ത ഇരുത്തം വന്ന ഒരു നിലവിളക്ക്. അതിന്റെ ശില്പചാരുത, ശാലീനത

മറ്റൊരു വിളക്കിനും അന്നും ഇന്നുമില്ല. ഈ വിളക്കിനെ ഞാൻ പിന്നീട് വനാന്തരത്തിലെ എന്റെ കൊച്ചുകുടീരത്തിലേക്ക് കൊണ്ടുപോയി. അത് അവിടെ ചിലപ്പോഴെങ്കിലും ഒരന്തിത്തിരി കാണുമല്ലോ എന്ന പ്രതീക്ഷയിൽ കഴിയുന്നു.

കോഴിക്കോട്ടു നഗരത്തിലെ ഒരു വാടകവീട്ടിൽ ദാമ്പത്യത്തിന്റെ ആദ്യ നാളുകൾ ചെലവാക്കാനിടവന്നപ്പോൾ, മെല്ലെ മെല്ലെ നഗരത്തിന്റെ അരോചക ശബ്ദങ്ങൾ, കടൽച്ചെളിയുടെ ദുർഗന്ധം നിറഞ്ഞ കാറ്റ്, രാത്രിവണ്ടികളുടെ ആക്രോശം, കൊതുകുപടയുടെ ആക്രമണം, വേണ്ടപ്പെട്ടവരുടെ അകല്ച്ച, എല്ലാം മനസ്സിലേക്ക് ചോർന്നു. എന്റേത് ഒരു ഗ്രാമ്യമനസ്സാണ്. അങ്ങനെ യാണ് വേനലവധികൾക്കുവേണ്ടി ഞാനൊരു പുതിയ ഇടം കണ്ടെത്തിയത്. എല്ലാ സൗകര്യങ്ങളുമുള്ള നഗരഭവനത്തിലെ വാസത്തിൽനിന്ന് തികച്ചും വ്യത്യസ്തമായ ഒരനുഭവം.

കാടിനോട് പറ്റിച്ചേർന്നു കിടക്കുന്ന ഒരു വാരിയം. ഒറ്റ മുറി. ചുറ്റും പാതി യടഞ്ഞ വരാന്ത. വരാന്തയുടെ ഒരു വശം അടുക്കള മുറി. എതിർഭാഗം കർഷക ഭവനത്തിലെ നെല്ല് കുത്ത്, പാറ്റൽ, തരം തിരിക്കൽ, പച്ചക്കറി നുറുക്കൽ, ഉണക്കൽ, വരട്ടൽ - ഒരു വശം പൂമുഖഭാഗം. പിൻവശം കാട്ടുചോലയിൽ നിന്ന് നേരെ മുളമ്പാത്തിയിലൂടെ ഓടിച്ചാടി വരുന്ന നീർച്ചാലിന്റെ വീഴ്ച. ഇരുപത്തിനാല് മണിക്കൂറും താഴെ കരിങ്കൽ തൊട്ടിയിൽ വീഴുന്ന പളുങ്കു നീര് നിങ്ങൾക്ക് എല്ലാ ആവശ്യത്തിനുമെടുക്കാം. അക്ഷയമായൊരു നീർച്ചാൽ. അതു സ്വന്തം വഴി തേടി കീഴെ വയലുകളിലേക്ക് ഓടിപ്പോകുന്നു. ഓട്ടു പാത്രങ്ങളിൽ ആഹാരം, ശൈത്യമകറ്റാൻ അടുപ്പിന്റെ മുമ്പിലിരുന്ന് ഉണ്ണാം. വീട്ടമ്മയുടെ അന്തമില്ലാത്ത സ്നേഹോപചാരങ്ങൾ. എഴുത്തിനെ നിഷ്പ്രഭ മാക്കുന്ന അനുഭവങ്ങൾ.

രണ്ടു കുടുംബങ്ങൾ ഒന്നിച്ചായിരുന്നു. ആതിഥേയരും അതിഥികളും. ആകെയുള്ള ഒരൊറ്റ കിടപ്പുമുറി അതിഥികൾക്കൊഴിച്ചു തന്ന് വരാന്തയിൽ കിടന്നുറങ്ങുന്ന ആതിഥേയ കുടുംബം. അല്ലെങ്കിൽ അവരുടെ രീതി അതു തന്നെ. ആകെയുള്ള സ്വത്ത്, വിളഭൂമി, കാട്ടിന്റെ ഓരത്തു പടർന്നു കിടക്കു ന്നേരം അകത്തുകിടന്നാൽ അവർക്കെങ്ങനെ ഉറക്കം വരും? ഇവിടെ ആദി വാസികൾക്കും ചെറുകിട ഭൂവുടമകൾക്കും വീട് ധാന്യങ്ങളും ഉണങ്ങിയ പച്ചക്കറികളും മഴവെള്ളരിക്കയും ഓണക്കുമ്പളങ്ങയും വസ്ത്രങ്ങളും സൂക്ഷിക്കുവാനുള്ളതാണ്. കിടപ്പിന് വരാന്ത മതി. ശൈത്യമൂതുന്ന കാട്ടു കാറ്റ്, വിരണ്ടോടുന്ന രാത്രിജീവികൾ, കാട്ടുകുയിലിന്റെ സ്വരരാഗസുധ. എത്ര സമ്പന്നമീ ജീവിതം! എത്രയെളുപ്പം കടന്നുപോകുന്നു അനുഭൂതിസാന്ദ്രമായ ഒഴിവുദിനങ്ങൾ. അങ്ങനെയിരിക്കെ, അക്കരെ ഭൂമിയിൽ വന്നെത്തുന്ന ഒരേ യൊരു വാൻ, മലയോര പട്ടണമായ മാനന്തവാടിയുമായി ബന്ധിപ്പിക്കുന്ന ഒരേയൊരു മോട്ടോർ വണ്ടി, വിളിക്കുന്നു: "അവധി കഴിയുന്നു. തിരിച്ചു പോകേണ്ടേ?"

പോകുന്നു. വീണ്ടും തിരിച്ചെത്താൻ. ഒരു നോവലെഴുതാൻ മാത്രമല്ല. ധന്യരായി ജീവിച്ചിരിക്കുന്നു എന്നു വിചാരിക്കാൻ. മനുഷ്യരും പ്രകൃതിയും ദൈവവും ഒന്നായിത്തീരുന്ന ഈ അഭൗമമേഖലയിലേക്ക് വീണ്ടും വരുന്നു. മാറ്റങ്ങൾ മനസ്സിനെ നോവിക്കുന്നു.

വാരിയത്തെ പുല്പുര പറിച്ചുകളഞ്ഞു. കാലിക്കൂട്ടത്തെ വിറ്റൊഴിച്ചു. നെൽവയലുകളെ പാട്ടത്തിന് കൊടുത്തു.

❑

പ്രയാണം

മുന്നോട്ടു പോകുമ്പോൾ ഒരു സമൂഹം വഴിയിൽ തങ്ങുന്നു. അറിഞ്ഞു കൊണ്ടല്ല. സാഹചര്യങ്ങളുടെ സ്വാധീനം. അവരുടെ മുന്നിൽ ശാസ്ത്ര പുരോഗതിയുടെയും സാമൂഹികപുരോഗതിയുടെയും വഴികൾ എന്നേക്കും കൊട്ടിയടഞ്ഞുപോകും. അവർ ജനജീവിതത്തിന്റെ മുഖ്യധാരയിൽ നിന്ന് ഒറ്റപ്പെടും. പ്രകൃതാചാരങ്ങളിൽ ഒതുങ്ങിക്കൂടാനാണ് വിധി. അന്നപാനാദി കളും കിടക്കാനിടവും ഇണയും മതിയെന്ന പ്രാകൃതാവസ്ഥയിൽ തളയ്ക്ക പ്പെടുന്ന ജനതതി ഏതു രാജ്യത്തും ഏതു വൻകരയിലും ഉണ്ടാവും. ജീവിത രീതികൾക്ക് മാത്രമാണ് വ്യത്യാസം. അങ്ങനെ ചരിത്രകാലത്ത് ഒറ്റപ്പെട്ടു പോയ ഒരു സമൂഹമാണ് തിരുനെല്ലി ഗ്രാമത്തിൽ ഉള്ളത്. ആധുനിക സൗകര്യങ്ങൾ ഒറ്റപ്പെടലിന്റെ കാഠിന്യം കുറയ്ക്കുന്നുണ്ട്. മീഡിയയുടെ പ്രചാരം, തങ്ങൾക്കപ്പുറം അത്യന്തം വിചിത്രവും വൈവിദ്ധ്യപൂർണ്ണവും കാമ്യ വുമായ ഒരു ലോകമു ണ്ടെന്ന് അവർ കാണുന്നു. അപ്പോൾ അവരുടെ സമൂഹ മനസ്സിൽ അസ്വാസ്ഥ്യം ഉണരുകയായി. ഈ ഭൂമിയിലുള്ളതിനെല്ലാം തങ്ങളും അവകാശികളാണ് എന്ന പരുക്കൻ സങ്കല്പത്തിലേക്ക് അവരുണരാൻ തുടങ്ങുന്നത് യാദൃച്ഛികവും വ്യത്യസ്തവുമായ ചില അനുഭവങ്ങൾ ഉണ്ടാകു മ്പോഴാണ്.

കോഴിക്കോട്ടുകാരിയായ എന്നെ തിരുനെല്ലിയിലേക്കാകർഷിച്ചത്, പറഞ്ഞു കേട്ട വനഭംഗിയാണ്. അറിയപ്പെടാത്ത ഒരു ജനതയുടെ സാന്നിധ്യവും.

അച്ഛന്റെ വർണ്ണനകൾ, കഥകൾപോലെ എന്റെ കൗമാരമനസ്സിൽ നിറഞ്ഞു നിന്നിരുന്നു. കാട്ടിൽ ജീവിക്കുന്ന മനുഷ്യർ, അവർക്ക് കുടിലുണ്ടെന്നും വരാം ഇല്ലെന്നും വരാം. വലിയ വൃക്ഷങ്ങളുടെ പൊത്തുകൾ അവർക്ക് വന്യമൃഗ ങ്ങളിൽ നിന്നും സുരക്ഷിതമായ വാസസ്ഥാനം നല്കി. മരച്ചില്ലകൾ മെനഞ്ഞു കൂടാരങ്ങൾ കൊരുക്കാനും അവർക്കറിയാം. അവർ നഗ്നരല്ലെന്നേ യുള്ളൂ. വസ്ത്രത്തിന്റെ ആഗമനകാലം അവർ അനുഭവിച്ചിട്ടുണ്ട്. വിവാഹം എന്ന എസ്റ്റാബ്ലിഷ്മെന്റ് അജ്ഞാതമായിരുന്നു. ഇണയെ കണ്ടെത്തുക, ഒന്നിച്ചു താമസിക്കുക, അപസ്വരങ്ങളുണ്ടാവുമ്പോൾ മറ്റൊരാളെത്തേടുക

എന്ന ആർജ്ജവം നിറഞ്ഞു തുളുമ്പിയ കാലം. മക്കൾ ഗോത്രത്തിന്റേ യാകുന്നു. മുതിർന്നവർ ഉണ്ണുന്നെങ്കിൽ, എല്ലാവരുടേയും കുട്ടികൾക്കും എന്തെങ്കിലും കിട്ടുമെന്നുറപ്പ്. അന്നം കിട്ടാത്ത അവസരങ്ങളിൽ, വായുവും വെള്ളവും ചെടികളുടെ കിളുന്തും കഴിച്ച് എത്രനാൾവരെയെങ്കിലും അവർ ജീവിച്ചു കൊള്ളും. ആവലാതിയില്ല. ആരോടാവലാതിപ്പെടാനാണ്? റേഷൻ പത്തൗൺസ് ഉണ്ടായിരുന്നത് ഒമ്പതായിക്കുറഞ്ഞാൽ ആവലാതിപ്പെടുന്ന നഗരസമൂഹത്തിന്റെ 'അല്പത്തരങ്ങളൊ'ന്നും അവരെ തീണ്ടുന്നില്ല.

രോഗം വന്നാൽ ചികിത്സ തന്നത്താനാണ്. വയറുവേദനയുള്ള പട്ടിയും പൂച്ചയും പച്ചപ്പുല്ല് തിന്നുന്നത് നാം കണ്ടിട്ടില്ലേ, അതുപോലെ.

ഇവർക്കെങ്ങനെയാണ് ഇങ്ങനെ ജീവിച്ചുപോരാൻ കരുത്ത് കിട്ടിയതെന്നു ഞാൻ ചിന്തിക്കുന്നു. അപ്പോഴാണ്, പ്രകൃതി ഒരുക്കിയിരിക്കുന്ന മോഹനാകാശപ്പന്തലും മഹാവൃക്ഷങ്ങൾ മെനഞ്ഞിരിക്കുന്ന പച്ചക്കൂടാരങ്ങളും ബ്രഹ്മഗിരിയും അനുയായികളും കെട്ടഴിച്ചുവിടുന്ന മലങ്കാറ്റും, പൂന്തേനരുവികളും, വറ്റാത്ത കാട്ടാറും വൃക്ഷകോടരങ്ങളും പാറക്കെട്ടുകളും ഗുഹകളും വന്യമൃഗങ്ങളും കിളികളുമെല്ലാമുള്ള ഒരു മഹാപ്രപഞ്ചം ചുറ്റുമുണ്ടെന്നു കാണുന്നത്.

കോഴിക്കോട്ടു നഗരത്തിന്റെ തിരക്കിൽനിന്നും ശബ്ദങ്ങളിൽ നിന്നും പൊടിയിൽ നിന്നും വിട്ടുനില്ക്കാനൊരു സ്ഥലത്തെക്കുറിച്ചുള്ള സൂചനകളെ ചാടിപ്പിടിക്കുന്ന മനസ്സ്. കാഴ്ചകളിലും കേഴ്വികളിലും അനുഭവചരിത്രങ്ങളിലും രമിക്കാൻ തുടിച്ചു നില്ക്കുന്നൊരു മനസ്സ്, നഗരപരിഷ്കാരങ്ങളിൽ വലിയ ഭ്രമമില്ലാത്ത ശീലം – ഇതൊന്നും ഉണ്ടായിരുന്നില്ലെങ്കിൽ ഞാൻ തിരുനെല്ലി ഗ്രാമത്തിലേക്ക് ഒരു തീർത്ഥാടനം നടത്തുകയില്ലായിരുന്നു. അറുപതുകളുടെ അവസാനം. എനിക്കന്ന് ഇരുപത്തേഴ് വയസ്സ്. അഞ്ചുമാസം പ്രായമുള്ള ഒരു മകൾ, ഇച്ഛകൾക്കു സഞ്ചരിക്കാൻ വഴി തുറന്നുതരുന്ന ഭർത്താവ്. യാത്രകൾ ഇഷ്ടപ്പെടുന്ന കൂട്ടുകാരൻ. മനസ്സറിയുന്ന ഒരാൾ. അതുകൊണ്ട് ഒരു മാസത്തെ ഒരുക്കം നടത്തി. ചെറിയ ശിശു ഉണ്ടല്ലോ. അല്ലെങ്കിൽ ഒരു ദിവസത്തെ ഒരുക്കം മതിയാകുമായിരുന്നു.

മാനന്തവാടിയിൽ നിന്ന് മുപ്പത്തൊന്നു കിലോമീറ്റർ അകലെ, ഉഷ്ണമേഖലക്കാടിനും നടുവിലാണ് തിരുനെല്ലിഗ്രാമം. കാടിനും പ്രായം കുറവാണ്. യൗവ്വനകാലം. ഒരു ജനസഞ്ചയത്തിന്റെ താവളമായിരുന്നു മുമ്പ് അവിടെ എന്ന് കാട്ടിൽ മുട്ടുകുത്തിക്കിടക്കുന്ന ചരിത്രസ്മാരകങ്ങളും പൗരാണിക 'തിരുനെല്ലി' മഹാവിഷ്ണു ക്ഷേത്രവും രേഖപ്പെടുത്തുന്നു.

ഞങ്ങളുടെ പെട്ടി ചുമന്നു മുമ്പെ നടക്കുന്ന ചുമട്ടുകാരൻ ആദിവാസിയുടെയും വഴികാട്ടിയായ മറ്റൊരാദിവാസിയുടെയും പുറകിൽ, മൂക്കുപാലം പോലുള്ള വയൽ വരമ്പിലൂടെ നടക്കുമ്പോൾ കൂടെ ഭർത്താവും സഹോദരനും സഹോദരിയുമുണ്ടല്ലോ എന്ന ആശ്വാസം വളരെ വലുതായിരുന്നു.

വന്യസുന്ദരമായ ഗ്രാമം. സന്ധ്യ. ആദ്യം ആലിപ്പഴവർഷം, പുറകെ കോരിച്ചൊരിയുന്ന മഴ, ഏതോ ഒരു മൂലയിൽ ഞങ്ങൾക്ക് വേണ്ടി ഒരു കർഷക

ഭവനം ഒരുക്കിവച്ചിട്ടുണ്ട്. നല്ലവനായ ഒരു നാട്ടുകാരൻ അധ്യാപകന്റെ. പേടിക്കാ നൊന്നുമില്ല. എന്നാലും തികച്ചും അപരിചിതമായൊരു വനപ്ര ദേശം. ജീവിത ത്തിലൊരിക്കലും ഒരു വനം കണ്ടിട്ടില്ല. ഞങ്ങളുടെ തറവാട്ടുപറമ്പിലെ ഇടതിങ്ങിയ വൃക്ഷങ്ങളും, മലഞ്ചെരിവിലൂടൊഴുകുന്ന പുഴയുടെ ഇരുകരയിലുമുള്ള തടവൃക്ഷങ്ങളും മുളങ്കാടുകളുമൊഴികെ പുതിയ അനുഭവങ്ങൾക്കുവേണ്ടി ത്രസിക്കുന്ന, ഉഴുതിട്ട, മനസ്സ്.

അപ്പോഴുണ്ട് വഴി വിലങ്ങി ഒരു കാട്ടാറ്! പെയ്തുതോർന്ന വേനൽമഴയുടെ ഊർജ്ജം മുഴുവൻ വാരിക്കൂട്ടി ഓടിയകലുന്ന ബാവലിയുടെ കൈകൾ. ആഴമില്ല. ചില പാറക്കല്ലുകൾ വെള്ളത്തിനുമീതെയും ഉണ്ട്. പുഴയുടെ മെത്ത നിറയെ കല്ലാണ്. വഴുക്കുന്നെന്ന് മുന്നെ നടക്കുന്ന ആളുടെ വീഴ്ചയിൽ മനസ്സിലാവുന്നു. ബ്രഹ്മഗിരിയുടെ മാറിടത്തിൽ നിന്ന മലവെള്ളം ഉരുട്ടിയെടുത്തുകൊണ്ടുവന്നു നിക്ഷേപിച്ച അനേകശതകല്ലുകൾ. വലുതും ചെറുതും കുഞ്ഞും. പല വർണ്ണക്കല്ലുകൾ. പച്ചപുതച്ച കല്ലുകൾ.

സന്ധ്യയുടെ മഴത്തണുപ്പിലും കാറ്റിലും ചുവന്നു കൊഴുത്ത ഇരുട്ടിലും വർണ്ണക്കല്ലുപോലെ, മുതുകു വളച്ചു വയലിൽ വേല ചെയ്തുകൊണ്ടിരുന്നത്, ആദിവാസി പെണ്ണുങ്ങളാണെന്ന് സഹചാരികൾ പറഞ്ഞപ്പോഴേ മനസ്സിലായിട്ടുള്ളൂ. ഇവരുടെ പണിസമയം വാരക്കോലുകൊണ്ട് അളന്നു മുറിച്ചെടുത്തതല്ല. എവിടേയും കൃത്യസമയത്തിൽ ഒരു മണിയൊച്ച മുഴങ്ങുകയുമില്ല. ഞാറ്റടിയും ചെളിനിലവും വേർതിരിച്ചു കാണാൻ കഴിയാത്ത ഇരുട്ടു വന്നടിയും വരെ പണി, ആവലാതിയില്ല. വിശപ്പെന്ന വികാരവുമില്ല. മനുഷ്യജീവിതത്തിന്റെ യാന്ത്രികത, ഒരു യന്ത്രവും കണ്ടിട്ടില്ലാത്തവർ സ്വീകരിച്ചിരിക്കുന്നു.

ആതിഥേയൻ സ്ഥലത്തില്ലെന്ന്, വഴിവക്കത്തുകണ്ട ഭൂപ്രഭുവിന്റെ വീട്ടുകാർ പറഞ്ഞു. 'പ്രഭു' എന്ന് ഇന്നാരും പറയുകയില്ല. ചെറിയ ഭൂമി, ചെറിയ വീട്, വലിയ മനസ്സുള്ള കർഷകനും ഭാര്യയും. അടുത്ത് ആലയിൽ കേറിയ ഒരു പറ്റം കാലികൾ.

വീട്ടമ്മ, ചൂടാറ്റിയ പശുവിൻപാൽ കുപ്പിയിലൊഴിച്ചുതന്നു. മകൾക്ക്. അവൾ അതു മുഴുക്കെ ഒറ്റ വീർപ്പിനു വലിച്ചുകുടിച്ചു. പത്തുമണിക്കൂർ നീണ്ടു നിന്ന യാത്രയുടെ അവസാനമാണ്. ബസ്സിലും ജീപ്പിലും കാലിലും.

ഇനിയെന്തു ചെയ്യും? പറഞ്ഞുറപ്പിച്ച ആതിഥേയനില്ലാത്ത വീട്ടിലേക്ക് എങ്ങനെ കയറിച്ചെല്ലും? വീട്ടുകാർ ഞങ്ങളെ പ്രതീക്ഷിക്കുന്നില്ലെങ്കിലോ, ഈ ഇരുണ്ട സന്ധ്യാനേരത്ത്!

ഞങ്ങൾ നാലുപേരുണ്ട്. പിന്നെ കുഞ്ഞും.

കർഷക ഭവനങ്ങളിൽ കിടക്കാനിടം കിട്ടും. വിശന്നു കിടക്കേണ്ടിയും വരില്ല. തീർച്ച. ഒരു കാർഷിക പശ്ചാത്തലം എനിക്കും ഉണ്ടല്ലോ. പക്ഷേ, വയലിന്നക്കരെയും ഇക്കരെയും കാണുന്ന ഭവനങ്ങൾ കാണുമ്പോൾ – മഴയിൽ കുതിർന്നുകൂമ്പി, നനഞ്ഞ കോഴികളെപ്പോലെ നില്ക്കുന്നത്. എല്ലാം

പുല്ലുമേഞ്ഞ വീടുകളാണ്. കുഞ്ഞിനു പാലും ഞങ്ങൾക്ക് ചൂടുചായയും കിട്ടിയ വീടൊന്നു മാത്രമാണ് ഓടുമേഞ്ഞിട്ടുള്ളത്. പുല്ലുപുരയിൽ ഇന്നു വരെ അന്തിയുറങ്ങിയിട്ടില്ല. ഒരു വനത്തിൽ ഇതുവരെ കിടന്നിട്ടില്ലല്ലോ എന്നു മറുമനസ്സ്. എല്ലാം അറിഞ്ഞുകൊണ്ടുതന്നെ വന്നത്. പക്ഷേ, കനത്ത ആലിപ്പഴവർഷവും, മഴയും കൊടുങ്കാട്ടിലൂടെ ജീപ്പുയാത്രയും വന്യമൃഗ ങ്ങളെക്കുറിച്ചുള്ള ഭയവുമെല്ലാം, സംഗതി, നഗരത്തിൽ വച്ചു സ്വപ്നം കണ്ടതു പോലൊന്നും അല്ല എന്നു തെര്യപ്പെടുത്തുന്നു. അങ്ങനെയെങ്കിൽ അങ്ങനെ. നേരിട്ടു കളയാം. മനസ്സുവച്ചാൽ എന്താണ് എളുപ്പമാവാത്തത്!

പൂർണ്ണമായും എയർകണ്ടീഷൻ ചെയ്യപ്പെട്ട ഒരു വലിയ ഗ്രാമം. രാവിലെ കരിമ്പടം മാറ്റി എണീറ്റുവന്നപ്പോൾ കഴിഞ്ഞ യാത്രയെപ്പറ്റി മറന്നേപോയി.

പഞ്ചഭൂതങ്ങളെല്ലാം ഉണർന്നിരിക്കുന്ന ഒരു ഭൂമണ്ഡലം. എങ്ങുമൊരു പൊടിയുടെ കളങ്കമില്ലാത്ത കാറ്റ്. വെയിലിനും നിലാവിനും നാട്ടിലേതിനേ ക്കാൾ പ്രകാശം. അരുവികളിലും കാട്ടാറിലും ഹിമശീതജലം. ജലത്തെ നമുക്ക് കാണാൻ കഴിയുന്നത് അതുൾക്കൊള്ളുന്ന പാത്രത്തിന്റെ പശ്ചാ ത്തലത്തിൽ മാത്രമാണെന്ന് പാഠപുസ്തകത്തിൽ പഠിച്ചിരുന്നു. ജലപ്പരപ്പിലും, കുഞ്ഞുവെള്ളക്കുഴികളിലും ചാലിലും പ്രതിഫലിക്കുന്നത് നൂറുശതമാനവും തെളിവാർന്ന ഒരു മറുലോകം. ഈ ജലത്തിന്റെ സ്വാദ് ഞാൻ സഞ്ചരിച്ച മറ്റൊരിന്ത്യൻ ഗ്രാമത്തിലും മറുനാട്ടിലും അനുഭവിച്ചിട്ടില്ല. ഈ സുതാര്യത അനുപമമാണ്. ഗ്രാമത്തിൽ അക്കാലത്ത് ഒരു കിണർ മാത്രമായിരുന്നു. അത് ആദ്യം കയറിച്ചെന്ന് വിശ്രമിച്ച വീട്ടുമുറ്റത്ത്. ആ ഗൃഹത്തിന്റെ ഐശ്വര്യം ഇന്നില്ലെങ്കിലും മായാത്ത ഒരു വരംപോലെ ഐശ്വര്യദായകമായി കിണർ ഇപ്പോഴും ഉണ്ട്. എല്ലാവരും കാട്ടരുവികളിലെ ജലം കുടിച്ചു ജീവിക്കുന്നു. മനുഷ്യരും മൃഗങ്ങളും തുമ്പികളും, അദൃശ്യമായ ഉറവുകൾ ജലനിധികളെ യെല്ലാം വേണ്ടുവോളം സമൃദ്ധമാക്കുന്നു.

എങ്ങും കുളിച്ചു തുവർത്തി നില്ക്കുന്ന വൃക്ഷങ്ങൾ, സസ്യപ്രകൃതി. ഒരിക്കലും കുളിക്കാൻ നേരം കിട്ടാതിരുന്ന അഥവാ അതൊരാവശ്യമായി ക്കരുതാതിരുന്ന ഒരു ജനസമൂഹം താരതമ്യേന രോഗവിമുക്തരായത് ഇവിടെ ജീവിച്ചുകൊണ്ടിരിക്കുന്നത് പ്രകൃതിയുടെ വരത്താൽ മാത്രമാണ്. നാല്പതു വർഷങ്ങൾക്കപ്പുറം, അവരെ കൺസ്യൂമറിസം പിടികൂടിയിരുന്നേ ഇല്ല. ചായ പോലും ഒരപൂർവ്വ വസ്തു. സിമന്റും ഓടും വിസ്മയങ്ങൾ. മോട്ടോർ വണ്ടി യുടെ അലർച്ചയും പുകയും പങ്കിലമാക്കാത്ത അന്തരീക്ഷം. അശരണരായ മനുഷ്യർക്കും, സമ്പന്നവനത്തിനും വന്യജന്തുക്കൾക്കും നിതാന്തമായി കാവൽ നില്ക്കുന്ന ബ്രഹ്മഗിരിയും പരിവാരപർവ്വതങ്ങളും കൈകകോർത്തു വളഞ്ഞുനില്ക്കുന്ന കുഞ്ഞുകുന്നുകൾ. മനുഷ്യർക്ക് പുല്ലുപുരയുടെ അകത്തെ ന്നല്ല. വരാന്തകളിലും കിടക്കാൻ ഭയമൊന്നുമില്ല. ഒരു തരം അലിഖിത പരസ്പര ധാരണയിൽ ജീവിക്കുന്ന മൃഗലോകം. രാവ് വന്യജന്തുക്കൾക്കും പകൽ മനുഷ്യർക്കും വിഹരിക്കാനായി പങ്കുവയ്ക്കപ്പെട്ടിരിക്കുന്നു. കാട്ടാന

അവരുടെ കളത്തിൽ കടന്നു കവർച്ച നടത്തുന്ന പതിവില്ലായിരുന്നു. വീടിനെ വലംവച്ച് അവർ അവരുടെ പാട്ടിനു പോകും. നെല്ലിന്റെ മധുരമറിഞ്ഞ മാനുകൾ, രാത്രി വയലുകൾ തങ്ങളുടേയും ആണെന്ന് അവകാശം സ്ഥാപിക്കുന്നു.

കുറേക്കൂടി സ്വാതന്ത്ര്യവും ഒരു മാസത്തെ താവളവും ആവശ്യമെന്നു കണ്ടു ഞങ്ങൾ ഒരു മനയുടെ പത്തായപ്പുരയിലേക്ക് താമസം മാറ്റി. മനയിൽ ഒരു അടുക്കളക്കാരൻ മാത്രം അടച്ചിട്ടിരിക്കയാണ്, അറകളും, നെല്ലറകളും.

പത്തായപ്പുരയിൽ പുതുമരങ്ങളുടെ ഉരുപ്പടികളുടെ ഗന്ധം മുറ്റിനിന്നു. പൂർണ്ണമായും തടിയിൽപ്പണിത പത്തായപ്പുരമാളിക. മേലെ വൈക്കോൽ മേഞ്ഞിരിക്കുന്നു. മുകളിലേക്ക് കയറിപ്പോകാനുള്ളത് ഇതുവരെ കണ്ടിട്ടില്ലാത്ത ഒരു തരം കയർക്കോണി. മുളമ്പടികൾ. പുതുമയുടെ ലോകം, അപൂർവ്വമായ ആഹ്ലാദം. മാളികയിലെ മട്ടുപ്പാവിൽ നിന്ന് നേരെ പടിഞ്ഞാറു നോക്കിയാൽ കരിമല. ചൂരൽമല, മറ്റനേകം മലകൾ. ജനവാസമില്ല. കൊടുങ്കാട് തൂർന്നുകിടക്കുന്നു. മരങ്ങളെ നോക്കിയാൽ ഋതുമാറ്റങ്ങൾ അറിയാം. വേനൽ മഴയിൽ പുഷ്പിക്കുന്ന ഇരൂൾ, ചമ്പകം, വീട്ടി. കനത്തുവളരുന്ന മരപ്പച്ച, എല്ലാ മരങ്ങളും തളിരുകളാൽ വർണ്ണ പ്രപഞ്ചം സൃഷ്ടിക്കുന്നു. പിന്നെ കാലവർഷാരംഭം വിളിച്ചറിയിച്ചുകൊണ്ട് ആട്ടിൻ കൂട്ടങ്ങളെപ്പോലെ പടിഞ്ഞാറു നിന്ന് വെൺമേഘങ്ങൾ, ഒരേ വലിപ്പത്തിൽ, ആകൃതിയിൽ കയറി തിടുക്കപ്പെട്ട് കിഴക്കോട്ട്. അവരെ തെളിച്ച് കാലവർഷക്കാറ്റ്. പത്തുദിവസം നീണ്ടുനില്ക്കും വെൺമേഘങ്ങളുടെ ഘോഷയാത്ര. പിന്നെ കരിമ്പടക്കെട്ടുകൾ ചുമന്ന് കാറ്റുകൾ വരുന്നു. കരിമ്പടം വിരിച്ച് ദിക്കുകളെ മറയ്ക്കുന്നു. അകലങ്ങളിൽ ഇടിമിന്നലിന്റെ തിരനോട്ടം.

ഇവിടെ മോക്ഷം കിട്ടിയ പൂർവ്വികർ വിനോദിക്കുന്ന ദൈവഭൂമിയാണെന്നും വിശ്വസിക്കുന്നവരുണ്ടാകാം. നാടെങ്ങും നിന്ന് ആത്മാവുകൾക്ക് പാപനാശിനിയിൽ മോചനം നൽകുന്നതിന് വരുന്നുവല്ലോ ഒരുപാടുപേർ! ചിലപ്പോഴൊക്കെ എനിക്കു തോന്നും. എല്ലാതരത്തിലും പ്രകൃതി കനിഞ്ഞനുഗ്രഹിച്ചിരിക്കുന്ന പഞ്ചഭൂതങ്ങളുടെ ഈ സമ്പന്ന ഭൂമിയിലെ ജനങ്ങൾക്കു മാത്രം എന്തുകൊണ്ടു ഗതി കിട്ടുന്നില്ല. ഗോത്രസംസ്കൃതിക്കും ആധുനികതയോടുത്തുനില്ക്കുന്ന നാഗരികതയ്ക്കുമിടയിലെ വിടവുകൾ എന്തുകൊണ്ട് നിറഞ്ഞു നിവരുന്നില്ല?

ഹൈസ്ക്കൂൾ വിദ്യാഭ്യാസമെന്നല്ല, അപ്പർ പ്രൈമറി വിദ്യാഭ്യാസം പോലും ഇവർക്ക് അന്യമാണ്. ഇന്റർനെറ്റ് കഫെകളില്ലാത്ത ഒരു ഗ്രാമം പക്ഷേ ഇതുമാത്രമാണോ? ഗോത്രമേഖലകൾ വേറെയുള്ളതിനാൽ അല്ലെന്നു വയ്ക്കാം. രോഗം വന്നാൽ 'മോഡേൺ' പോയിട്ട് നാടൻ ചികിത്സാലയങ്ങളും ഇവിടെയില്ല. ആരും മരുന്നുകളുടെ നിരന്തര ഉപയോഗത്താൽ ഇഞ്ചിഞ്ചായി മരിച്ചുകൊണ്ടിരിക്കുന്നില്ല എന്നു സമാധാനം.

പരിഷ്കൃതി ഇങ്ങോട്ട് എത്തിനോക്കുന്നത് പഴയ ടെലിഫോണുകളുടെയും ടൂറിസ്റ്റുകളുടെയും രൂപത്തിലാണ്. വർഷങ്ങൾക്കു മുമ്പ് കറുത്ത

വാവുകളിൽ, ഓരോ മാറാപ്പേറ്റി, അഞ്ചു മുതൽ പത്തുവരെയുള്ള കാൽനട സംഘങ്ങൾ, ആനക്കാടുകൾ താണ്ടി തളർന്നലഞ്ഞ്, അമ്പലവട്ടത്തേക്ക് കയറിപ്പോകുന്നതു കണ്ടിട്ടുണ്ട്. തങ്ങൾക്കോ, ശാന്തിയുടെ പുണ്യം കിട്ടി യില്ല. തങ്ങളുടെ പൂർവ്വികർക്കെങ്കിലും മോക്ഷം കിട്ടട്ടെ എന്നു ഹൃദയം ഗമമായി വിശ്വസിക്കുന്നവർ. അവർ പാലക്കാട്ടുനിന്നും പയ്യന്നൂരുനിന്നും തല ശ്ശേരിയിൽ നിന്നും കുടകിലും കർണ്ണാടകയിലും നിന്നും വരുന്നവരായിരുന്നു.

ഇപ്പോൾ ടൂറിസ്റ്റുകളും ശ്രാദ്ധമൂട്ടാൻ വരുന്നവരും തമ്മിൽ മത്സരമായി. ആർക്കാർക്ക് കിട്ടും സത്രത്തിലെ ബഹുനിലമാളികയിൽ ഉറക്കറ പ്രവേശനം! സമീപവീടുകളിൽ അതിഥികളായിക്കഴിയാൻ ആഗ്രഹിക്കുന്നവരും ധാരാളം. ഒത്തുകൂടലിന്റെ സുഖം. പാപനാശിനിയിൽ ബലിവസ്തുക്കളും, കാടിന്റെ ഇറമ്പുകളിലെല്ലാം ഫാസ്റ്റ് ഫുഡ് അവശിഷ്ടങ്ങളും മദ്യക്കുപ്പികളും കുമിഞ്ഞു കൂടും കാലം.

ഇവരുടെ ചെയ്തികൾ കണ്ട് അമ്പരക്കുന്ന ഗ്രാമീണരും ആദിവാസികളും, കൃഷിനാശംകൊണ്ട് ആത്മഹത്യ ചെയ്തവരെക്കുറിച്ചുള്ള ഭീകരവാർത്ത കൾ, കാഴ്ചയിൽ നിറയുമ്പോൾ, ടിവി എന്ന മായപ്പെട്ടിയുടെ മുമ്പിൽ, തെരു വിൽ ഒതുങ്ങിക്കൂടുന്ന ജനം. അവരാരും കൃഷികൊണ്ടു രക്ഷപ്പെട്ടവരല്ല. 'കോരന്റെ കുമ്പിൾ' ഇന്നും ജാഗ്രതയോടെ സൂക്ഷിക്കുന്നവരാണേറെ. താഴെ നാട്ടിൽ നിന്നു വരുന്നവർ പിതൃക്കളെ ഊട്ടുന്നതു നോക്കിനിന്ന് ഇന്നാട്ടുകാർ നെടുവീർപ്പിടാറില്ല. തങ്ങളുടെ പിതൃക്കൾക്ക് ഈ ദൈവഭൂമി സ്വയം ബലി യർപ്പിച്ചിട്ടുണ്ടാകും എന്നിവർക്കറിയാം. എന്നാലും, കാട്ടുചോലത്തീരങ്ങളിൽ നിന്ന് കൂവയില ശേഖരിച്ചു കെട്ടുകളാക്കിയും പുഷ്പങ്ങൾ ശേഖരിച്ചും, പരേതാത്മാവിന്റെ കൂടെ എത്തിച്ചേരുന്ന ദശക്കണക്കിന് ബന്ധുക്കൾക്ക് ഇഹ ലോകത്തിൽ അനിവാര്യമായ അന്നപാനങ്ങൾ നൽകിയും ഇവരും അന്നം കണ്ടെത്തുന്നു. ഒരു പുതിയ ജീവിതമാർഗ്ഗം. ടൂറിസ്റ്റുകൾ ഉപേക്ഷിക്കുന്ന ഇറച്ചിക്കാലുകളും പ്ലാസ്റ്റിക് പ്ലെയ്റ്റുകളും പലതരം വിദേശമദ്യക്കുപ്പികളും നോക്കി ഇവർ ദിവാസ്വപ്നം കാണുന്നു. ജീവിതം ഇങ്ങനെയുമാകാം. അർദ്ധ രാത്രികളിൽ, ഭേദപ്പെട്ടവരുടെ തുറന്നുവച്ച ഉമ്മറ വാതിലിന്നപ്പുറത്തെ, ജ്വലിക്കുന്ന 'മായപ്പെട്ടി'യിൽ നിന്ന് മനമില്ലാതെ കണ്ണുപറിച്ചെടുത്ത് ആദിവാസികളും, പെട്ടിക്കാഴ്ച സ്വന്തമായില്ലാത്ത ഗ്രാമീണരും സ്വന്തം വീടു കളിലേക്ക് യാത്ര തിരിക്കുന്നു.

ഒരു കാര്യത്തിലിവർ പുരോഗതി പ്രാപിച്ചിട്ടുണ്ട്. മുമ്പെല്ലാം, സൂര്യനസ്ത മിക്കുമ്പോൾ അത്താഴം കഴിച്ചു കുടിലിന്റെ സുഖശീതളതയിൽ നിദ്രയെ വരിച്ചവർക്ക് ഇന്ന് ആനകൾ സഞ്ചരിക്കാവുന്ന കാട്ടുവഴികളിൽ പാതിരാവു വരെ അന്യ വീട്ടിലെ ടിവി നോക്കിയിരിക്കാൻ ഒരു ഭയവുമില്ല. കാട്ടുറോഡി ലാണ് ഗാലറിയില്ലാത്ത കാഴ്ചക്കാരുടെ ഇരിപ്പ്. കുടുംബനാഥന് പാതിര ക്കാഴ്ച കഴിയുന്നതുവരെ സ്വന്തം ഗേറ്റും പൂമുഖവാതിലും അടക്കാൻ പറ്റില്ല. അമ്പലത്തിൽ പൂജയ്ക്കു പോകുന്ന ബ്രാഹ്മണർ ശുദ്ധം മാറാതിരിക്കാൻ

അടുക്കള വാതിലിലൂടെ രക്ഷപ്പെട്ടു പുറത്തുകടക്കുന്നു. അതേ വഴിക്ക് തിരിച്ചും വരുന്നു. ഇത്രയും ജീവകാരുണ്യമുള്ളൊരു ബ്രാഹ്മണനെ നമ്മുടെ നഗരജീവിതത്തിൽ കാണാനൊക്കുമോ?

വയനാട്ടിൽ നിന്നും ആത്മഹത്യാവാർത്തകൾ കേട്ട് നാം നടുങ്ങുന്നു. അതവസാനിക്കുന്നില്ല. മോഹങ്ങളുടെ പരിമിതി കാരണവും, സ്വപ്നം കാണാൻ കഴിയുന്നത് കൂടുതൽ നല്ലത് എന്നു ചിന്തിക്കുന്നതുകൊണ്ടുമാവാം, തിരുനെല്ലിക്കാർ ദുർമരണത്തിന്റെ ഭൂപടത്തിൽ കാലൂന്നാൻ വിസമ്മതിക്കും. ദൈവം അവരെ അവരറിയാതെ അനുഗ്രഹിച്ചുകൊണ്ടിരിക്കുന്നു. തിരുനെല്ലി പ്പെരുമാൾ അവരുടെ ശ്വാസത്തിലും അന്നത്തിലും ഇല്ലായ്മകളിലും നിറഞ്ഞുനില്ക്കുന്നു. ദിവസത്തിൽ ഒന്നിലധികം പ്രാവശ്യം 'പെരുമാളി'നെ വിളിക്കാത്തവർ ഗ്രാമീണരിരില്ല. ആദിവാസികളുടെ ദൈവമാകട്ടെ, കാട്ടിൽ സർവ്വവ്യാപിയാണ്. മഹാവൃക്ഷങ്ങൾ ദൈവാവതാരങ്ങളാണ്. അവരുടെ കാല്ക്കലാണ് വൃത്തികെട്ട ടൂറിസ്റ്റുകൾ എച്ചിൽ പാത്രങ്ങൾ എറിഞ്ഞു പോകുന്നതെന്ന ഒരു ദുഃഖം മാത്രം. പുതുതായിട്ട്.

സർവ്വനാശത്തിന്റെ സാദ്ധ്യതകൾ ഉണ്ടായിട്ടും വാശിയിലാണ് തിരുനെല്ലി ഗ്രാമം വളർന്നു തിമർക്കുന്നത്. ആന മുതൽ അട്ട വരെ ഭൂമിയിലെ സർവ്വ ജന്തുക്കളേയും ഈ പെരുംകാട് സംരക്ഷിക്കുന്നു. ഇവിടെ ജീവൻ കണ ക്കെടുപ്പിന് ഒരു ശാസ്ത്രജ്ഞനും വന്നുചേരുന്നില്ല. എണ്ണമറ്റ 'സ്പീഷിസ്' ഈ വനഭൂമിയിലും പരിസരത്തിലും ഉണ്ട്. മൃഗങ്ങൾ, കിളികൾ, ഇഴജന്തു ക്കൾ, ഷഡ്പദങ്ങൾ, ഇവരെയെല്ലാം മനുഷ്യന്റെ പരാക്രമത്തിൽ നിന്ന് സംര ക്ഷിച്ചു നിർത്തുന്നത്. 'ചോരകുടിയന്മാരായ' ഇത്തിരിപ്പോന്ന അട്ടകളാണ് എന്നു ഞാൻ വിശ്വസിക്കുന്നു. പ്രകൃതി നിയോഗിച്ച സൂക്ഷ്മജീവികളായ കാവലാൾ.

❑

പുലയൻകൊല്ലിയിലെ ആനകൾ

ഇന്നലത്തെ പത്രത്തിലൊരു വാർത്ത: ആരണ്യകത്തെ പോലീസ് സ്റ്റേഷൻ ബസ്സ്റ്റോപ്പിൽ കാട്ടാന ഒരു വഴിപോക്കനെ വകവരുത്തി.

നഗരത്തിൽ മോട്ടോറപകടങ്ങൾ പോലെയാണ് ആരണ്യകത്തിൽ കാട്ടാനയുണ്ടാക്കുന്ന അപകടങ്ങൾ. ഇടതിങ്ങി ഇരുട്ടടഞ്ഞ പുലയൻകൊല്ലി, കാടിന്റെ കരളായിരുന്നു. അനേകശതം ജന്തുക്കളുടെ സംഗീതവും പിറുപിറുപ്പും അലർച്ചയും കരച്ചിലും പുലയൻകൊല്ലിയുടെ നിഗൂഢതയെ ഭയജനകമാക്കിയിരുന്നു. തണുത്തു വിറയ്ക്കുന്ന അന്തരീക്ഷത്തെ മലയണ്ണാന്റെ കലമ്പുന്ന ശബ്ദം ഭീകരമാക്കി. കൊല്ലിയുടെ അഗാധതയിൽ നിന്ന് ഒരു കാട്ടാനയുടെ ചിഹ്നംവിളി. ഒരു ഒറ്റയാന്റേതാവാം. അല്ലെങ്കിൽ മുപ്പത് നാല്പതാനകളുടെ ഒരു സംഘത്തലവന്റെ. കീഴെ അട്ടകൾ പതിയിരിക്കുന്ന ചതുപ്പ്.

ഈ ഭീകരമായ വനത്തിൽക്കൂടി ഒരിക്കൽ നടന്നുപോകേണ്ടിവന്നു. ഒരു ചെറിയ സാർത്ഥവാഹകസംഘം പോലെ. മുന്നിൽ പെട്ടിയും വട്ടിയും തലയിലേറ്റിയ ആദിവാസി മൊണ്ണൻ. ഞാൻ, ഭർത്താവ്, രണ്ടുവയസ്സുകാരി മകളെ എടുത്ത മറ്റൊരാദിവാസി യുവാവ്. ഏറ്റവും മുമ്പിൽ ആരണ്യകത്തിലെ ഞങ്ങളുടെ ആതിഥേയൻ. പന്ത്രണ്ട് കിലോമീറ്റർ യാത്ര. ഏറ്റവും അപകടകാരിയാണ് ഇരുട്ടും ചതുപ്പും തണുപ്പും നിറഞ്ഞ പുലയൻകൊല്ലി ഭാഗം. ശ്വാസം കഴിക്കുന്നതുപോലും ശ്രദ്ധിച്ചുവേണമെന്ന് ആതിഥേയസുഹൃത്ത് താക്കീതു തന്നിരുന്നു, യാത്രയുടെ തുടക്കത്തിൽ.

തണുപ്പിൽ തല കുടഞ്ഞുണർന്ന ചുമയെ ഞങ്ങൾ വിഴുങ്ങി. കാല്ക്കീഴിൽ ഒരു കരിയിലയോ ചുള്ളിക്കമ്പോ ശബ്ദിക്കാതിരിക്കാൻ ശ്രദ്ധിച്ചു. കരിയിലകൾ കുതിർന്ന് കരിമെത്ത ആയിരുന്നതുകൊണ്ട് കമ്പുകളെ കവച്ചുവച്ചു നടന്നു. മണ്ണട്ടയുടേയും കാട്ടുകിളിയുടേയും നിരന്തരമായ ആരവത്തിനപ്പുറം കാട്ടാനയുടെ കൊലവിളി ഏതുനിമിഷവും കേൾക്കാം.

ആതിഥേയൻ തന്ന ഒരു പാഠം: "ആദ്യം നാം അവനെയാണു കാണുന്നതെങ്കിൽ എങ്ങനെയെങ്കിലും രക്ഷപ്പെടാം. മറിച്ച് ആദ്യം അവൻ നമ്മെക്കണ്ടാൽ പിന്നെ രക്ഷപ്പെടുമെന്നു കരുതേണ്ട." സുഹൃത്തിന്റെ ഉരുട്ടി മിഴിച്ച

കണ്ണുകൾ ഇരുണ്ട കാനനഭിത്തിയിൽ ഉഴറിനടന്നു. ലഗേജെടുത്ത ആദിവാസി മൊണ്ണൻ, തണുപ്പുകൊണ്ടോ ഭയംകൊണ്ടോ എന്നറിഞ്ഞില്ല, വിറയ്ക്കുന്നുണ്ടായിരുന്നു..

വഴിക്കു വച്ച് കൂടെച്ചേർന്ന, മാനന്തവാടി പട്ടണത്തിലേക്കു പോകുന്ന, രണ്ട് സഹയാത്രികർ നിശ്ശബ്ദം പിറകെ നടന്നുകൊണ്ടിരുന്നു.

ഒറ്റയടിപ്പാത നീളുന്നത് മരണത്തിലേക്കോ ജീവിതത്തിലേക്കോ? രാത്രിയുടെ അവശേഷിച്ച മഞ്ഞ് അപ്പോഴും ഇലത്തുമ്പുകളിൽ നിന്ന് ഇലത്തുമ്പുകളിലേക്ക്, പല നിലകളുള്ള പച്ചക്കൊട്ടാരത്തിൽ നിന്ന് ഭൂമിയിലേക്കു വീണുകൊണ്ടിരുന്നു.

കൂവക്കാടുകൾക്കിടയിലൂടെ മലഞ്ചോല ഒഴുകി. തണുപ്പുകൂടി.

ഇവിടമാണ് 'അവന്റെ സ്വർഗ്ഗം'. കൂവയും ഇളം മുളങ്കൊമ്പുകളും, രണ്ടും വേണ്ടത്രയുണ്ട്. ശ്വാസം പിടിച്ച് മലഞ്ചോലയിലെ ഒറ്റത്തടിപ്പാലം കടന്നു. പിന്നെ കയറ്റം. കാടിന്റെ മേലാപ്പ് ഒറ്റപ്പെട്ട വെളിച്ചത്തിന്റെ തുള്ളികളെ വാർത്തുകൊണ്ടിരുന്നു. ഇരുട്ടു കുറയുന്നു. ഉയരത്തിൽ മലമ്പാത കയറിപ്പോയപ്പോൾ ശ്വാസം നേരെ വീണു.

ആതിഥേയന്റെ മുഖത്ത് പൗർണ്ണമിപോലുള്ള ഒരു മന്ദഹാസം വിരിഞ്ഞു. മിഴിച്ചുരുണ്ട കൺമണികളുടെ ഇമ ചാഞ്ഞു. ഇടുപ്പിൽ നിന്ന് കൊച്ചു ചെല്ലം എടുത്ത് നടത്തത്തിനിടയിൽ ഒന്നു മുറുക്കി.

ഇനി കാട്ടുറോഡിലൂടെയാണ് നടത്തം. 'ക്ളിയർ ഫെല്ലിങ്ങി'ന് വേണ്ടി 'കൂപ്പ്' കരാറുകാർ ഉണ്ടാക്കിയ റോഡ്. റോഡിനിരുപുറവും കാടുതന്നെ. പക്ഷേ, പകലായതുകൊണ്ട് 'അവൻ' പുലയൻകൊല്ലിയുടെ അകിട്ടിൽത്തന്നെ കിടക്കും.

ഇന്ന്, ഭീകരമായിരുന്ന, പുലയൻകൊല്ലി ഇല്ല. ആകാശം മുട്ടെ ഉയർന്നു നിന്നിരുന്ന രാക്ഷസാകാരം പൂണ്ട വൻ വൃക്ഷങ്ങളില്ല. കാട്ടുകിളികൾക്ക് പച്ചക്കൊട്ടാരങ്ങൾ നഷ്ടമായി. മലയണ്ണാനു വിഹരിക്കാൻ മരക്കൊമ്പുകളില്ല. കാറ്റിനു തണുപ്പില്ല. താഴെ കരിയിലമെത്തയോ, ഈർപ്പമോ ഇല്ല. ചോലകളില്ല. പകരം ചോലകളുടെ രക്തം വലിച്ചൂറ്റി വളരുന്ന വരണ്ട യൂക്കാലിക്കാടുകൾ, അടിക്കാടില്ല, മുളങ്കൂട്ടമില്ല. ചോല മരിച്ചതുകൊണ്ട് കൂവക്കാടുമില്ല. നെടുങ്ങനെ വളർന്നുനില്ക്കുന്ന യൂക്കാലിമരങ്ങൾക്കിടയിലൂടെ വളരെ ദൂരം വരെ കാണാം.

പരസഹസ്രം ജീവജാലങ്ങൾ ഒരുക്കിയിരുന്ന സംഗീതക്കച്ചേരി ഇനി കേൾക്കുകയില്ല. പിന്നെ കാട്ടാനകൾ എന്തുചെയ്യും? ജലം തേടി, തീറ്റ തേടി, അവൻ തന്റെ പ്രിയപ്പെട്ട പുലയൻകൊല്ലി കരേറി ഇതാ റോഡിലെത്തിയിരിക്കുന്നു. പുതുതായി ടാറിട്ട റോഡ്, വല്ലപ്പോഴും ഒരു ബസ്സ് ഇരച്ചെത്തും. അവന് ബസ്സിനെ ഭയമില്ല. കൃഷിക്കാരുടെ വേലത്തരങ്ങളെ അവൻ ഭയപ്പെടാതായി. തപ്പുകൊട്ട് കേട്ട് ഓടിപ്പോയിരുന്ന നാളുകൾ അവൻ മറന്നു.

തന്റെ കുടിനീരും തീറ്റയും കുളുർമ്മയേറിയ കൊട്ടാരവും നഷ്ടപ്പെടുത്തിയ മനുഷ്യരോടുള്ള പകയുമായി അവൻ കാനനവീഥികളിലൂടെ രാത്രിയിലല്ല, പകൽ വെളിച്ചത്തിലും സഞ്ചരിക്കുന്നു. പോയകാലത്ത് അവൻ ചില ട്രാഫിക്ക് നിയമങ്ങൾ സ്വയം പാലിച്ചിരുന്നു. മനുഷ്യർ പോകുന്ന വഴിക്കു നടക്കില്ല. മനുഷ്യർ വെള്ളമെടുക്കുന്ന കടവിൽ നീരാട്ടിനിറങ്ങില്ല, മനുഷ്യർ കൊയ്തു കളത്തിലാക്കിയ നെല്ല് തൊടില്ല; മനുഷ്യരുടെ കുടിലുകളുടെ അടുത്തു ചെല്ലുകയില്ല.

ഇപ്പോൾ അവനു ബോദ്ധ്യമായി, നിയമം പാലിക്കുന്നവനാണ് വിഡ്ഢി. മരം മുറിച്ചു. ചോല വറ്റിച്ചു. ഭൂമിയുടെ ഗർഭജലം ഊറ്റിക്കുടിക്കുന്ന യൂക്കാലി മരങ്ങളെ നട്ടുവളർത്തിയവൻ അന്തകനാണ്. ഇനി അവൻ എന്നെ വക വരുത്തും മുമ്പ് ഞാനവനെ വകവരുത്തേണ്ടിയിരിക്കുന്നു.

പാവം, കാട്ടിലെ ബസ്സ്റ്റോപ്പിൽ നിന്നിരുന്ന യാത്രക്കാരനുണ്ടോ അവന്റെ മനസ്സിൽ വളരുന്ന പകയെ ഓർക്കുന്നു! മരിക്കാത്ത മലഞ്ചോല തേടിയിറ ങ്ങിയ കാട്ടാന, വഴിവക്കിൽ നില്ക്കുന്ന സാധു യാത്രക്കാരനെ തോണ്ടി യെറിഞ്ഞു.

കഴിഞ്ഞ മാസം ഒരു കുറിച്യനെ അവന്റെ കുടിലിന്റെ മുറ്റത്ത് വച്ചു വകവരുത്തി. ഇനിയുള്ള നാളുകൾ തുറന്ന സംഘട്ടനത്തിന്റേതാണ്. കഴിഞ്ഞ കൊല്ലം അവൻ മാനന്തവാടി പട്ടണത്തിൽ ചെന്ന് നഗരവാസികൾക്ക് വെള്ളം ചുമന്നെത്തിക്കുന്ന ഒരു പയ്യനെ കൊന്നു. അടുത്തൊരവസരത്തിൽ അവൻ ചുരമിറങ്ങി വരില്ലെന്നും നഗരങ്ങൾ തട്ടി നിരപ്പാക്കുകയില്ലെന്നും എന്താ ണുറപ്പ്!

കൊടുംകാടുകളുടെ ഹൃദയത്തിൽ നടക്കുന്ന ആനനായാട്ടിന്റേയും കൊള്ളയുടേയും കഥകൾ അവനറിയുന്നു. കത്തുന്ന കാടുകളിൽ നിന്ന് അവൻ റോഡിലേക്കും വയലിലേക്കും വരുന്നു. കൃഷിക്കാരന്റെ നെല്ലറ തകർത്ത് തീറ്റ തരപ്പെടുത്താനുള്ള പരിശീലനം നേടുകയാണവൻ. കൊള്ള ചെയ്യുന്നതെങ്ങനെയെന്ന് അവൻ മനുഷ്യനിൽ നിന്നു പഠിച്ചുകഴിഞ്ഞു.

❑

ചാമുണ്ഡിക്കുഴി

കോഴിക്കോടു പട്ടണത്തിൽ താമസിക്കുമ്പോഴാണ് തിരുനെല്ലിയിൽ പോകാൻ തുടങ്ങിയത്. വേനലിൽ നഗരത്തിൽനിന്നു രക്ഷപ്പെടാൻ ഒരിടം വേണമായിരുന്നു. ആലോചിച്ചപ്പോൾ തിരുനെല്ലി മനസ്സിലെത്തി.

തിരുനെല്ലി ക്ഷേത്രത്തിനു സമീപമുള്ള പുഴയ്ക്കക്കരെ ഒരു വാരിയമുണ്ട്. അവിടെയാണ് ഞാൻ വേനൽക്കാലത്തു പോയി താമസിക്കുക. വാരിയം എന്നു കേൾക്കുന്നതു പോലെയൊന്നുമില്ല. ദേശമംഗലം വാരിയമെന്നൊക്കെ പറഞ്ഞാൽ വളരെ രാജകീയമാണ്. പക്ഷേ, ഞാൻ പറയുന്ന വാരിയം ഒറ്റ മുറി മാത്രമുള്ള പുല്പുരയാണ്.

ആ ഒറ്റ മുറിയിൽ ആളുകളുടെ സാധനങ്ങൾ സൂക്ഷിക്കും. സാധനങ്ങളെന്നു പറഞ്ഞാൽ ഒന്നുരണ്ടു പെട്ടികൾ, ചില ഓട്ടുപാത്രങ്ങൾ, പിന്നെ ദൈവത്തിന്റെ ഒരു ഫോട്ടോ. അവിടെ ആകെയുള്ള ഒരു കട്ടിലും ആ മുറിയിൽ ത്തന്നെ. മുറിക്കു ചുറ്റും വരാന്ത. അതിന്റെ ഒരു ഭാഗം അടുക്കളയായി ഉപയോഗിക്കുന്നു. ഒരു ഭാഗം ഉമ്മറമാണ്. മറ്റൊരു ഭാഗം കൃഷിപ്പണിക്ക് ആവശ്യമായ ആയുധങ്ങൾ സൂക്ഷിക്കുന്നിടവും. നല്ല കനത്തിൽ വയ്ക്കോൽ മേഞ്ഞ മേല്ക്കൂരയാണ്. ചുറ്റുമുള്ള അരഭിത്തിയോടുചേർന്നു മേല്ക്കൂര. മഴയൊന്നും ഏല്ക്കില്ല. ഏതു കാലത്തും എസി മുറിയിലിരിക്കുന്ന അനുഭവമാണ്. മണ്ണെണ്ണ വിളക്കാണ് രാത്രി വെളിച്ചത്തിന്.

ഒറ്റ മുറിക്കു ചുറ്റുമുള്ള വരാന്തയിലാണ് എല്ലാവരും കിടക്കുക. എല്ലാവർക്കും പഞ്ഞിമെത്തയുണ്ട്. ആകെയുള്ള കട്ടിലിൽ ഈ പഞ്ഞിമെത്തകൾ സൂക്ഷിക്കും. ഞങ്ങൾക്കു പുറത്തു കിടന്നു ശീലമില്ലാത്തതിനാൽ ആ മുറി ഞങ്ങൾക്കുതരും. ഞങ്ങൾ ചെല്ലാൻ തുടങ്ങിയതിനുശേഷം ഗൃഹനാഥൻ പെട്രോമാക്സ് ലൈറ്റ് കത്തിക്കാൻ തുടങ്ങി. അതുവരെ ആ ലൈറ്റ് കൊയ്യാൻ പാകമായിക്കിടക്കുന്ന പാടത്ത് കത്തിക്കുവാനാണ് ഉപയോഗിച്ചിരുന്നത്. അതിന്റെ പ്രകാശം കണ്ടാൽ ആന വരില്ല.

ഞങ്ങൾ ആദ്യമായി പോയപ്പോൾ തിരുനെല്ലിയിലേക്കു ബസ്സുണ്ടായിരുന്നില്ല. മാനന്തവാടിയിൽനിന്നു ജീപ്പ് വാടകയ്ക്കെടുത്താണ് പോയത്.

പതിവുപോലെ ഒരു വേനലിൽ ഞാനും ഭർത്താവും തിരുനെല്ലിയിൽ പോയി. മിക്കവാറും അവിടെയെത്തുമ്പോൾ സന്ധ്യയാകാറുണ്ട്. അന്നും അവിടെയെത്തിയപ്പോൾ രാത്രിയായി. ഞങ്ങൾ തിരുനെല്ലി സത്രത്തിൽ ഒരു മുറിയെടുത്തു. ഇപ്പോഴവിടെ ഒരു കാന്റീനുണ്ട്. പക്ഷേ, ഞാൻ പറയുന്ന സംഭവം നടക്കുന്ന കാലത്ത്. അമ്പലത്തിൽ വരുന്നവർക്ക് അത്താഴവും പ്രാതലും വച്ചു കൊടുത്ത് ഉപജീവനം കഴിച്ചിരുന്ന ഒരു കുടുംബമുണ്ട്. പല പ്രാവശ്യം ഞങ്ങളവിടെനിന്നു ഭക്ഷണം കഴിച്ചിട്ടുമുണ്ട്.

ആ രാത്രി ഞങ്ങളവിടെ ചെന്നപ്പോൾ അമ്പലത്തിൽ അതിഥികൾ മറ്റാരുമുണ്ടായിരുന്നില്ല. അവിടത്തെ മുഴുവൻ ജോലിയും ചെയ്യുന്നതു ഗൃഹനാഥന്റെ ഭാര്യയായിരുന്നു. വീട്ടിലെ ജോലികൾ കൂടാതെ അതിഥികൾക്ക് അത്താഴവുമുണ്ടാക്കണം. ആരാണ് എപ്പോഴാണ് അവിടെ കയറി വരുന്നതെന്നു പറയാനാവില്ല. രാത്രിയായാലും പകലായാലും ആളു വന്നിട്ടേ ഭക്ഷണമുണ്ടാക്കാൻ തുടങ്ങുകയുള്ളു. ഗൃഹനായികയുടെ ജീവിതം വളരെ ക്ലേശകരമാണെന്നു മനസ്സിലാകും. ഏതുനേരവും അടുക്കളയിൽ ഭക്ഷണം പാകം ചെയ്യുകയാണ് അവരുടെ ജോലി. എല്ലാം കഴിഞ്ഞ് അവർ ഭക്ഷണം കഴിക്കാനിരിക്കുമ്പോൾ രാത്രി നന്നേ വൈകും.

ഞങ്ങൾ അവിടെച്ചെല്ലുമ്പോൾ രാത്രി പത്തുമണിയായിട്ടുണ്ടാവും. ഞങ്ങൾക്കവർ ചോറും കോവയ്ക്ക കൊണ്ടുള്ള കറിയും പപ്പടവും മോരും തന്നു. നമ്മൾ കൊടുക്കുന്ന കാശു വാങ്ങുമെന്നല്ലാതെ ഇത്ര രൂപ വേണമെന്ന് ഒരിക്കലും പറയാറില്ല. ഞങ്ങൾ ഭക്ഷണം കഴിച്ചു കഴിഞ്ഞപ്പോൾ ഒരാളെത്തി. കാവി ധരിച്ച ഒരു ചെറുപ്പക്കാരൻ.

ഞാനതു ശ്രദ്ധിച്ചു. കാരണം അയാൾക്കു കൊടുക്കാനവിടെ ഒന്നും അവശേഷിച്ചിരുന്നില്ല. ഞങ്ങൾ ഭക്ഷണം കഴിച്ചു കഴിഞ്ഞപ്പോൾ ഗൃഹനായിക ഭക്ഷണം കഴിക്കാൻ ഒരുങ്ങുകയായിരുന്നു.

ചെറുപ്പക്കാരൻ ഏതോ ദൂരത്തുനിന്ന് അവശനായി വരുകയാണ്. അവർ തനിക്കു കഴിക്കാനെടുത്തുവച്ച ഭക്ഷണം അയാൾക്കു കൊടുത്തു. കറിയെല്ലാം തീർന്നിരുന്നു. അവശേഷിച്ച മോരും അയാൾക്കു കൊടുത്തു. വേനലായതിനാൽ രാവിലെ എടുത്തുവച്ച പച്ചവെള്ളവും തീർന്നിരുന്നു. ഭക്ഷണത്തിനു ശേഷം ചാമുണ്ടിക്കാവിലേക്കു പോയി കുളിക്കാൻ അയാൾ തയ്യാറെടുക്കുന്നു. ഈ സംഭവമാണ് എന്നെ ചാമുണ്ടിക്കുഴി എന്ന കഥയെഴുതാൻ പ്രേരിപ്പിച്ചത്.

രാപകലില്ലാതെ അടുക്കളയിൽ പാടുപെടുന്ന ഒരു സ്ത്രീ. ആരും അവളുടെ സുഖസൗകര്യങ്ങളെക്കുറിച്ച് അന്വേഷിക്കുന്നില്ല. ഭക്ഷണം കഴിച്ചു കൈകഴുകി മടങ്ങിപ്പോകുന്ന അതിഥികളോ കൂടെ താമസിക്കുന്ന ഭർത്താവോ–ആരും. ....അതേക്കുറിച്ച്, അവരെക്കുറിച്ചു കൂടുതൽ ചിന്തിച്ചപ്പോൾ എന്റെ മനസ്സിൽ മറ്റൊരു വീട്ടുകാരി രൂപമെടുത്തു. വിജനമായ കുന്നിൻമുകളിൽ അമ്പലത്തിനു സമീപം അതിഥികൾക്കു ഭക്ഷണം നൽകുന്ന ഒരുവൾ. അതിഥികൾക്കു വച്ചുവിളമ്പാനൊരു സഹായിയെ കിട്ടാൻ വേണ്ടി മാത്രം ഭർത്താവ്

സ്വീകരിച്ചവൾ. അവളുടെ മനസ്സിൽ എന്തൊക്കെ നിലവിളികളുണ്ടാവും. എന്നും വേനൽമാത്രമുള്ള അവളുടെ ജീവിതത്തിൽ ഒരിറ്റു കുളിർജലം വാഗ്ദാനം ചെയ്യാനൊരതിഥിയെത്തിയാലോ?

തിരുനെല്ലി ക്ഷേത്രത്തിനു സമീപം കബനീനദിയുടെ ഒരു കൈവഴി ഒഴുകുന്നുണ്ട്. ചാമുണ്ടിപ്പുഴ. അതിലൊരു കയമുണ്ട്. അവിടെ വെള്ളം വറ്റാറില്ല.

'ചാമുണ്ടിക്കുഴി' എന്ന എന്റെ കഥയിൽ ഇങ്ങനെയാണ്.

"വെള്ളമില്ലാത്ത ഒരു പ്രഭാതം അവളെ വീണ്ടും അസ്വസ്ഥയാക്കി.

നാളെ പുലരുന്നതെങ്ങനെ?

ഇലകൾ വാടിപ്പോയി. തളികയിലാണ് അവൾ വിളമ്പിയത്. ചോറിനു സമീപം ഒരു കടുമാങ്ങ. ഉറയൊഴിക്കാൻ മാറ്റിവച്ചിരുന്ന സംഭാരത്തിൽനിന്നു കുറച്ചെടുത്തു ചോറിനുമീതെ തൂവി. മാന്യനായ അതിഥിക്കു കൊടുക്കേണ്ട അത്താഴമല്ല. അത്താഴം കഴിഞ്ഞതാണോ എന്നു ചോദിച്ച തന്റെ വിഡ്ഢിത്തമോർത്ത് അവൾ പരിതപിച്ചു.

ഉണ്ണാൻ തുടങ്ങുംമുമ്പ് അയാൾ രുക്മിണിയുടെ മുഖത്തു നോക്കി.

-നിങ്ങൾ അത്താഴം കഴിച്ചില്ലേ?

രുക്മിണി അന്തംവിട്ടുനിന്നു. ഇന്നുവരെ ഒരാളും അവളുടെ ഊണിനെപ്പറ്റി അന്വേഷിച്ചിട്ടില്ല. അവളുടെ ഭർത്താവുപോലും. അവൾ മൗനം പാലിച്ചു.

-മറ്റൊരു കിണ്ണം കൂടി കൊണ്ടുവരൂ. ഈ ചോറ് അധികമാണ്....

തിരുനെല്ലിയിൽ അതിഥികൾക്കു ഭക്ഷണമൊരുക്കുന്ന സ്ത്രീ തന്നെയാണ് ചാമുണ്ടിക്കുഴിയെന്ന കഥയിലെയും കേന്ദ്രബിന്ദു. തന്റെ ഭക്ഷണം അതിഥിക്കു കൊടുത്ത്, ആകെയുള്ള വെള്ളം അയാൾക്കു കൈ കഴുകാൻ കൊടുത്ത്, അത്താഴം കഴിക്കാതെ അവൾ തനിച്ചു കിടക്കുമ്പോൾ അതിഥി തിരിച്ചുവരുന്നതായാണ് കഥയിൽ.

"ഞാനൊരിറ്റു കുളിർജലം തേടിപ്പോകുകയാണ്." അതിഥി മന്ത്രിച്ചു. അയാൾ ചോദ്യഭാവത്തിൽ അവളെ നോക്കി.

"പായ് ചുരുട്ടിവച്ച് അവൾ അയാൾക്കൊപ്പം ഇറങ്ങി."

-ഇങ്ങനെ എന്റെ കഥ അവസാനിക്കുന്നു.

ഏതു വേനലിലും വറ്റാത്ത വെള്ളമുള്ള ചാമുണ്ടിക്കുഴി എനിക്കൊരു പ്രതീകമായിരുന്നു. സ്നേഹശൂന്യതയുടെ വേനലിൽ തപിച്ചു ജീവിച്ച രുക്മിണിയുടെ ജീവിതത്തിൽ ഒരു വാഗ്ദാനമാകുന്ന പ്രതീകം.

❑

ആരണ്യകം

ഒരു നീണ്ട അവധിയുടെ തുടക്കം. മെയ്മാസം ഒഴിവുകാലത്തിന്റെ തുടക്കത്തിൽ ഓഫീസുമാലിന്യങ്ങൾ മനസ്സിൽനിന്നു കഴുകിക്കളയേണ്ടത് അത്യാവശ്യമാണെന്നു തോന്നി. കെട്ടിക്കിടക്കുന്ന പഴയ ഫയലുകൾക്കുമീതെ പൊടിപടലമെന്നപോലെ മനസ്സു മുഴുക്കെ മ്ളാനത.

പാപനാശിനിയിലൊരു മുങ്ങിക്കുളി ആവാം. പുലരുംമുമ്പ് ഭാണ്ഡം മുറുക്കി കുടുംബസമേതം ബസ്സിൽ കയറി. രാത്രി വണ്ടിക്കു നഗരത്തിലിറങ്ങിയ മലയോരക്കർഷകരിൽ ചിലർ ബസ്സിലിരുന്ന് ഉറക്കത്തിന്റെ കുടിശ്ശിക തീർക്കുന്നു. വെയിലുദിക്കുംമുമ്പ് താഴ്‌വരയിലെ ചൂടിൽനിന്നു രക്ഷപ്പെടാം. ചുരം കയറിയാൽ വേനലിന്റെ തീക്ഷ്ണത കുറയും. പത്തുമണിയോടുകൂടി കാട്ടുപാതയിലെത്തും. പിന്നെ വെയിലില്ല. മെയ്മാസ വെയിലിൽ നിന്നുള്ള ഒളിച്ചോട്ടത്തിന്റെ ത്രില്‍. മുൻസീറ്റിൽ സ്ഥലം പിടിച്ച കുട്ടികൾ ഏതാനും വർഷങ്ങൾ മുമ്പത്തെ സ്മരണകൾ അയവിറക്കിക്കൊണ്ടിരുന്നു. പൂക്കോട്ടു ചിറയുടെ അടുത്ത് ഉയർന്നുവന്ന റബ്ബർ ഫാക്ടറിയുടെ മാലിന്യം പുരണ്ട അന്തരീക്ഷത്തെ തുളച്ച് ബസ് മുമ്പോട്ടുപോയി. വഴിനീളെ ബസ് കാത്തു നില്ക്കുന്നവർ. അവർക്കു വേണ്ടി നില്ക്കാൻ കൂട്ടാക്കാത്ത വണ്ടി അഹങ്കാരത്തോടെ പൂർവ്വാധികം വേഗതയിൽ ഇരച്ചുപാഞ്ഞു. എന്നുംവണ്ടി കാത്തു നില്ക്കുന്നവരായി ജീവിതം തുലച്ചു കഴിയുന്ന വയനാട്ടുകാരോടു സഹതാപം തോന്നി. ഡ്രൈവർ കനിഞ്ഞാൽ കുറേക്കൂടി ആൾക്കാരെ തിരുകിക്കയറ്റാം. കനിയുകയില്ലല്ലോ. അതല്ലോ മുറ.

ഉള്ളിയുടെയും പഴുക്കടയ്ക്കയുടേയും കുരുമുളകിന്റേയും ചാഴിപ്പൊടി കലർത്തിയ മല്ലിയുടേയും മണമുള്ള അങ്ങാടിയിലെത്തി ബസ്സ് നിന്നു. ഇറങ്ങി. ഇവിടെ, സമുദ്രതീരത്തെ നഗരത്തിലെ തിരക്കുകളൊന്നുമില്ല. മറ്റൊരു ബസ്സ് പിടിക്കണം. ഇപ്പോൾ പതിമൂന്ന് ട്രിപ്പ് ബസ്സുകളുണ്ട്. ഇരുപതുവർഷങ്ങൾക്കപ്പുറം, തണുത്തു വിറച്ച് ഒരു സായംകാലത്ത് ഇവിടെ ബസ്സിറങ്ങിയപ്പോൾ, ആരണ്യകത്തെ സങ്കേതത്തിലേക്ക് മറ്റു വണ്ടികളൊന്നും ഇല്ലെന്നറിഞ്ഞു. അമിതമായ ചാർജ്ജിൽ ഒരു ജീപ്പ് വിളിക്കേണ്ടിവന്ന പഴയ കഥ ഓർത്തു.

അങ്ങാടി വിരൂപമായിരിക്കുന്നു. മേധാശക്തിയുള്ള കളക്ടർ, അതിക്രമിച്ചു പാതയെ വിഴുങ്ങിയ കെട്ടിടങ്ങളുടെയെല്ലാം മൂക്കു ചെത്തിക്കളഞ്ഞിരുന്നു. മുറിമൂക്കന്മാരായി കണ്ണുതാഴ്ത്തി ലജ്ജിച്ചു നില്ക്കുന്ന കടകളുടെ കാല്ക്കീഴിൽ അപ്പോഴും കച്ചവടം പ്രധാനം. രഹസ്യമായി അതിർത്തി കടക്കാൻ വെമ്പിനില്ക്കുന്ന ജീപ്പുകൾ. എണ്ണമറ്റ ജീപ്പുകൾ. ജീപ്പുകളുടെ നിര മുറിച്ച്, ആരണ്യകത്തേക്കു പോകുന്ന ബസ്സ് കണ്ടുപിടിച്ചു. പഴയ കാലത്ത് ആരണ്യകത്തേക്ക് വാൻ സർവ്വീസ് നടത്തിയിരുന്ന കോയ ഞങ്ങളെ തിരിച്ചറിഞ്ഞു. തെളിഞ്ഞ ചിരി. വണ്ടിയിൽ പരിചിതമുഖങ്ങൾ വേറെയും. സന്തോഷം.

വളർത്തുകാടുകളുടെ നെറ്റിയിൽ ചുവന്ന കുറി. കാട്ടുതീ! തീ കെടുത്തുക! കാറ്റിൽ, കാട്ടിന്റെ കുരൽ വെന്ത പച്ചഗന്ധം. നഗരത്തിൽ പ്രചാരമുള്ള പത്രങ്ങളിലെ കാട്ടു കവിതകളെ ഓർക്കുന്നു. തീ പറ്റാൻ വിധിക്കപ്പെട്ട, വേനലിൽ വരണ്ട കാടുകൾ. വരണ്ട കൈകൾ നീട്ടി വളർത്തുമരങ്ങൾ കെഞ്ചുന്നു. “ഒന്നു രക്ഷിക്കൂ.”

ഓടുന്ന വണ്ടിയിലിരുന്നു കാടിന്റെ അകത്തളത്തിലേക്ക് സൂക്ഷിച്ചുനോക്കി. പള്ളിയുറക്കം കഴിഞ്ഞു നീരാട്ടിനിറങ്ങുന്ന ഒരാനപോലുമില്ല. ദൂരെയെങ്ങോ ഒരു കാട്ടുകോഴി കരഞ്ഞു. മിന്നൽപോലെ തെന്നിമാറിയ ഒരു കാട്ടുമാനിന്റെ നേരെ ഒരു യാത്രക്കാരൻ വിരൽ ചൂണ്ടി. ചൂണ്ടിയ വിരൽ കാടിന്റെ വരണ്ട മാറിൽ തറഞ്ഞു നിന്നു. ഒന്നും കണ്ണിൽപ്പെട്ടില്ല. ഒരു കുരങ്ങിനെയോ ഒരു മലയണ്ണാനെയോ കാണാനുള്ള മോഹം തത്ക്കാലത്തേക്ക് ഉപേക്ഷിച്ചു. വില കുറഞ്ഞ, കടുത്ത നിറങ്ങളുള്ള നൈലോൺ സാരിയും പ്ലാസ്റ്റിക് പൂക്കളും ധരിച്ച ആദിവാസിപ്പെൺകൊടികൾ കാടിന്റെ ഓരത്തെ വയലുകളിൽ വെറുതെ നില്ക്കുന്നു.

ഇരുമ്പുപാലത്തിനു കീഴെ കരിമ്പാറയായ നദീഹൃദയം. വറ്റിയ കൈത്തോടുകൾ. കണ്ണീർപ്പാടുണങ്ങിയ കവിളുകളുമായി നില്ക്കുന്ന വഴിയോരത്തെ പാറകൾ.

നട്ടുച്ചയ്ക്ക് കാന്താരയാത്ര അവസാനിച്ചു.

ആരണ്യകത്തെ പെരുമാളുടെ തിരുനടയിൽ വന്നുനിന്നു വണ്ടി ആശ്വസിച്ചു.

പെരുമാളുടെ പരിസരത്ത് ഒരു പുതിയ റെസ്റ്റ് ഹൗസ് ഉണ്ടാക്കിത്തുടങ്ങിയിരുന്നു. അതു പൂർത്തിയായിട്ടുണ്ടെന്നു കേട്ടു. ഇപ്പോൾ ഒഴിവുണ്ടാകും.

അമ്പലനടയ്ക്കൽ ചായക്കട നടത്തുന്ന ചെറുപ്പക്കാരൻ വിടർന്നുചിരിച്ചു. അവന്റെ ചായയെക്കാൾ മധുരമുണ്ടായിരുന്നു ആ ചിരിക്ക്.

ചായയുടെ അവസാനത്തിൽ, റെസ്റ്റ് ഹൗസ് മാനേജരും പഴയ സുഹൃത്തുമായ ചെറുപ്പക്കാരൻ അവതരിച്ചു. കാലേ നരച്ചുപോയ തലമുടിയിൽ വിരലോടിച്ചുകൊണ്ട് ആഹ്ലാദത്തോടെ അയാൾ പറഞ്ഞു.

"വന്ന വിവരം അറിഞ്ഞു. നമ്മുടെ ബംഗ്ളാവിലെ വി.ഐ.പി. റൂം നിങ്ങൾക്കായി ഒഴിഞ്ഞുകിടപ്പുണ്ട്!"

ആരണ്യകത്തെ പുൽക്കുടിലിൽ ആഴ്ചകളോളം താമസിച്ചു പരിചയിച്ച ഞങ്ങൾക്ക് ഒരു വി.ഐ.പി. റൂമിന്റെ ആവശ്യമൊന്നും ഇല്ല. എന്നാലും സുഹൃത്തിനെ അനുഗമിച്ചു. ഭക്തജനങ്ങൾ നടന്നുതേഞ്ഞ ഒറ്റക്കൽ പടവുകൾ കയറി. വീതിയേറിയ നട. അമ്പലക്കുന്നിന്റെ സവിധത്തിൽ റെസ്റ്റ് ഹൗസ്. മേച്ചിലോടിന്റെ നിറം മങ്ങീട്ടില്ല. നിരന്നുനില്ക്കുന്ന മുറികൾ. കത്തിക്കാളുന്ന മേൽക്കൂര. ആരണ്യകത്തെ വേനലിന് ഇത്ര ചൂടോ?

"അതെ. മഴ പെയ്തിട്ട് അഞ്ചുമാസങ്ങൾ കഴിഞ്ഞു!" മാനേജർ സുഹൃത്ത് പറഞ്ഞു.

"ഇതു നിങ്ങൾ പണ്ടു കണ്ട ഇടമല്ല. ഇവിടെയിപ്പോൾ മഴയും തണുപ്പുമില്ല. ഗതികെട്ട ഞങ്ങൾക്കു മാത്രമാണ്. മാറ്റമില്ലാത്തത്!" അപ്പോഴും അയാളുടെ മങ്ങാത്ത ചിരി. പനിനീരുപോലെ കുളിർത്തതായി. നീണ്ട പാവാടയും ജാക്കറ്റും ധരിച്ച മകളെ നോക്കി സുഹൃത്ത് പറഞ്ഞു.

"ഇവളെ കൈയിലെടുത്താണ് ആദ്യം നിങ്ങൾ എന്റെ വീട്ടിൽ വന്നത്!"

ഞങ്ങൾ മറക്കുന്നതെങ്ങനെ? കുളിർന്നു വിറയ്ക്കുന്ന സന്ധ്യയ്ക്ക്, അപരിചിതമായ കാട്ടുപ്രദേശത്ത് ഞങ്ങൾക്ക് ആദ്യത്തെ അഭയം നല്കിയ താങ്കളെ മറക്കുന്നതെങ്ങനെ?

"അമ്മയെന്തു ചെയ്യുന്നു?"

"സുഖമായിരിക്കുന്നു. മാനന്തവാടിയിലെ തറവാട്ടിലാണ്!"

വി.ഐ.പി. സ്യൂട്ടിന്റെ മുൻകതക് തുറന്നപ്പോൾ, അകത്ത് തണുത്ത കാറ്റ് ചിറകുവിരുത്തി ആശ്ലേഷിച്ചു. രണ്ടു മുറികൾ. പിറകിൽ ബാത്ത്റൂം. കൊട്ടത്തളത്തിൽ ശീതളജലം. ഫ്രിഡ്ജ് വാട്ടർപോലെ. മുഖം കഴുകീട്ട് മതി വരുന്നില്ല.

ഇപ്പുറത്തുനിന്ന് സുഹൃത്ത് ഓർമ്മിപ്പിച്ചു. "ഈ വെള്ളം കൊണ്ട്, നിങ്ങൾ തിരിച്ചുപോകുംവരെ കഴിയണം."

"ഇവിടെ വെള്ളത്തിന് റേഷനിങ്ങോ?"

"പാപനാശിനി വറ്റിപ്പോയി. ഭക്തന്മാർക്ക് കുളിക്കാൻ വെള്ളമില്ല. ബലിയിടാനൊരു ചെളിക്കുണ്ട് അവശേഷിക്കുന്നു."

മനസ്സ് മ്ലാനമാകുന്നു.

കുളിമുറിയിൽ കുളിക്കാനല്ലല്ലോ ആരണ്യകത്തിൽ വന്നത്!

കാളിന്ദി വറ്റീട്ടില്ലല്ലോ?

"ഇല്ല." സുഹൃത്ത് പറഞ്ഞു. "സന്ധ്യയ്ക്ക് വരുന്ന ബസ്സ് കുളിക്കാൻ കാളിന്ദിക്കു പോകും. അതിൽ കയറിപ്പോകാം. രാവിലെ കുളി കഴിഞ്ഞതാണല്ലോ?"

“നഗരത്തിലെ പൈപ്പുകൾ തീർത്തും വറ്റീട്ടില്ല!” എന്റെ കൂട്ടുകാരൻ പറഞ്ഞു. ഞങ്ങൾ സുഹൃത്തിനെ സമാശ്വസിപ്പിച്ചു.

“വെള്ളത്തിന്റെ കാര്യത്തിൽ വിഷമിക്കേണ്ട! ഞങ്ങൾ കൂടുതൽ വെള്ളം ചോദിക്കില്ല!” മാനേജർക്കു സന്തോഷം.

അന്നപൂർണ്ണേശ്വരിയായ വാരസ്യാർ ഊണുവിളമ്പി. ദൂരെയേതോ വറ്റാത്ത കാട്ടരുവിയിൽനിന്നും അവരും മകളും കൂടി ചുമന്നുകൊണ്ടുവന്ന വെള്ളം. ചൂടുചോറിൽ നിന്ന് ആവി ഉയർന്നു. ഒപ്പം അവരുടെ നെടുവീർപ്പും.

“ടീച്ചറെ, ഞങ്ങളുടെ കഷ്ടകാലമായി. ഇവിടെ ക്ഷാമമില്ലാത്ത ഒന്ന് വെള്ള മായിരുന്നു. ഇപ്പോൾ അതും പോയി. ഇനി ഞങ്ങളെങ്ങനെ കഴിഞ്ഞുകൂടും? ഉണ്ണാനെത്തുന്ന വരെ ഇന്നലെവരെ മടക്കി അയച്ചില്ല. വെള്ളമില്ലാഞ്ഞ് ഇനി അതും വേണ്ടിവരും.

വിശാലമായ പൂമുഖത്തിൽ വേറെയും അതിഥികൾ ഉണ്ണാനുണ്ടായിരുന്നു. ഭക്തന്മാർ. കാഷായം ധരിച്ച്, വേനലൊഴിവിൽ വിശ്രമിക്കാനെത്തിയ താഴെ നാട്ടിലെ ഒരദ്ധ്യാപകൻ. ലൗകിക കാര്യങ്ങൾ മാത്രം സംസാരിക്കുന്ന, ഒരു പരുക്കൻ സന്ന്യാസി. അയാളുടെ കാഷായവസ്ത്രങ്ങൾ അഴുക്കു നിറഞ്ഞ തായിരുന്നു. സൗമ്യനായ അദ്ധ്യാപകനുമായി അയാൾ വാഗ്വാദത്തിലേർപ്പെട്ടു.

വാരസ്യാർ പറഞ്ഞു:

“നമുക്ക് അകത്തിരുന്നുണ്ണാം!”

തന്റെ രഹസ്യശേഖരത്തിൽനിന്ന് അവർ ഒരു പാട്ട വെള്ളം കിണ്ടിയിൽ ഒഴിച്ച് കൈയിൽത്തന്നു. അതിലൊരു തുള്ളിപോലും പാഴാക്കാതെ വരണ്ട ഇമകളുമായി നില്ക്കുന്ന കൃഷ്ണതുളസിയുടെ തടത്തിൽ മുഖം കഴുകി. ശേഷിച്ച ജലം ഗൃഹനായികയെ ഭദ്രമായി ഏല്പിച്ചു.

തക്കാളിക്കറിക്കും കോവയ്ക്കാ മെഴുക്കുപുരട്ടിയതിനും അസാധാരണ മായ സ്വാദ്. അമൃതുവിളമ്പുന്ന വെളുത്ത കൈത്തണ്ടിലെ കറുത്ത റബ്ബർ വളകൾ പതിഞ്ഞ സ്വരത്തിൽ കുശലം പറഞ്ഞു. വാരസ്യാർ മൊഴിഞ്ഞു.

“എത്ര തവണ ഇന്നാട്ടിൽ വന്നു! ഇതുവരെ ഞങ്ങളുടെ വീട്ടിൽ ഉണ്ണാൻ വന്നില്ല! ഇന്ന് വെള്ളം കിട്ടാത്ത ഈ അവസരത്തിലാണ് –”

“സാരമില്ല. മഴ പെയ്യും. വെള്ളം ഉണ്ടാകും!”

❑

കണ്ണന്റെ കെട്ടിയവൾ

ഏരമം കളത്തിലെ പ്രധാന കാലിക്കാരൻ കണ്ണനെ കണ്ടിട്ട് ഏറെ നാളായി. രാജകീയമായി നീണ്ടുയർന്നു പൊക്കംകൂടിയ മൂക്കും, ചുമന്ന കല്ലുവച്ച ഇരട്ട കടുക്കനും, പടുവൃദ്ധനായിട്ടും കാഴ്ച കുറഞ്ഞിട്ടില്ലാത്ത തൂങ്ങുന്ന കണ്ണുകളും അയാളുടെ പ്രത്യേകതകളായിരുന്നു. മരുമകളുടെ മകൻ ഒതേനനാണിപ്പോൾ കാലിക്കാരൻ. ഒതേനന് മൂന്നു മുഴം പൊക്കം. അവൻ കൊണ്ടു നടക്കുന്ന കാലിക്കോലിന് ആറു മുഴം.

കണ്ണന് എന്തോ രോഗമായിരിക്കാം. ഞങ്ങൾ കണ്ണനെത്തേടി മാങ്ങാക്കൊല്ലി എന്ന വനമണ്ഡലത്തിലേക്ക് നടന്നു. കുറേ ദൂരം വയൽവരമ്പുകളിലൂടെ നടക്കണം. മൂക്കിന്റെ പാലം പോലെ വീതികുറഞ്ഞ വരമ്പുകൾ. വിളയാറായ പുഞ്ചവയലുകൾ. കൂരിയാട്ടാൻ കാവൽ പന്തലുകളിലിരിക്കുന്ന കുറിച്യക്കുട്ടികൾ. കാട്ടിറമ്പിലേക്ക് കാറ്റ് തല്ലിക്കൊഴിക്കുന്ന മാങ്ങകൾ പെറുക്കിക്കൂട്ടി തിന്നുന്നതിനിടയിൽ കുട്ടികൾ മാങ്ങാക്കൊല്ലിയിലേക്ക് വിരൽ ചൂണ്ടി വഴികാണിച്ചു. ചൂണ്ടുവിരലിന്റെ ലക്ഷ്യത്തിലെത്താൻ ഒരു മണിക്കൂർ നടക്കണം.

നടക്കുകതന്നെ. പോക്കുവെയിലിന് ചൂടും കാറ്റിന് കോരിത്തരിപ്പിക്കുന്ന കുളിരും ഉണ്ട്. കാനനത്തിന്റെ മുറ്റത്ത് നില്ക്കുന്ന മനോഹരമായൊരു പച്ചത്തോപ്പാണ് മാങ്ങാക്കൊല്ലി. മാനംമുട്ടി നില്ക്കുന്ന കുറെ വൃക്ഷരാജാക്കന്മാർ അവിടെ ശേഷിച്ചിരിക്കുന്നു. രാജാക്കന്മാരുടെ തിരുമുറ്റത്ത് പച്ചച്ച വയൽ. തെളിഞ്ഞുതിളങ്ങുന്ന മരതകപ്പച്ച. ചിറക് വിരിച്ച നിഴലുകൾ. കാട്ടിന്റെ ഓരത്ത്, പല കൈവഴികളായി പിരിയുന്ന ഒരു നീർച്ചാൽ വയലുകൾ ചുറ്റി, വയലുകളുടെ ഓരത്ത് നിലക്കുന്ന പുല്ക്കുടിലുകളെ വളഞ്ഞു പാറക്കൂട്ടത്തിൽ മാഞ്ഞുപോകുന്നു. മുറ്റത്ത് നീർച്ചാലിനൊപ്പം പാഞ്ഞുകളിക്കുന്ന പൂർണ്ണ നഗ്നരായ കാട്ടിന്റെ മക്കൾ. അടുപ്പുകല്ല് കൂട്ടിയ മട്ടിൽ മൂന്നു പുല്ക്കുടിലുകൾ. പൊതുവായ മുറ്റം. മുറ്റത്ത് ഉണക്കാനിട്ട കുറച്ചു നെല്ല്. വെയിലിന്റെ വിത്തുപോലെ പൊൻമണികൾ.

അവ മൂന്നും കണ്ണന്റെ കുടിലുകളായിരുന്നില്ല. കണ്ണൻ ജാതിഭ്രഷ്ടനായ കുറിച്യനാണ്. തീണ്ടാപ്പാടകലെ വയലിന്റെ മറുകരയിലുള്ള ഒറ്റപ്പെട്ട കുടിൽ കുട്ടികൾ കാണിച്ചുതന്നു.

നീർച്ചാല് കണ്ണന്റെ മുറ്റംവരെ ഞങ്ങൾക്ക് വഴികാട്ടിത്തന്നു. പിന്നെ പുഴയുടെ നേർക്ക് ഒഴുകിപ്പോയി.

നിറംമങ്ങിയ ചുമന്ന പുടവയുടുത്ത മലങ്കാരിദേവത കുറച്ചു മാറി ഒരു കോളിമരച്ചോട്ടിൽ ഇരിപ്പുണ്ട്.

തുലാമഴയ്ക്ക് ഉതിർന്നുപോയ മൺചുമരുള്ള കുടിലിന്റെ മുറ്റം ചാണകം മെഴുകി വെടിപ്പായിക്കിടന്നു. മുറ്റത്ത് കുഴിച്ചിട്ട മരഉരലിൽ നെല്ല് കുത്തുന്ന സുന്ദരി തിരിഞ്ഞുനോക്കി. അവൾ പരിഷ്ക്കാരി ആയിരുന്നു. ചുവന്ന ജാക്കറ്റും നാടൻ മുണ്ടും ഉടുത്തിരുന്നു. കൈയിൽ കുപ്പിവളകൾ, വെള്ളി മോതിരങ്ങൾ, കാതിൽ സ്വർണ്ണനിറംപൂണ്ട കൊച്ചുകമ്മൽ. കറുത്തുചുരുണ്ട തലമുടി വാരിക്കെട്ടി വച്ചിരിക്കുന്നു. ഉമിയുടെ ചെതുമ്പലുകൾ തലയിൽ നിന്നു തട്ടിക്കളഞ്ഞ് അവൾ അകത്തേക്കോടിപ്പോയി. വൃത്തിയുള്ള ഒരു പുല്പായ് തിണ്ണയിൽ നീർത്തി അവൾ പറഞ്ഞു.

'കുത്തിരിക്കിൻ.'

ഓ! എവിടെ കണ്ണൻ?

ഏയ് ഇവിടെ ആരോ വന്നിറ്റ്ണ്ട്! അവൾ വടക്കേ മുറ്റത്തേക്ക് നോക്കി വിളിച്ചു. കൈയിൽ വെട്ടുകത്തിയും ചീകിക്കൊണ്ടുനിന്ന ചൂരൽ കണ്ണികളുമായി കണ്ണൻ പ്രത്യക്ഷപ്പെട്ടു. വിടർന്ന ചിരി, കാതിൽ പഴയ കടുക്കൻ, നനവുള്ള മിഴികൾ. കഴുത്തിൽ പുതുതായി കെട്ടിയ വലിയ ഒരു ബാന്റേജ്.

ഇതെന്തുപറ്റി കണ്ണാ? ഞാൻ ചോദിച്ചു. ചുണ്ടിന്റെ കോണിലെ അരിമ്പാറയിൽ തടവിക്കൊണ്ട് കണ്ണൻ ചിരിച്ചു.

കണ്ണന്റെ ശരീരം നന്നെ ശോഷിച്ചിരുന്നു. ചെളി പുരളാത്ത വേഷവും ബാന്റേജും അയാൾ ഒരു ആശുപത്രിവിട്ടു വരികയാണെന്നോർമ്മിപ്പിച്ചു.

കഴുത്തിനെന്തുപറ്റി?

അപ്പോൾ സുന്ദരി നെല്ല് മുറത്തിലാക്കി അകത്തുപോയി.

ഇവളേതാ?

ആച്ച. എന്റെ പെണ്ണ്.

പേരക്കിടാവാകാൻ പ്രായം കുറഞ്ഞ പെണ്ണ്.

കണ്ണൻ വാക്കത്തിയുടെ മൂർച്ച പരിശോധിച്ചു ചൂരൽക്കണികൾ ചുറ്റിക്കെട്ടി മാറ്റിവച്ചു.

ഇപ്പോ മേടിക്കണ കത്തികൾക്ക് തീരെ മൂർച്ചയില്ല–

എന്നിട്ട് പുറകിൽ അടഞ്ഞ വാതിലിനുനേരെ ഒരു നോട്ടം എറിഞ്ഞിട്ട് കണ്ണൻ തുടർന്നു:–

വാക്കത്തിക്ക് മൂർച്ചയില്ലാത്തതോണ്ടോ ഞാൻ ചാവാതെ കെടക്കണത്! – കണ്ണൻ തുടർന്നു. ഒരുച്ചനേരത്ത് ഞാൻ നല്ല ഒറക്കം. മൂർച്ചകൂട്ടി വച്ച കത്തി കണ്ടപ്പഴ് ആച്ചയ്ക്ക് ഒരു മോഹം, എന്നെ അങ്ങട്ട് കൊന്ന് ഓളെ ചിറ്റക്കാരന്റെ ഒപ്പം പോകാം എന്ന്.

ഒരൊറ്റ കൊത്ത്. ഭാഗ്യത്തിന് കർണ്ണനാഡി മുറിഞ്ഞില്ല. ഞാൻ ചത്തില്ല. "അയാൾ പാതിമെടഞ്ഞുവച്ച ചൂരൽ കുട്ട കൈയിലെടുത്തു. ചൂരൽ കെട്ട് അഴിച്ചു. കുട്ട മെടയാൻ തുടങ്ങി. കണ്ണൻ എന്നെ മറന്നതുപോലെ തോന്നി. മരച്ചില്ലകളുടെ ഞരക്കവും കാറ്റിന്റെ നിശ്വാസവും നീർച്ചാലിന്റെ തേങ്ങലുമല്ലാതെ ഒന്നും കേൾക്കാനില്ല.

എന്നിട്ടൊ കണ്ണാ?

മെടച്ചിൽ നിർത്താതെ കണ്ണൻ പറഞ്ഞു. ഞാൻ ചാവാതെ ഓളെങ്ങനെ ഓടിപ്പോവും? കഴുത്തിൽ മരുന്നുവച്ചു കെട്ടിത്തന്നു. മുറിവ് വാടിയില്ല. ആശുപത്രീൽ പോയി. കെട്ട് മാറ്റി. മരുന്നുവച്ചു. സൂചിവച്ചു. ഇപ്പഴും എണീറ്റു നടന്നൂടാ. കാലികളെ കാട്ടിൽ കൊണ്ടുപോയി മേയ്ക്കാനും വയ്യ. മൂന്നു മാസമായി ഈ മുറിവും കൊണ്ടു നടക്കുന്നു!

എന്നിട്ട് അവളെ പോലീസ് പിടിച്ചില്ലെ? എന്റെ ചോദ്യം കേട്ടു കണ്ണൻ പൊട്ടിച്ചിരിച്ചു.

പൊലീസോ? അതെന്തിനാ? ഞാനോ ചത്തില്ല. ഓളെ ജെയിലിലാക്കിട്ട് ആർക്കാ പുണ്യം? ഞാമ്പറഞ്ഞു. മുറി ഉണങ്ങി, ഞാൻ എണീറ്റു നടക്കാറായിട്ട് നീ ഏടെയെങ്കിലും പോയ്ക്കൊ എന്ന്!

എല്ലാം കേട്ടുകൊണ്ട് ആച്ച എന്ന യുവസുന്ദരി പാതി ചാരിയ വാതിലിനപ്പുറം നില്ക്കുന്നുണ്ടായിരുന്നു. ഒരു കോപ്പയിൽ കണ്ണന് കുടിക്കാനുള്ള കഷായവും ഒരു ഇലക്കുമ്പിളിൽ കാട്ടുതേനുമായി അവൾ ഉമ്മറത്തു വന്നു.

ആച്ചെ നീ കഞ്ഞിവയ്ക്കാൻ നോക്ക്!

ആച്ച മുറ്റത്തെ അടുപ്പിൽ കഞ്ഞിക്കലം കയറ്റിവച്ചു. തുമ്പപ്പൂപോലെ വെളുപ്പിച്ച അരി കിണ്ണത്തിലെടുത്തു കഴുകാൻ നീർച്ചാലിനടുത്തേക്കു പോയി.

"ഓളെ ചിറ്റക്കാരൻ ഇപ്പഴും ഈടെയെല്ലാം ചുറ്റി നടക്കണുണ്ടാവും. എന്റെ ഈ മുറിവൊന്നു ഉണങ്ങീട്ട് ഓള് പോയ്ക്കൊട്ടെ!' കണ്ണൻ പ്രേമപൂർവ്വം ഭാര്യയെ വിളിച്ചു.

"ഏയ് ആച്ചേ.....ഏ....ഏ...."

വരണു.

"ഈടെ വന്ന് ഈ തുണി ഒന്നു മുറുക്കിത്താ, ഉരമ്പി വീഴാമ്പോണ്!'

കിണ്ണത്തിലെ കഴുകിയ അരി കലത്തിലിട്ട്, കിണ്ണം അതിന് മീതെ കമഴ്ത്തി, അടുപ്പിലെ തീയെരിച്ച് അവൾ തിണ്ണയിലെത്തി. കണ്ണന്റെ തല

ചായ്ച്ച് മടിയിൽ കിടത്തി. പതുക്കെ ബാന്റേജിന്റെ ചുറ്റഴിച്ചു. ആറിഞ്ചു നീളമുള്ള മുറിവ്, മുറിവ് ചിരിക്കുന്നു.

മുറുക്കം മതിയൊ?

മതി!

ഇനീം മുറുകണൊ?

വേണ്ട. നിനക്കെന്നെ ഇപ്പൊത്തന്നെ കൊല്ലണമെങ്കിൽ മുറുക്കിക്കൊ!

അവൾ ചിരിച്ചു കുഴഞ്ഞു. ഇരുണ്ടുതുടങ്ങിയ കാട്ടിൽ ഒരു പൂത്തിരി കത്തി അമരുമ്പോലെ.

കണ്ണാ ഞങ്ങൾ പോണു.

ആച്ച പ്രിയതമനെ മടിയിൽനിന്നു പിടിച്ചു നിർത്തി. മുറുക്കാൻ ചെല്ലം നീക്കിവച്ചു കൊടുത്തു.

"നിങ്ങൾ വല്ലപ്പഴും ഇവിടെ വന്നാ. ഇവക്കെന്നെ കൊല്ലാൻ മനസ്സൊറപ്പ് വരൂല!' കണ്ണൻ ചിരിച്ചു.

"കണ്ണനെന്തിനാ പേരക്കിടാവിന്റെ പ്രായമുള്ള ഈ പെൺകുട്ട്യെ കല്യാണം കഴിച്ചത്?"

നീർച്ചാലിൽ പാത്രം കഴുകാൻ പോയ ആച്ചയെ നോക്കി കണ്ണൻ പറഞ്ഞു. ഓളെന്റെ കൂടെ ഓടിപ്പോന്നതാ! സ്നേഹം വഴിയുന്ന മിഴികൾകൊണ്ട് അവളെ പിന്തുടർന്നു കണ്ണൻ പറഞ്ഞു.

എന്നാലും ഓൾക്ക് എന്നെ കൊത്തിക്കൊല്ലാൻ തോന്നീലൊ!

❑

ഒരു കാല്പനിക കവിത ഉത്തരാധുനിക പരസ്യവാചകം ആയിത്തീരുന്നതെങ്ങനെ?

ഞാൻ ദർശിച്ച ആദ്യകവിത ഞങ്ങളുടെ മലഞ്ചെരിവിലൂടെ ഒഴുകുന്ന പളുങ്കുനദി ആയിരുന്നു. തരിപ്പൂഴിയിലൂടെ പരപ്പിൽ ചെറുചെറു ഓളപ്പടവുകൾ രചിച്ച്, വെൺമണലിൽ കരിങ്കൽപ്പൊടി ചാലിച്ച്, ചതിക്കുഴികളൊളിപ്പിക്കാതെ, മീനുകളെപ്പോറ്റി, ജലജീവികൾക്ക് അന്നം നല്കി. അലക്കുകാരൻ രാമനും സഹധർമ്മിണിക്കും, തൊഴില് നല്കി, കഴുതയ്ക്ക് കുടിവെള്ളം കൊടുത്ത്, വളഞ്ഞുപുളഞ്ഞ് പരന്നൊഴുകുന്ന പുഴ. പെൺകിടാങ്ങളെ കുളിപ്പിച്ചു സുന്ദരികളാക്കുന്ന നദി. കുട്ടികൾക്ക് കളിക്കുളം ഒരുക്കുന്ന പുഴ. അതിന്റെ തീരത്ത് മധുരഗാനം പൊഴിക്കുന്ന മുളങ്കാടും പാട്ടുകേട്ട് അലസഗമനം നടത്തുന്ന കുളക്കോഴികളും പച്ചിലച്ചാർത്തിൽ പലവർണ്ണക്കിളികളും ഉണ്ടായിരുന്നു. ഈ നദി ഒഴുകിവരുന്ന ഈറ്റില്ലം തേടി ഒരുനാൾ കിഴക്കോട്ടു പോയി. ഇതുപോലെ അനേകം നദികളെ പെറുന്ന മലനിരകളുടെ അകത്തളങ്ങൾ താണ്ടി, കാനനച്ചുരം താണ്ടി, അഭൗമമായ ഒരു കാല്പനിക ലോകത്തിലെത്തി. പൊറ്റെക്കാട്ടിന്റെ വിഷകന്യകയെയും പൊന്മാനെയും തേടിച്ചെന്നു രാച്ചിയമ്മയെക്കൂടി കാണാമെന്നാശിച്ചു. എന്റെ വീട്ടിൽ കുടിയേറിയ കൊച്ചുനിലവിളക്കിന്റെ ഉടമയായ ആദിവാസിയെയും കുടുംബത്തെയും സന്ദർശിച്ചു തിരിച്ചുവരാം. ഞങ്ങളുടെ പത്തായത്തിന്റെ നിറയാറുള്ള മലവാഴപ്പഴങ്ങളുടെ തറവാടു കണ്ടെത്താം. മുറവട്ടം ഉള്ള ചേനയും കുട്ടയിലൊതുങ്ങാത്ത, കടുംവയലറ്റ് നിറമുള്ള കാച്ചിലും വിളയുന്ന മണ്ണ് കാണാം. വിളയിക്കുന്ന മനുഷ്യനെക്കാണാം.

അന്ന് ടൂറിസത്തിന്റെയും തീർത്ഥാടനത്തിന്റെയും പേരുകളുള്ള ആർത്തികളോ ധൂർത്തുകളോ തുടങ്ങിയിരുന്നില്ല.

കാല്പനികകവിതപോലൊരു ശാദ്വലവനഭൂമി. പ്രകൃതി രചിച്ച ആദ്യകവിത. സായിപ്പന്മാർ നുള്ളിനോവിച്ചതിന്റെ ചില കലകളല്ലാതെ മറ്റു വികലാംഗതയൊന്നും ഇല്ലാത്ത ഇടം.

ചായത്തോട്ടങ്ങളുടെ ചിത്രക്കംബളങ്ങളും ചവോക്കുവൃക്ഷങ്ങളുടെ ആകാശം തൊടാനുള്ള വെമ്പലും കാപ്പിത്തോട്ടങ്ങളിലെ രത്നാഭരണങ്ങളും ഇടയിൽ ചില്ലുജാലകങ്ങൾ അടച്ചിമപൂട്ടി പ്രകൃതിയോട് നമിച്ചു നില്ക്കുന്ന ചെറുബംഗ്ലാവുകളും അവയെ മൂടുന്ന കനല്ക്കട്ടയുടെ നിറമുള്ള പൂങ്കുല കളും. ഓടിട്ട ചില കടകൾ, മൂകപ്രകൃതിയുമായി ഇണങ്ങിച്ചേരുന്ന തേയില ഫാക്ടറികൾ. മനുഷ്യകർമ്മശേഷിയുടെ വിനീതനിദർശനങ്ങൾ. ആദിപ്രകൃതി യുടെ ഗാംഭീര്യത്തിന് ഒരു കോട്ടവുമില്ല.

പാറകൾപോലും പൂക്കുന്ന വസന്തഭംഗി, കുങ്കുമനിറത്തിലുള്ള ഒറ്റപ്പൂ ചൂടി, പാറയിൽ വിരലമർത്തി നില്ക്കുന്ന കുഞ്ഞുചെടികളുടെ ഇലകൾ കണ്ണിമപോലെ ശീതക്കാറ്റിൽ വിറച്ചുകൊണ്ടിരുന്നു. എണ്ണിയാലൊടുങ്ങാത്ത നീർച്ചാലുകൾ, വെള്ളച്ചാട്ടങ്ങൾ, ആകാശം താങ്ങിനിർത്തുന്ന മഹാവൃക്ഷ ങ്ങൾ, അവയുടെ മടിയിലും മാറിലും ചുമലിലും ശിരസ്സിലും കൈകളിലും രസിച്ചാർക്കുന്ന എണ്ണമറ്റ ജീവജാലങ്ങൾ. കളിച്ചക്രം തിരിച്ചുവിടുന്ന കീരാ ങ്കീരികൾ, തൊട്ടുകളിക്കുന്ന കുരങ്ങുകൾ, ഉറങ്ങുന്ന മുള്ളൻപന്നി, വാദപ്രതി വാദം നടത്തുന്ന കൂമൻ ദമ്പതിമാർ, കടലോരത്തുനിന്ന് വഴിപിഴച്ചെത്തിയ ഒറ്റക്കാക്ക, നെല്ലിമരങ്ങളിൽ പൂത്തിരി കത്തിക്കുന്ന മഞ്ഞയും ഓറഞ്ചും വർണ്ണമുള്ള തീപ്പുള്ളുകൾ, കലമ്പൽ കൂട്ടി മരച്ചാർത്തിനെ വിറകൊള്ളിക്കുന്ന മലയണ്ണാന്മാർ, നരികളുടെ കൂർക്കംവലി, നീന്തൽവിദഗ്ദ്ധരായ കാട്ടുചോല മീനുകൾ, പൂത്തുചിരിക്കുന്ന പൊന്തകൾ, വനമേഖലയിലെ വസന്തം വിരി യിക്കുന്ന നാനാനിറമുള്ള തളിരുകൾ, ഇതെല്ലാം കണ്ടുരസിച്ചു ലയിച്ചു നടക്കാനിറങ്ങുന്ന, മഞ്ഞുനീരാളം വീശിയെറിയുകയും പുറകെ ഇഴയുവാൻ അനുവദിക്കുകയും ചെയ്യുന്ന വനകന്യകമാരുടെ അലസഗമനം. കോട മഞ്ഞിന്റെ ഉത്ക്കണ്ഠാകുലമായ നിശ്വാസങ്ങൾ. ഈ സ്വർഗ്ഗം, ഇവിടെ, നമ്മുടെ തൊട്ടടുത്ത് മൂന്നു ദശകങ്ങൾക്കപ്പുറം ഉണ്ടായിരുന്നു; വലിയ നാശം ഒന്നും സംഭവിക്കാതെ.

ലക്ഷോപലക്ഷം മിന്നാമിനുങ്ങുകൾ ദീപാരാധന നടത്തുന്ന വനദൈവ മായിരുന്നു. ഓരോ വൃക്ഷവും ഓരോ ചെടിയും പുല്ലും മൃഗവും പക്ഷിയും പ്രാണിയും ഇഴജന്തുവും മനുഷ്യനും പ്രകൃതിയുടെ അനുഗ്രഹങ്ങളായി രുന്നു. ഏതൊരു കവി, ഈ മഹാകാവ്യം രചിച്ചു എന്നു നിങ്ങൾക്ക് ചിന്തി ക്കാൻപോലും ഇട കിട്ടുന്നില്ല. ഈ കാവ്യഗ്രന്ഥത്തിന്റെ കുത്തഴിച്ച് ചിതല രിക്കാനനുവദിച്ചത് ദുര മൂത്ത, മനഃസാക്ഷിയില്ലാത്ത, ഈ നമ്മൾ തന്നെയാ കുന്നു. ഒരു കാവ്യവും ഒരിക്കലും കാലഹരണപ്പെടുകയില്ലെന്നു നമ്മൾ, അല്പ പ്രാണികളായ മനുഷ്യർ വിചാരിച്ചു. പ്രകൃതി കരുണാമയിയും നിത്യവരദാ യിനിയുമല്ലേ, വീണ്ടും വീണ്ടും കവിതയെഴുതും എന്നു മൂഢമായി വിശ്വസിച്ചു. ഏതു ടെക്നോളജിക്കും നാശോന്മുഖമായിക്കഴിഞ്ഞ ഈ

കവിതയെ പുനരുജ്ജീവിപ്പിക്കാൻ കഴിയുകയില്ല. ഹൃദയത്തുടിപ്പ് നിലച്ചാലെന്തു പുനരുജ്ജീവനം!

പുനരുജ്ജീവനത്തിനും ഒരിക്കലല്ല, പലതവണ പ്രകൃതി പരീക്ഷണങ്ങൾ നടത്തി. അടർന്നുവീഴുന്ന പാറകളെ കെട്ടിപ്പുണർന്ന് വൃക്ഷങ്ങൾ വേരുകളുടെ വേദന അനുഭവിച്ചു. ഓരോ കാലവർഷത്തിലും എണീറ്റു നടക്കാൻ രോഗബാധിതമായ കാട്ടരുവികൾ വൃഥാശ്രമം നടത്തി. അവയുടെ സ്രോതസ്സുകളിൽ, ക്രൂരഹൃദയരായ നാം, വിപണികൾ മുന്നിൽക്കണ്ട്, പ്രാണൻ വലിച്ചെടുക്കുന്ന തേക്കുമരങ്ങളും യൂക്കാലിവൃക്ഷങ്ങളും നട്ടുപിടിപ്പിച്ചു. കാട്ടരുവികൾ അവസാന ജീവന്മരണസമരത്തിൽ അടിയറവു പറഞ്ഞു. മരണത്തിനു വിധേയമായി. ഇന്ന് വയനാടൻ വനവീഥികളിലൂടെ സഞ്ചരിക്കുന്ന നിങ്ങൾക്ക് മരിച്ചുപോയ കാട്ടുചോലകളുടെ, ശവകുടീരങ്ങളായി കൾവർട്ടു കാണാം. യൂക്കാലിയിലകൾ വീണ് പുഷ്ടി നശിച്ച മണ്ണ് കാണാം. ജീവലക്ഷങ്ങൾ പലായനം ചെയ്തുകൊണ്ടിരിക്കുന്ന തേക്കിൻകാടുകൾ കാണാം. ഈ ദുഷ്ടവർഗ്ഗം ഇപ്പോഴും കാട് ചുടാനും തടി അപഹരിക്കാനും വരുന്നുണ്ടോ എന്നാരായാൻ വഴിവക്കത്തു വന്നുനോക്കുന്ന വനരാജന്മാരെക്കാണാം. ഈ റോഡുകൾ ഞങ്ങളുടേതെന്ന് ഒരിക്കൽക്കൂടി പ്രഖ്യാപിക്കുന്ന ഗജവീരന്മാർ അവരുടെ നടുമുറ്റമായി വീഥികളെ കയ്യടക്കി വിശ്രമിക്കുന്നതു കാണാം. ഒരുതരം അഭയാർത്ഥികളായിപ്പരിണമിക്കുന്ന ജന്തുജാലം.

കാട്ടിന്നിടയിലെല്ലാം മനുഷ്യർ തീർത്ത കുടിൽക്കൂണുകൾ, അവർക്കുമുണ്ട് അരയിലൊരു തുണി, മാറിലരത്തുണി, കയ്യിലും കാതിലും മഞ്ചാടിരത്നങ്ങൾ, കഴുത്തിൽ നാണ്യമാലകൾ, കരിമണികൾ.....

മനുഷ്യനും പട്ടിയും കന്നുകാലിയും പൂച്ചയും കോഴിയും ഒന്നിച്ചുജീവിച്ചിരുന്ന കുടിലുകളുടെ അതിരുകളിൽ കാട്ടുമുയലുകൾ തുള്ളിക്കളിച്ചിരുന്നു. പുരപ്പുറത്തിരുന്ന് കൂമൻദമ്പതികൾ വഴക്കിട്ടിരുന്നു. മുറ്റത്തുകൂടെ ഒഴുകുന്ന നീർച്ചാലുകളിൽ വർണത്തരികൾ അലങ്കരിക്കുന്ന മീനുകൾ ഊളിയിട്ടിരുന്നു. വയലിന്നുമീതെ ലക്ഷോപലക്ഷം ഓണത്തുമ്പികൾ ഓളംതല്ലിയിരുന്നു. വരമ്പുകളിലോടിക്കളിക്കുന്ന കീടങ്ങളെക്കണ്ട്, തത്തക്കൂട്ടങ്ങളും കുരുവികളും പ്രാവുകളും അമിട്ടുകൾപോലെ ആകാശത്തേക്കു പൊട്ടിയുതിർന്നിരുന്നു. ചിത്രശലഭങ്ങളും നാനാവർണ കാട്ടിലകളും നിറവയലിന്നു മീതെ മത്സരിച്ചു പറന്നിരുന്നു. സന്ധ്യയ്ക്ക് പൊൻചമ്പകം പൂത്ത കാറ്റ് കാടുവിട്ട് മനുഷ്യനെത്തേടി എത്തിയിരുന്നു. പാലപൂത്തു നാടാകെപ്പരന്ന പരിമളം കോരിക്കുടിച്ച് വനഭൂമി കോരിത്തരിച്ചിരുന്നു.

നിശാഗന്ധി പൂക്കുന്ന വേലിത്തറികളിൽ പുള്ളുകൾ കൂടുതേടിയെത്തുമ്പോൾ, പാതിപ്പട്ടിണിക്കാരായ മനുഷ്യർ, പൂങ്കാറ്റുകൾകൊണ്ട് കനലെരിയുന്ന അടുപ്പുകൾക്കുചുറ്റും ഉറക്കംതേടി.

ഇവയെല്ലാം കണ്ണടച്ചു തുറക്കുംമുമ്പ് അപ്രത്യക്ഷമായതെങ്ങനെ?

ഇഷ്ടികക്കളക്കാർക്കുപോലും വേണ്ടാത്ത ശൂന്യവയലുകളെ നോക്കി നെടുവീർപ്പിട്ട് ആദിവാസികൾ, പട്ടണങ്ങളിൽ കഴുകാനുള്ള എച്ചിൽക്കിണ്ണങ്ങൾ തേടിപ്പോയി. അതിർത്തി കടന്നു കർണ്ണാടകയിൽ ഇഞ്ചിനടാൻ പോയി. ശകാരവും ദണ്ഡനവും ചിലപ്പോൾ മരണവും ഏറ്റുവാങ്ങി. വിളവെടുപ്പു കഴിഞ്ഞു തിരിച്ചുപോന്നു. വയലുകളിൽ മസാജു പാർലറുകളും കാപ്പിത്തോട്ട ങ്ങളിൽ ഹോട്ടൽ റിസോർട്ടുകളും ഉയരുന്നതു കണ്ട് അവർ നെടുവീർപ്പിട്ടു. ചിലർ പുതിയ തൊഴിലുകളുടെ സാധ്യതകളിലേക്കു കൺതുറന്നു. ടൂറിസ്റ്റ് മദ്യവും പെണ്ണും എത്തിച്ചുകൊടുക്കാം. തീർഥാടന കേന്ദ്രത്തിൽ സസ്യഭോജ്യം വിളമ്പി ശീലിച്ചവർ നോൺവെജിന്റെ ആക്രമണം കണ്ട് അന്ധാളിക്കുന്നു. സ്കൂളുകളിലെ കൊഴിഞ്ഞുപോക്കു തുടരുകയും ബാലവേല വർധിക്കുകയും ചെയ്യുന്നു. അവകാശസമരത്തിലെ ബാലപാഠം മാത്രം പഠിച്ചിറങ്ങിയവർ, അവകാശത്തിന്റെ പരസ്യക്കാല് സ്ഥാപിക്കാനിടം കാണാതെ ചുരുളുന്നു. വർണച്ചോലകളും കുപ്പിവളകളും മുക്കുപണ്ടങ്ങളുമണിഞ്ഞ്, മുറുക്കിച്ചുവപ്പിച്ച ആദിവാസിപ്പെണ്ണുങ്ങൾ ഇറങ്ങിത്തിരിക്കുന്നതെങ്ങോട്ട്? ആരാന്റെ മുതലും അന്യമാവുന്നില്ലെന്നു പതുക്കെപ്പതുക്കെ അറിയാറാവുന്ന പുരുഷന്മാർ, പഴയ ധർമ്മപാഠങ്ങൾ മറന്നുപോകുന്നു.

കവിത വിടർന്നിരുന്ന കാനനവീഥിയിൽ ആദിദേവവൃക്ഷത്തിന്റെ ചുവട്ടിലെ ദൈവക്കല്ലുകളെ ചവുട്ടിത്തെറിപ്പിച്ച ടൂറിസ്റ്റ്, നഗരത്തിൽനിന്നു കൊണ്ടുവരുന്ന പ്ലാസ്റ്റിക്കിന്റെ എച്ചിൽപ്ലേറ്റുകളും തീറ്റയുടെ ഉച്ഛിഷ്ടാസ്ഥികളുംകൊണ്ട് തിരുമുറ്റം വിതാനിക്കുന്നു. വലിച്ചെറിയുന്ന ചാരായക്കുപ്പികൾ വനഭൂമികയിൽ തലതല്ലിവീഴുന്നു. മരച്ചില്ലകളിലും മുളങ്കാടുകളിലും പ്ലാസ്റ്റിക് വർണക്കൂടുകൾ തൂങ്ങിയാടുന്നു.

വനകന്യകയുടെ ഉടലിൽനിന്ന് അഴിഞ്ഞുവീണ് ഒഴുകിയെത്തുന്ന കുസുമാഭരണങ്ങൾകൊണ്ട് മനോഹരമായിരുന്ന നീരൊഴുക്കുകളിലൂടെ (മരിക്കാതെ അവശേഷിക്കുന്നുവ) ഒഴുകിവരുന്ന വീർത്ത ചാരായപ്പാക്കറ്റുകളെക്കാത്ത് പൊന്തകളുടെ മറവിൽ ടൂറിസ്റ്റും നാട്ടുകാരനും ഇരിക്കുന്നു. ചുവന്ന മുദ്രയുള്ള കർണ്ണാടകച്ചാരായപ്പാക്കറ്റുകളുടെ അവകാശി അടുത്തുതന്നെ അദൃശ്യനായി നില്പുണ്ട്. കൂടെ ചിലപ്പോൾ മരണവും.

ശൂന്യമായ വയൽവരമ്പുകളിലൂടെ, തെന്നിവീണും എണീറ്റും നടത്തം തുടരുന്ന ടൂറിസ്റ്റിന്റെ ഇടറിയ കാലുകൾ ആദിവാസിക്കുടിലിൽ പെണ്ണിന്റെ ഒച്ചകേട്ട് അറിയാതെ നിന്നുപോവുന്നു.

ക്ഷേത്രംവക സത്രത്തിൽ ചാരായത്തിൽ വിഷംചേർത്തു കഴിച്ചു ചത്ത ടൂറിസ്റ്റ്ദമ്പതികളുടെ ജഡങ്ങൾ കണ്ട്, ക്ഷേത്രഭാരവാഹികളും ദൈവവും

ഞെട്ടുന്നു. ഒരു ശുദ്ധികലശം കൂടി. അടുത്ത ഊഴംവരെ കർമ്മങ്ങൾ അനുഷ്ഠിക്കാം.

പോക്കറ്റിൽ ഒളിപ്പിച്ചുവച്ച മദ്യക്കുപ്പിയും വിഷപ്പാക്കറ്റുമായി മറ്റൊരു ദുഃഖിതൻ, കാടിന്റെ മണിയറയിലേക്ക് മെല്ലെമെല്ലെ നടന്നുപോകുന്നു. അടുത്തൊരു നാൾ അവന്റെ ചീർത്ത് അഴുകിയ ജഡം ഭീമാകാരമായൊരു കൂരിയാറ്റക്കൂടുപോലെ ഒരു വൃക്ഷക്കൊമ്പിൽ തൂങ്ങിയാടുന്നതു കണ്ട്, വിറകു ശേഖരിക്കാൻ ചെന്ന ഒരാദിവാസി ബോധം കെട്ടുവീഴും. പക്ഷേ അവൻ മരിക്കുകയില്ല. എല്ലാത്തിനും പ്രായശ്ചിത്തം ചെയ്യാൻ ദൈവം അനന്തരാവകാശിയായി അവനെയാണല്ലോ നോട്ടമിട്ടു വച്ചിരിക്കുന്നത്.

ഇക്കവിത, ദൈവസൃഷ്ടിയല്ല, ദുരമൂത്ത മനുഷ്യന്റെ വികലസന്തതിയാണ്...

❑

കറുത്തിരുണ്ട് കാട്ടിലെ മഴ

നട്ടുച്ചയ്ക്കിരുട്ട്. മാർച്ച് മാസം. പകലുകളിൽ നിന്നു രാവുകളിലേക്കു ചൂടു പകരുമോ എന്ന ശങ്കയിൽ നില്ക്കുന്നേരം. എന്റെ കൊച്ചുകൂരയുടെ വലിയ വാതായനങ്ങൾ ഇരുണ്ടു. ഞാൻ മുറ്റത്തിറങ്ങി. വനത്തെയും വനഗ്രാമത്തെയും ഗ്രസിച്ചു കൂറ്റനൊരു മഴക്കാറ്റ് തലയ്ക്കു മുകളിൽ. ബ്രഹ്മഗിരിയുടെ അപ്പുറത്തുനിന്ന് പൊടുന്നനെ ചാടിവീണ മഴമേഘം. സ്വതവേ തണുത്ത പകൽക്കാറ്റിൽ ഈർപ്പം കലരുന്നു. കാട് നിശ്ശബ്ദം. ചെവിയോർത്തു നില്ക്കെ, വൃക്ഷശിഖരങ്ങളിൽ പ്രാവുകൾ കുറുകൽ നിർത്തുകയും കാപ്പിച്ചില്ലകളിലിരുന്നു വിസിലൂതി സ്വയം ആറിത്തണുപ്പിക്കുന്ന ഭൂമികുലുക്കിപ്പക്ഷികൾ നിശ്ശബ്ദരാവുകയും ചെയ്യുന്നു. അപ്പോൾ പരശ്ശതം കീരാങ്കീരികളുടെ കൈയിലെ നീലച്ചക്രങ്ങൾ സ്പ്രിങ്ങ് പൊട്ടി അഴിഞ്ഞു: ഒച്ചയുടെ ചക്രച്ചുരുളുകൾ ദിക്കുകളെ മുഖരിതമാക്കി വേനൽമഴയുടെ വരവറിയിക്കുന്നു. പൂത്തുലഞ്ഞു കല്യാണപ്പെണ്ണിനെപ്പോലെ നില്ക്കുന്ന കണിക്കൊന്നകൾ തെല്ല് ആശങ്കയിൽ. വലിയ ആരവമില്ല. ഒരു തണുത്ത കാറ്റ്. ഗ്രാമീണഭവനത്തിലൊരു കല്യാണം പോലെ. മഴ കോരിച്ചൊരിയുന്നു. ഒന്നിനെയും കാത്തു നില്ക്കാതെ നേരെ ഭൂമിയുടെ മാറിലേക്ക്, കാട്ടുമരങ്ങളുടെ നിറുകയിലേക്ക് ഒരൊറ്റച്ചാട്ടം. കാമാർത്തനായ, വിരഹിയായ മഴയുടെ വരവ്.

ഭൂമി ഒന്നു വിറച്ചു. കാനനം അമ്പരന്നു നിന്നു. വറമണ്ണിൽ നിന്നും വിരിപ്പു കാറ്റെത്തി. കാടും മേടും വിരിപ്പും തോട്ടങ്ങളും ആകാശങ്ങളും ഒരൊറ്റ കരിന്നീലപ്പുതപ്പിനു കീഴിൽ. ആകാശത്തുനിന്നു അമിട്ടു പൊട്ടിച്ചിതറുമ്പോലെ മഴക്കുരുവികൾ. അവ ആദ്യാഹ്ലാദത്തിൽ മതിമറന്ന് വയലിനു മീതെ മുങ്ങാംകുഴിയിടുന്നു. ഉയരുകയും താഴുകയും ചെയ്യുന്നു.

വന്നപോലെ പെട്ടെന്നു മഴ തിരിച്ചുപോകുന്നു. സർവ്വതിനും സാക്ഷിയായ സൂര്യൻ പുതിയൊരു പുഞ്ചിരിയുമായി തലയ്ക്കു മീതെ അല്പം പടിഞ്ഞാട്ടു ചെരിഞ്ഞ്.

നനഞ്ഞു കുതിർന്ന ഭൂമി വിവാഹപ്പിറ്റേന്ന് നവവധു എന്നപോലെ കുളിച്ച്, മഴത്തുള്ളികൾ തോർന്നു തീരാത്ത ചെരിഞ്ഞ മിഴികളുമായി നാണിച്ചു

നില്ക്കുന്നു. അവൾ വെയിൽക്കുപ്പായം ധരിച്ചു മൂടിപ്പച്ച വിരുത്തി ആറാനിടുന്നു. ആദ്യചുംബനത്തിന്റെ, പരിരംഭണത്തിന്റെ, ഓർമയിൽ അവളുടെ അന്തഃകരണം പുതിയ സ്വപ്നങ്ങൾ നെയ്യുന്നു. ആഹ്ലാദഭരിതനായ കൃഷിക്കാരൻ മഴമുത്തുകൾ തിളങ്ങുന്ന പുല്ലിൽ ചവുട്ടി വരമ്പേറി ചുറ്റിനടക്കുന്നു.

പിന്നെ രണ്ടുമാസത്തിനിടയിൽ, ഓർമകൾ പോലെ ഓരോരോ മഴ. തോട്ടിറമ്പിലും കാട്ടിലും മുളങ്കൂട്ടം രത്നാഭരണങ്ങളണിയുന്നു. അഴിച്ചുവയ്ക്കുന്നു. കന്യാകാത്വം വെടിഞ്ഞ കണിക്കൊന്നകൾ പുതുജീവന്റെ ഭാരംപേറി, കൂടുതൽ പച്ചിലയാടകൾ അണിഞ്ഞ് കരുതലോടെ നിലകൊള്ളുന്നു.

അങ്ങനെയിരിക്കെ ഓരോ കാട്ടുമരത്തിനും കുറ്റിച്ചെടിക്കും വള്ളിക്കും തളിരും പൂവും കായും. കാടിനു മനോജ്ഞമായ വർണ്ണപ്പകിട്ട്. കുഞ്ഞുങ്ങളെ അതതുവർഗ്ഗത്തിന്റെ നിറം അറിഞ്ഞ്, തിരിച്ചറിഞ്ഞ്, ആഹ്ലാദിക്കുന്ന വൃക്ഷങ്ങൾ. ലതകൾ. വാകയ്ക്കും വീട്ടിക്കും തത്തപ്പച്ച. ചമതയ്ക്ക് തുടുപ്പ്. തേക്കിനു ചുവപ്പ്, കൈതയ്ക്ക് ഇളം മഞ്ഞ, താന്നിക്ക് താംബൂലച്ചുവപ്പ്. പൂക്കളെക്കാൾ വർണഭംഗിയുള്ള തളിരുകൾ. പിന്നെ അവ, കാറ്റിന്റെ താഡനവും വെയിലിന്റെ വികൃതിയും പരിസരവാസികളുടെ ആക്രമണവും ഏറ്റ്, മൃദുപല്ലവത്വം വെടിഞ്ഞ്, സാധാരണ ഇലച്ചാർത്തുകളിലെ സാമൂഹികജീവിതം ഏറ്റുവാങ്ങുന്നു. കാടിനു പച്ചപ്പ് കൂടിക്കൂടിവരുന്നു. കരിമലയുടെ മുകളിൽനിന്നു കെട്ടഴിഞ്ഞു പാഞ്ഞുവരുന്ന അനേകശതം ആട്ടിൻകുട്ടികളെപ്പോലെ മേഘക്കുഞ്ഞുങ്ങൾ പടിഞ്ഞാറു നിന്നു കിഴക്കോട്ട്. ഓടിയോടിപ്പോകുന്ന കുട്ടികളെപ്പോലെ കരുത്താർജ്ജിച്ചിട്ടില്ലാത്ത മേഘക്കുഞ്ഞുങ്ങളെ നീലവിഹായസിൽ ഏതോ താവളത്തിലേക്കു കാരണവന്മാർ ആട്ടിയകറ്റുകയാണ്.

പിന്നെ ഒരു ഇടികിടുക്കം. നേർത്ത ശബ്ദത്തിൽ, അകലങ്ങളിൽ. പടിഞ്ഞാറൻകാറ്റ് കാട്ടുതീയിൽ നിന്നു രക്ഷപ്പെട്ട കരിയിലകൾ തൂത്തുവാരി ഓരോ ദിക്കിൽ നിക്ഷേപിക്കുന്നു. മേഘക്കുഞ്ഞുങ്ങളുടെ പ്രയാണം നിലച്ചു. കരിമല കൂടുതൽ കറുക്കുന്നു. കരിമേഘങ്ങൾ തെക്കുപടിഞ്ഞാറെ വനശിഖരങ്ങൾ ചവിട്ടിക്കയറി എത്തിനോക്കുന്നു. നേരെ നടന്നുവരുന്നു.

ഇപ്പോൾ എന്റെ മുറ്റത്തുനിന്ന് എനിക്കു മഴക്കാറുകളെ കൈനീട്ടി തൊടാനാവുന്നു. അത്ര അടുത്ത്, വിരലിൽ ഈർപ്പം, തലമുടിയിൽ കുളിര്. ഇന്നു സന്ധ്യയ്ക്ക് ലക്ഷോപലക്ഷം മിന്നാമിനുങ്ങുകളുടെ ദീപാരാധന അവസാനത്തേതാകും. കാറ്റ് ആർത്തുവന്നു. തിമർത്താടി. മേലേരിയിലെ കനൽക്കൂനയെ തട്ടിത്തെറിപ്പിക്കുന്ന വെളിച്ചപ്പാടാവുന്നു. മിന്നാമിനുങ്ങുകളുടെ രണ്ടുമാസം നീണ്ട ആരാധന കഴിഞ്ഞു വെളിച്ചപ്പാടാവുന്നു. മിന്നാമിനുങ്ങുകളുടെ രണ്ടുമാസം നീണ്ട ആരാധന കഴിഞ്ഞു. ആത്മസമർപ്പണവും.

അർധരാത്രിക്കു മഴ പെയ്യാൻ തുടങ്ങി. ഒരു പോർവിളി പോലെ തുടക്കം. പിന്നെ ഉച്ചസ്ഥായിയിലൊരു കരച്ചിൽ. ഏറ്റുപറച്ചിൽ. ക്ഷമാപണത്തിന്റെ പിറുപിറുപ്പ്. ഇവിടെ മഴ ഉയരങ്ങളിൽ നിന്നു താഴോട്ടു പെയ്യുന്നില്ല. ഭൂമിക്കു സമാന്തരമായി വിലങ്ങനെ. പിന്നെ കാറ്റൊന്നു തളരുമ്പോൾ പതുക്കനെ.

ഭൂമിയിലേക്ക്. ചില്ലുകളിൽ മുഖം ചേർത്തു ഞാൻ വനത്തിനു നേർക്കു നോക്കി. പേടിച്ചോടിയ ഒരു പേടമാൻ കാളിന്ദിയുടെ തീരത്തൂടെ വയലിലേക്ക്. പുറകെ ഇര തേടുന്ന ചെന്നായ്. ഇരുവരും കാട്ടാറിലേക്ക് എടുത്തുചാടുന്നു. ആര് മരിച്ചു, ആര് ജീവിച്ചു എന്നറിയാനുള്ള വെമ്പലിൽ ഞങ്ങൾ വക്കിടിയുന്ന പാടവരമ്പിലൂടെ പുഴക്കരയിലേക്ക്. മഴ പെയ്യുന്നുണ്ട്. കുടയുണ്ടെങ്കിലും ഇല്ലാത്ത ഫലം. മുടിയഴിച്ച് ആടിത്തിമർക്കുന്ന വനവൃക്ഷങ്ങളുടെ ഉഗ്ര താണ്ഡവം. ഞാനോ നീയോ എന്ന മട്ടിൽ കാറ്റും മഴയും. ഒരാരവം. കഠിനം.

ഞങ്ങൾ പുഴക്കരയിൽ ചാമുണ്ഡിക്കുഴിയുടെ തീരത്തെ പാറക്കെട്ടിലേറി നിന്നു നോക്കി. കാളിന്ദി കറുത്തിരുണ്ട് കാളിയനെപ്പോലെ, അനേകം പത്തികൾ വിരുത്തി, നാക്കുകൾ നീട്ടി കാനനത്തിന്റെ ഗുഹകളിൽ നിന്നു വയലേലകളുടെ നടുവിലേക്ക്, തീരങ്ങൾ തിക്കിനിറഞ്ഞ്. അറിയാതെ രണ്ടടി പുറകോട്ടു വച്ചുപോകുന്നു.

ഇതു കാണുമ്പോൾ നാട്ടിലെ മഴയൊന്നും മഴയല്ല.

ബ്രഹ്മഗിരിയിൽ നിന്ന് ഉരുൾ പൊട്ടിയൊഴുകുന്ന വെള്ളപ്പാച്ചിലിന്റെ ഒരു ലഘുഒഴുക്ക് എന്റെ വീടു വകഞ്ഞു മുറ്റങ്ങളിലൂടെ താഴെ നദിയിലേക്ക്.

ഇനി അടുത്ത വർഷം. തത്ക്കാലം വിട എന്നുപറഞ്ഞു ഞങ്ങൾ തിരിച്ചുപോരുന്നു.

കാട്ടാനക്കൂട്ടം മഴ കുറഞ്ഞ മൈസൂർ വനങ്ങളിലേക്കും.

❑

നങ്ങേമയുടെ സ്വപ്നഭൂമി

നങ്ങേമയുടെ വീട് മരിച്ചുകൊണ്ടിരിക്കയാണ്. അക്കരക്കാട്ടിന്റെ മുറ്റത്ത് ഉദയം നോക്കിനിന്നിരുന്ന വീട്. ഇപ്പോൾ വീടിന്റെ ഇന്ദ്രിയങ്ങൾ നഷ്ടമായി. ഭിത്തികൾ താങ്ങിനില്ക്കുന്ന ഓടിട്ട ഒരു മേൽക്കൂര മാത്രം. ഭിത്തികളിൽ മാളം തുരന്ന് എണ്ണമറ്റ പെരുച്ചാഴികൾ കുടിപാർക്കുന്നു. അറകളിൽ സർപ്പ ങ്ങളുണ്ടാവും. വീട്ടുപാത്രങ്ങളിൽ ക്ളാവുപിടിച്ചു. അടുക്കളമുറ്റത്തു പൊട്ടി ച്ചിരിച്ചു നൃത്തം ചെയ്തിരുന്ന നീർച്ചോല വറ്റി. വരണ്ട കരിങ്കല്ല് പൂപ്പലു ണങ്ങിക്കിടക്കുന്നു.

മുറ്റത്തെ തുളസിത്തറ ഒരു ശവമാടം പോലെ ആയി.

നങ്ങേമയുടെ മുറ്റത്ത് കറിവേപ്പുമരവും മുരിങ്ങയും നാരകവും വാഴ ക്കൂട്ടവും മാവും ഉണ്ടായിരുന്നു. മുരിങ്ങമരത്തിന്റെ ഒറ്റക്കൊമ്പുമാത്രം ആകാശ ത്തിലേക്കു വിരൽചൂണ്ടി നില്ക്കുന്നു.

ഒരിക്കൽ ഞങ്ങൾക്ക് കറയറ്റ സ്നേഹത്തിന്റെ ആതിഥ്യം അരുളിയ വീട്. വീടിന്റെ മുറ്റത്ത് പുതുതായി പണിത പത്തായപ്പുരമാളിക ഉണ്ടായിരുന്നു. വിപ്ളവകാരിയായിരുന്ന മകൻ മാളിക ഉപേക്ഷിച്ചു ജയിലിൽ പോയി. മാളിക തടികൊണ്ടു തീർത്തതായിരുന്നു. പുതച്ചതു പൊൻനിറമുള്ള വൈക്കോൽ കൊണ്ട്.

ഒരു കാലവർഷാരംഭത്തിൽ പുരപ്പുറത്തെ വൈക്കോൽ പറന്നുപോയി. പല വർഷങ്ങൾ ചോർന്നൊലിച്ചപ്പോൾ പണിത്തരങ്ങൾ ജീർണ്ണിച്ചു. ഭിത്തി കൾ ഇരുന്നു. ഇപ്പോൾ പുതിയതായി പത്തായപ്പുരമാളികയുടെ തറ മാത്രം അവശേഷിക്കുന്നു. പഴയ വീടും.

“നങ്ങേമ എവിടെയാണ്?”

കാര്യസ്ഥൻ ഗോപാലൻ നായർ പറഞ്ഞു:

“നാട്ടിൽ, തീക്കാറ്റ് വീശുന്ന പട്ടണത്തിൽ!”

“അവിടെ അവരെങ്ങനെ കഴിയും? ഇവിടത്തെ തണുപ്പിൽ ശീലിച്ചിട്ട്!”

“വയസ്സായാൽ നിനയ്ക്കുന്നിടത്ത് നില്ക്കാനൊക്കൊ കുട്ടീ. മക്കള് പറയുന്നേടത്ത് നില്ക്കണന്നെ!”

വിപ്ളവത്തിന്റെ നാളുകളിൽ എത്ര ചെറുപ്പക്കാരെ ഊട്ടിയ വീടായിരുന്നു! നങ്ങേമയുടെ കൈകൾ ഒരിക്കലും തളർന്നിരുന്നില്ല; മനസ്സും.

ഞങ്ങൾ വലിയ വയൽ താണ്ടി. നങ്ങേമയുടെ മുറ്റത്തൂടെ കാട്ടിലേക്കു കയറി. ദുഃഖമുദ്രിതമായ വീടിനെ വീണ്ടും വീണ്ടും തിരിഞ്ഞുനോക്കി. നങ്ങേമയുടെ വീടിനെ ആശ്രയിച്ചു കഴിഞ്ഞിരുന്ന അടിയാന്മാരുടെ കുടിലുകളും ദരിദ്രമായി. നങ്ങേമയുടെ വയലിൽ ആരും കൃഷി ചെയ്യുന്നില്ല. തൊഴിലില്ലാതായ അടിയാന്മാർ സർക്കാരിന്റെ സൗജന്യറേഷൻ മേടിച്ചു കടയിൽ കൊണ്ടുപോയി വിറ്റു ചാരായം കുടിച്ചു വിശപ്പടക്കുന്നു.

ബാവലി കാടിന്റെ ഉള്ളിൽ നിന്നൂർന്നിറങ്ങി വയലോരത്തൂടെ നിശ്ശബ്ദം ഒഴുകിപ്പോവുന്നു. അവളുടെ പഴയ കൂട്ടുകാരിയുടെ ഓർമ്മ വരുമ്പോൾ ഇടയ്ക്ക് കല്ലിലിടറി വീഴുന്നു. കയത്തിന്റെ രഹസ്യം മാഞ്ഞു. ആഴമില്ലാത്ത വെള്ളം. ‘ചാമുണ്ഡിക്കുഴി’ എന്നു പേരുള്ള കയത്തിൽ നിന്നു തേവിയാൽ നങ്ങേമയുടെ വയൽ നിറയെ വെള്ളമെത്തും.

കാട്ടിലൂടെ കുറേ ദൂരം നടന്നാൽ നങ്ങേമയുടെ പഴയ സാമ്രാജ്യത്തിലെത്താം. മൂന്നു ഭാഗവും കാട്. നടുവിൽ നങ്ങേമയുടെ ഇച്ഛാശക്തി കുഴിച്ചു നിരപ്പാക്കിയ വിശാലമായ വയൽ. ഒരരികിലൂടെ ബാവലി ഒഴുകുന്നു. നങ്ങേമ എന്നും ഏകയായിരുന്നു. കാട്ടുപാത താണ്ടി അവർ നിത്യേന ഈ വയലിൽ വേലയെടുപ്പിക്കാൻ വന്നു. വയലിനു നടുവിൽ ഒരു പുല്പുര കെട്ടി. വയൽ കതിരണിയുമ്പോൾ ആ പുല്പുരയിൽ അവർ തനിച്ചു പാർത്തു. പുല്പുരയിൽ നങ്ങേമ ഉണർന്നിരുന്നാൽ പന്തലുകളിൽ കാവൽ കിടക്കുന്ന അടിയാളർ ഉറങ്ങുകയില്ല.

അർദ്ധരാത്രി പായ ചുരുട്ടിവച്ച്, അവർ പണിക്കാർക്ക് പ്രാതലൊരുക്കാൻ തുടങ്ങുകയായിരുന്നു. കൂറ്റൻ ചെമ്പുപാത്രത്തിൽ ഒരു ചാൺ വിസ്താരമുള്ള ഇഡ്ഢലികളും കുട്ടകം നിറയെ കട്ടൻ കാപ്പിയും പുലരുമ്പോഴേക്കും തയ്യാർ. വയലിൽ സ്വർണ്ണം വിളഞ്ഞിരുന്നു. കടങ്ങൾ തീർന്നു. മക്കൾ വളർന്നു...

ബാവലിയുടെ കരയ്ക്കെത്തിയപ്പോൾ കാര്യസ്ഥൻ പറഞ്ഞു.

“ഇപ്പൊ കൃഷിയില്ല!”

ഞാൻ ഞെട്ടി. നങ്ങേമയുടെ സ്വർണ്ണം വിളഞ്ഞിരുന്ന ഭൂമിയിൽ കൃഷിയില്ല!

ശൂന്യമായ വയലുകളിലൂടെ ഞങ്ങൾ ദുഃഖത്തോടെ നടന്നു. പഴുത്തുവീണ വെയിൽ. കാടിന്റെ ഓരത്ത് ഒരു ഇഷ്ടികക്കുന്ന്. നങ്ങേമ തന്റെ പേരക്കുട്ടിക്ക് വീടുപണിയിക്കാൻ ചുട്ട ഇഷ്ടികക്കൂമ്പാരം. കൂമ്പാരം അടർന്നു കിടക്കുന്നു.

“വയലിന്റെ മദ്ധ്യത്തിലെ പഴയ പുല്പുരയിൽ നങ്ങേമയുടെ പേരക്കിടാവുണ്ട്.” കാര്യസ്ഥൻ പറഞ്ഞിരുന്നു.

ഞങ്ങൾ തട്ടുകൾ കയറി ഉയർന്ന കണ്ടത്തിലെത്തി. പുല്പുര അടഞ്ഞു

കിടക്കുകയാണ്. വൃദ്ധനായ അടിയാൻ കളത്തിൽ കൊയ്തിട്ട നെല്ലിനു സമീപം ഇരിക്കുന്നു.

"ഇതാര്ടെതാ നെല്ല്?"

"ഞാന് പങ്കിന് കൃസി ചെയ്തതാ!' അടിയാൻ പറഞ്ഞു.

"ഇന്നു ബരും നാളെ ബരും എന്ന് വിചാരിച്ച് നോക്കിയിരിപ്പാ!'

നങ്ങേമയുടെ പേരക്കിടാവ് വന്നാൽ തന്റെ അദ്ധ്വാനത്തിന്റെ പങ്കു വാങ്ങിപ്പോകാം. രണ്ടു കണ്ടത്തിൽ അവനും ഭാര്യയും കൂടി ചെയ്ത കൃഷി. നേരം ഇരുട്ടാൻ തുടങ്ങി. അടിയാന്റെ മുഖം കൂടുതൽ ഇരുണ്ടു. ഭൂവുടമ എത്തിച്ചേരാതെ അവനെങ്ങനെ പങ്കു കിട്ടും?

വയൽവരമ്പുകൾ തട്ടിനിരപ്പാക്കിയ വഴിയിലൂടെ ആരണ്യകത്തിലേക്കുള്ള ബസ്സു വന്നു. അടിയാന്റെ വരണ്ട മിഴികൾ വികസിച്ചു.

"ഈ വണ്ടീല് വന്ന്ട്ട്ണ്ടാകും!" അയാൾ ബസ്സിൽ ആളിറങ്ങുന്ന അമ്പലപ്പടിക്കലേക്ക് നടന്നു.

ബസ്സ് ബാവലിയിൽ കുളിക്കാൻ വന്നതായിരുന്നു.

ക്ഷതമേറ്റ വയലിന്റെ മാറിലൂടെ ബസ്സ് അതിവേഗം ഓടിയിറങ്ങി.

വരമ്പിന്റെ ഒരു വക്കിടിഞ്ഞാൽ നങ്ങേമ കയർക്കുമായിരുന്നു. എല്ലാ വരമ്പും നേരെയാക്കി. എല്ലാ കണ്ടത്തിലും വെള്ളം നിർത്തി. സന്ധ്യ കഴിഞ്ഞാണ് നങ്ങേമ വീട്ടിലേക്ക് നടന്നിരുന്നത്.

ഒരു മരുഭൂമി ആയിക്കഴിഞ്ഞ വയലിന്റെ നടുവിൽ, കളത്തിൽ, ഒരുപിടി നെല്ലുമായി അടിയാൻ ഉടമയെ കാത്ത് വീണ്ടും ഇരിപ്പായി. നങ്ങേമയുടെ പേരക്കിടാവ് അന്നും നഗരത്തിൽനിന്ന് വന്നെത്തിയില്ല. ചുറ്റും കാട് കറുത്തു വന്നു. ദുഃഖചിന്തയിൽ മുഴുകിയ ബാവലി പിറുപിറുത്തുകൊണ്ടിരുന്നു.

ദൂരെ പാലക്കാടൻ ഭവനത്തിൽ രാപകൽ ഭേദമില്ലാതെ വാർദ്ധക്യത്തിന്റെ മയക്കത്തിൽ വീണുപോയ നങ്ങേമയെ ഞങ്ങൾ ഇനി കാണുകയില്ല. അവരുടെ വിയർപ്പും കണ്ണീരും വീണ ഈ വയലിലെ മണ്ണ് അവരെ ഓർക്കുമോ? അടിയാന്റെ നരച്ച മിഴികളിൽ അവരുടെ രൂപം ഇപ്പോഴും ഉണ്ടോ?

"ഓർമ്മയില്ലേ, അവരെ? പഴയ തിരുവോളമ്മയെ?"

അയാളുടെ മുഖത്തു സ്മരണയുടെ ഒളിമിന്നി.

"കഴിഞ്ഞ കൊല്ലം വന്നിരുന്നു. ഈ കളത്തിൽ പാർത്തിരുന്നു. പുഞ്ചക്കൃഷി കാണാൻ വന്നതായിരുന്നു. സുഖമില്ലാണ്ടെ മടങ്ങി." കാര്യസ്ഥൻ പറഞ്ഞു.

ഞാൻ ഒരുകൊല്ലം വൈകിയാണല്ലോ വന്നത്! വർഷങ്ങൾക്കുമുമ്പ്, നെയ്യിൽ മൊരിച്ച ദോശയുടെ മണം ഹൃദയത്തിനകത്തുണ്ട്. വെളിച്ചം നിറഞ്ഞു നിന്നിരുന്ന ആ മനസ്സിന്റെ അറകൾ ഇപ്പോഴും തുറന്നിരിക്കുന്നത് ഞങ്ങൾ കാണുന്നു. ❑

അണഞ്ഞുപോയ വിഷുവിളക്ക്

പത്തുവർഷം മുമ്പ്, ഏപ്രിൽ പതിനഞ്ചിന് വിഷു. സാധാരണ പതിന്നാലാം തീയതിയാണ് വിഷു. കൊടുംചൂടിന്റെ തീത്തിളക്കവുമായി കൊന്നപ്പൂക്കൾ, കണിവെള്ളരിക്ക, മാമ്പഴം, വാഴപ്പഴം, ചക്കപ്പഴം - എല്ലാ കനികളും മധുരിക്കുന്ന ഒരു കാലം.

ആ വർഷം ഞങ്ങൾ തീരുമാനിച്ചു, തിരുനെല്ലിയിലാവട്ടെ വിഷു. ആദ്യമായാണ് പിറന്ന നാട്ടിൽ നിന്നകലെ ഒരു വിഷു ആഘോഷം. തണുതണുത്ത രാവിലൊരു വിഷു. തണുപ്പ് വിടാത്ത പുലരിയിൽ വിഷുക്കണി. തിരുനെല്ലിക്കാർ ചോദിക്കാറുണ്ട്, വേനലുകൾ ഇവിടെ ചെലവഴിക്കുന്ന നിങ്ങൾ ഒരു വിഷു ഇവിടെ, പെരുമാളിന്റെ സന്നിധിയിൽ ആയിക്കൂടെ?

അമ്മ പറഞ്ഞു, വിഷുക്കണി കോഴിക്കോട്ടു തറവാട്ടിൽ വച്ച്. പ്രാതൽ കല്പറ്റയിലെ മൂത്ത മകന്റെ കൂടെ; ഊണും. വൈകുന്നേരത്ത് ഞങ്ങളെല്ലാവരും തിരുനെല്ലിയിലെത്തും. വനഗ്രാമത്തിലെ കൊച്ചുവീട് അമ്മ ഇതുവരെ കണ്ടിട്ടില്ലല്ലൊ. ഞങ്ങൾ പറഞ്ഞു, ചുരം കയറുമ്പോൾ അമ്മയ്ക്ക് പതിവുള്ള രക്തസമ്മർദ്ദം കൂടും. ഇവിടെ മുപ്പതു കിലോമീറ്ററകലെയാണ് ഒരു ഡോക്ടർ. സാരമില്ല, ഡോക്ടറായ സീമന്തപുത്രനെ കൂട്ടിവരാം. നീ ഭയപ്പെടേണ്ട!

വനം എല്ലാ തങ്കാഭരണങ്ങളും ചാർത്തി വിഷുവിനെ വരവേല്ക്കാൻ കാത്തുനില്ക്കുന്നു. ഞാനൊരു ചെറിയ കണിയൊരുക്കി. ഒരു കണിവെള്ളരിക്ക. ഒരു പിടി കൊന്നപ്പൂങ്കുലകൾ. വീട് നിറയെ കൊന്നപ്പൂക്കൾ. ഒരു കുഞ്ഞു നിലവിളക്കിന്റെ സൗമ്യപ്രഭയിൽ കുടിലൊരു കൊട്ടാരമാവുന്നു. ഇവിടെ കണി കാണിക്കാൻ അച്ഛനും മക്കളും മാത്രം. തൊഴുത്തോ? തൊഴുത്തിൽ കണി കാണാനും മധുരം തിന്നാനും കാത്തുനില്ക്കുന്ന പശുവോ കിടാവോ ഇല്ല. വിഷുവിളക്ക് പ്രകാശിക്കുന്ന മരതകമിഴികൾ മങ്ങാത്ത ഓർമയാകുന്നു. പശുവിന്റേയും കിടാവിന്റെയും മിഴികളുടെ സൗന്ദര്യം കണിവിളക്കിനു മുമ്പിൽ അലൗകികമാണ്.

കാളിന്ദിയെന്നു ഗ്രാമീണരും ടൂറിസ്റ്റുകളും വിളിക്കുന്ന കാട്ടുചോലയിൽ കുളിക്കാൻ പോകുന്ന ഞാനും മക്കളും. മേടച്ചൂട് തങ്ങിനില്ക്കുന്ന നദി; ഒരു

വലിയ കുളംപോലെ. നദിയിൽ ചാമുണ്ഡിക്കുഴി എന്ന കയം. അടികാണാൻ വയ്യ.

തരിപ്പൂഴി അടിഞ്ഞ ആഴം കുറഞ്ഞ ഇടത്ത് കുട്ടികൾ കുളിച്ചു മദിക്കുന്നു. അപ്പോൾ അക്കരെ നിന്ന് ഒരു കുറിച്യൻ കുന്നിറങ്ങിയെത്തി.

അവന്റെ കയ്യിലൊരു സ്വർണവാഴക്കുല.

ഇക്കുറി വിഷു ഇവിടെ ആവാം എന്നുവച്ചു. ഇല്ലേ?

അതെ. നിങ്ങളെല്ലാം ഇവിടെയുണ്ടല്ലൊ! ഞാൻ പറഞ്ഞു.

അവൻ നദി മുറിച്ചുകടന്ന് എന്റെ വീട്ടിന്നു നേർക്ക് കുന്നു കയറിപ്പോയി.

മകൾ ചോദിച്ചു:

ഈ പഴക്കുല നമ്മൾ എന്തുചെയ്യും? അയൽക്കാർ പോലും ഇല്ലല്ലൊ.

വൈകുന്നേരും വല്യമ്മയും അമ്മാവന്മാരും എത്തും. അമ്മായിമാരും ഉണ്ടാവും. പഴക്കുല ഒരൊറ്റ ദിവസം കൊണ്ടു തീർക്കാം. പരിഭ്രമിക്കേണ്ട.

കുളി കഴിഞ്ഞെത്തിയപ്പോൾ ഞാനെന്റെ ബാല്യകാലത്തിലേയ്ക്കു കടന്നു. ഇന്നു പ്രാതലിന്നു വിഷുക്കഞ്ഞി ആവാം. അതെന്താണെന്നറിയാത്ത മക്കൾ പറഞ്ഞു, വേണ്ട. ഞങ്ങൾക്കു കുറിച്യൻ ചന്തുവിന്റെ പഴംനുറുക്ക് മതി.

അതു പറ്റില്ലല്ലൊ. മറന്നുപോയ ഒരു വിഭവത്തെ തിരിച്ചു വിളിക്കാൻ മറ്റൊരവസരം എപ്പോൾ? രണ്ടുകോപ്പ കഞ്ഞി മാത്രമായി എങ്ങനെ ഉണ്ടാക്കും? എത്ര കുറച്ചാലും വേണ്ടതിലധികമാവും.

വിഷുക്കഞ്ഞിയുടെ പാചകമുറ ഞാൻ മറവിയിൽ നിന്ന് ഉണർത്തിയെടുത്തു. പൊടിയരി, വേവുമ്പോൾ അരച്ചുചേർക്കാൻ തേങ്ങയും ജീരകവും. നെയ്യിൽ വറുത്തിടാൻ ചുമന്നുള്ളി. മറ്റെന്തോ ഒരു ചേരുവകൂടി ഉണ്ട്. മറന്നുപോയി. കോഴിക്കോട്ടു നിന്നും കൊണ്ടുവന്ന ജീരകവും തേങ്ങയുമുണ്ട്. വനജീവിതത്തിൽ അന്ന് അതൊന്നും ലഭ്യമായിരുന്നില്ല.

കുട്ടികൾ പ്രാതൽ കഴിച്ച് അമ്മാവന്മാരുടെ വണ്ടികൾക്ക് കാതോർത്തു വഴിക്കണ്ണുമായി നിന്നു. കളികൾ കൊഴുപ്പിക്കണമെങ്കിൽ അവരും കുട്ടികളും എത്തണം.

എന്താണമ്മേ അവർ എത്താത്തത്?

എത്താറായില്ല. ഊണു കഴിഞ്ഞേ കല്പറ്റയിൽ നിന്ന് അവർ യാത്ര തിരിക്കൂ.

പഴുത്ത കാട്ടുമാങ്ങയുപയോഗിച്ചു വിശേഷപ്പെട്ട മാമ്പഴപ്പുളിശ്ശേരി പരീക്ഷിക്കാൻ ഞാൻ തീരുമാനിച്ചു. അധികം ദൂരെയല്ലാതെ താമസിക്കുന്ന കാളിയുടെ വക കാഴ്ചയാണ്. ഒരു സഞ്ചിനിറയെ അസാധാരണ സൗരഭ്യമുള്ള കുഞ്ഞു മാമ്പഴം. കാട്ടിൽ വിളഞ്ഞത്. കാട്ടാനകൾക്കും കേഴമാനുകൾക്കും മലയണ്ണാനും മുയലുകൾക്കും എണ്ണമറ്റ പറവകൾക്കും വേണ്ടി

കായ്ച മാവുകളിൽ നിന്ന് മനുഷ്യൻ കവർന്നെടുത്ത മാമ്പഴം. ഇത് ഒരു മാർക്കറ്റിലും കിട്ടില്ല. അടുപ്പിൽ വേവുന്ന മാമ്പഴത്തിന്റെ മധുരമണം വീടാകെ നിറഞ്ഞുമുറ്റി.

അപ്പോൾ അനിയന്റെ വണ്ടിയുടെ ശബ്ദം. അതുകേട്ട നിമിഷം കുട്ടികൾ വിരുന്നുകാരെ എതിരേല്ക്കാൻ ഗേറ്റിനടുത്തേക്കോടി.

അവരാവില്ല. അവർ വരാറായില്ല; ഞാൻ പറഞ്ഞു. മൗനം വിഴുങ്ങി കുട്ടികൾ ഗേറ്റിനടുത്തു നിന്നു തിരിച്ചുപോകുന്നു. അവരോടൊപ്പം അനിയൻ മാത്രം! അതെന്തോ അങ്ങനെ? സമയം പത്തു കഴിഞ്ഞതേ ഉള്ളൂ?

അനിയൻ നേരെ എന്റെ ഭർത്താവിന്നടുത്തേക്കു ചെന്നു. അവർ സ്വകാര്യം പറഞ്ഞു. ഒരു ഈയക്കട്ടി എന്റെ ഗളനാളത്തിലൂടെ നെഞ്ചിലേക്കിറങ്ങി നിന്നു.

ഭർത്താവ് തോട്ടത്തിന്റെ അതിർത്തിയിൽ ചെന്നു കാളിയെ വിളിച്ചു വരുത്തി.

പോകാം. വീട് കാളി നോക്കിക്കൊള്ളും.

അടുപ്പിൽ മാമ്പഴപ്പുളിശ്ശേരി കരിയുന്നു.

അമ്മയ്ക്ക് നല്ല സുഖമി......ല്ല! ഭർത്താവ് പറഞ്ഞു. നിങ്ങൾ അനിയന്റെ വണ്ടിയിൽ മുമ്പേ പോയ്ക്കോളൂ.

വേണ്ട. കുട്ടികൾ ആദ്യം പോകട്ടെ!

നമുക്ക് ഒന്നിച്ചിറങ്ങാം.

വിഷു കാളിയെ ഏല്പിച്ച് ഞങ്ങൾ പുറപ്പെട്ടു.

കാർ ഓടിക്കുന്നതിന്നിടയിൽ ഭർത്താവ് ഒരക്ഷരം ഉരിയാടിയില്ല.

വയനാട് കാണണമെന്ന് അമ്മ കുറെക്കാലമായി ആഗ്രഹം പ്രകടിപ്പിക്കുന്നുണ്ടായിരുന്നു. അച്ഛൻ ജീവിച്ചിരുന്ന കാലത്ത് അമ്മ വയനാട്ടിലെ കഥകൾ കേൾക്കുകയും പറയുകയും ചെയ്യുമായിരുന്നു. പക്ഷേ, ചുരം കേറാൻ അമ്മയ്ക്ക് എന്നും ഭയമായിരുന്നു. ചുരത്തിലെ കാട്ടാനകൾ, വഴിയിറമ്പിലെ കരടികൾ, വെളിമ്പറമ്പുകളിൽ മേയുന്ന കാട്ടുപോത്തുകൾ; കാട്ടുനായ്ക്കൾ - എന്താണ് ഏതാണ് വഴിമുടക്കാനെത്തി ഉപദ്രവിക്കുക എന്നാരറിഞ്ഞു! അമ്മ ഒരിക്കലെങ്കിലും വയനാടും, വനങ്ങളും, വനവാസികളും പ്രത്യക്ഷത്തിൽ കാണണമെന്ന് അച്ഛനാഗ്രഹമുണ്ടായിരുന്നു. അവിടുത്തെ അന്നവും കായ്കനികളും പഴങ്ങളും കഴിച്ചാണല്ലൊ ഞങ്ങളുടെ ബാല്യം വളർന്നത്.

നീയും നിന്റെ പേടിയുമായി, നാട്ടിൽ തന്നെ കഴിയുകയാണു നല്ലത്. അച്ഛൻ അമ്മയെ കളിയാക്കുമായിരുന്നു. ഒരാളുടെ ഇച്ഛയ്ക്കെതിരായി അച്ഛൻ ഒരിക്കലും പ്രവർത്തിച്ചിരുന്നില്ല. അച്ഛന്റെ അഭാവത്തിൽ, വീട്ടിൽ അകത്തും പുറത്തും കാവലിന്നാളുണ്ടായിരുന്നു. വേലക്കാരികൾ വേറെയും.

അമ്മയുടെ ഉൾഭയം എന്തായിരുന്നു? എന്തായിരുന്നു? ഗളനാളം വിലങ്ങി നിന്ന ഒരു കരച്ചിൽ എന്നെ വല്ലാതെ അസ്വസ്ഥയാക്കി.

വണ്ടി വിജനമായ കാട്ടുപാതയിലൂടെ വീണുകിടക്കുന്ന കൊന്നപ്പൂ പരവതാനിയെ അരച്ചു മുന്നോട്ടു കുതിച്ചു.

നമ്മൾ ഒന്നരമണിക്കൂർ കൊണ്ട് കല്പറ്റയിലെത്തും! കല്പറ്റയിൽ രവിയുടെ ക്വാർട്ടേഴ്സിൽ അകത്തും പുറത്തും ആൾക്കൂട്ടം. തയ്യാറായിനില്ക്കുന്ന ഒരാംബുലൻസ്.

ഡ്രോയിങ്ങ് റൂമിന്റെ ഒത്ത നടുവിൽ ഒരു വലിയ മേശമേൽ വെള്ള പുതച്ച് അമ്മ. നെറ്റിയിൽ പുലർകാലത്തു തൊട്ട ചന്ദനക്കുറി. വറ്റാത്ത ഒരു പുഞ്ചിരി ചുണ്ടത്ത്. അതീവശാന്തമായ മുഖം. അത് പക്ഷേ, വെളുത്ത നിറം കൈവിട്ട് നീലച്ചിരുന്നു.

തൊട്ടടുത്ത മുറിയിൽ ഊൺമേശമേൽ അടഞ്ഞു കിടക്കുന്ന പ്രാതൽക്കിണ്ണങ്ങൾ.

മൂത്ത നാത്തൂൻ പറഞ്ഞു:

എല്ലാം മേശമേൽ നിരത്തി. പ്രതാലിന് ഞങ്ങൾ അമ്മയെ കാത്തിരിക്കയായിരുന്നു. തറവാട്ടിൽ നിന്ന് അവസാനത്തെ കണികണ്ടിറങ്ങിയ അമ്മ മറ്റെവിടേയും എത്തിയില്ല. എത്തേണ്ടിടത്തെത്തി. സ്വന്തം വീടുവിട്ടിറങ്ങാൻ അമ്മ ഒരിക്കലും ആഗ്രഹിച്ചിരുന്നില്ലെന്നു ഞാനോർത്തു.

ഈ യാത്രയെപ്പറ്റി അമ്മ പറയാൻ തുടങ്ങിയിട്ട് കുറച്ചു നാളായെന്ന് രണ്ടാമത്തെ അനിയന്റെ ഭാര്യ പറഞ്ഞു. അവർ എന്നും തറവാട്ടിൽ ഒന്നിച്ചായിരുന്നു.

ചുരത്തിന്റെ നാലാം വളവിൽ വച്ച് അമ്മ പെട്ടെന്ന് കളിതമാശകൾ നിർത്തി. എന്റെ മടിയിലേക്ക് തലചായ്ച്ചു, നാത്തൂൻ പറഞ്ഞു. ഫ്ളാസ്കിലെ കാപ്പി ഒരിറക്ക് കുടിച്ചു. തനിയെ മുന്നിലിരുന്നു ഡ്രൈവ് ചെയ്യുന്ന മകൻ പോലും ഒന്നുമറിഞ്ഞില്ല. പുറത്ത് പൂത്തുലഞ്ഞു നില്ക്കുന്ന വിഷുവും ഒന്നുമറിഞ്ഞില്ല.

❑

ഒരു വാടാമലരിന്റെ സുഗന്ധം

കാഴിഞ്ഞൊരു ദിവസം ഞാൻ നങ്ങേമയെക്കണ്ടു. ഇരുപത്തഞ്ചുവർഷ ങ്ങൾക്കുശേഷം. അവർ കുറേക്കൂടി വൃദ്ധയായിരിക്കുന്നു. ശരീരത്തിനു മാത്രമേ മാറ്റമുള്ളൂ. അടുത്ത എസ്റ്റേറ്റിലെ പുല്പുരയിൽനിന്ന് അവരുടെ ശബ്ദം മുഴങ്ങിയപ്പോൾ ഞാൻ വിസ്മയിച്ചു. കാലത്തിനു കീഴടക്കാൻ കഴി യാത്ത സ്ത്രീശബ്ദം. അവരുടെ ഇച്ഛാശക്തിയും, ശുഭപ്രതീക്ഷയുമാണ് എന്റെ സ്ത്രീകഥാപാത്രങ്ങളിൽ ചിലർക്ക് ആത്മശക്തി നൽകിയതെന്നു ഞാൻ നന്ദിയോടെ ഓർക്കുന്നു. ഒരു പക്ഷേ, കാൽ നൂറ്റാണ്ടിനുമുമ്പു ഞാൻ നങ്ങേമ അന്തർജനത്തെ കണ്ടിരുന്നില്ലെങ്കിൽ എന്റെ പ്രിയപ്പെട്ട സ്ത്രീകഥാപാത്ര ങ്ങളെ അവ്വിധം സൃഷ്ടിക്കാൻ കഴിയുമോ എന്നു തിട്ടമായി പറയാനാവില്ല.

നങ്ങേമ എന്നതു ഞാൻ നല്കിയ പേരാണ്, അവർ തീർത്തും ഒരന്തർ ജനവുമല്ല. അവരുടെ ശരിയായ പേരെന്തെന്നു ഞാൻ ഒരിക്കലും അന്വേഷി ച്ചിട്ടില്ല.

'നെല്ല്' എഴുതാനുള്ള കരുക്കൾ നിരത്തുന്നതിനിടയിൽ ഞാൻ അവരുടെ പണിതീരാത്ത പത്തായപ്പുര മാളികയിൽ താമസിച്ചിട്ടുണ്ട്. തറയിൽ പലക വിരിച്ച, തടിപ്പലകയിൽ തീർത്ത ഭിത്തിയും കതകുകളും ജാലകങ്ങളുമുള്ള വിശാലമായൊരു മാളികയിൽ. പുര മേഞ്ഞിരുന്നതു വൈക്കോൽ കൊണ്ടാ യിരുന്നു. മദ്ധ്യവേനലിലെ പാരുഷ്യത്തിൽ നിന്നു വയനാടൻ മലനിരകൾ ക്കിടയിലെ ആ വീട് എന്നേയും എന്റെ കുടുംബത്തേയും രക്ഷിച്ചു. എന്റെ കൈക്കുഞ്ഞ് ശീതള സുന്ദരമായ മലങ്കാറ്റേറ്റ് അതിനകത്ത് സുഖമായു റങ്ങി.

കീഴെ, നങ്ങേമയുടെ പ്രധാന കെട്ടിടം വിജനമായിരുന്നു. അവർ വീട് ഞങ്ങളെ ഏല്പിച്ചു സ്വന്തം ജന്മനാട്ടിൽ പോയതാണ്. എന്നാൽ, അവരുടെ സാന്നിദ്ധ്യം സദാ ഞങ്ങൾക്കനുഭവപ്പെട്ടു.

മലയണ്ണാന്റെ ചെണ്ടയൊച്ചയും, കാട്ടുകിളികളുടെ കൂജനവും, തോട്ട ത്തിൽ നിന്ന് അപ്പോൾ ഇറുത്തെടുത്ത കായ്കനികളുടെയും പൂക്കളുടെയും സൗരഭ്യവും ഞങ്ങളുടെ വേനലൊഴിവിനെ അവിസ്മരണീയമാക്കി. അക്കുറി

ഞങ്ങളുടെ മടക്കയാത്രയ്ക്കു മുമ്പ് നങ്ങേമ അവരുടെ വീട്ടിൽ തിരിച്ചെത്തിയില്ല.

രണ്ടാമത്തെ വേനലൊഴിവിനു ചെന്നപ്പോൾ നങ്ങേമ അന്തർജനം സ്ഥലത്തുണ്ടായിരുന്നില്ല. അവരുടെ ആതിഥ്യം ഞങ്ങൾക്കു നഷ്ടമായി. മകന്റെ അസാന്നിദ്ധ്യത്തിൽ അതീവ ദുഃഖിതയായ അവർ മലനിരകൾ വിട്ടു ജന്മനാട്ടിലേക്കു താമസം മാറ്റിയിരുന്നു. അവരുടെ ഓമനപ്പുത്രനായിരുന്നല്ലോ അപ്പു. എന്റെ 'ആഗ്നേയ'ത്തിലെ നായകൻ.

അപ്പുവിനെ അക്കാലത്തു ഞാൻ കണ്ടിരുന്നേയില്ല. അമ്മയുടെ വാക്കുകളിലൂടെ, പരിചാരകരുടെ, കാര്യസ്ഥന്റെ അനുഭവങ്ങളിലൂടെ ഉരുത്തിരിഞ്ഞു വന്ന അപ്പു, എന്റെ പ്രിയപ്പെട്ട കഥാപാത്രങ്ങളിൽ ഒരാളാണ്. അപ്പു ജയിലിലും അമ്മ പിതൃഗൃഹത്തിലുമായപ്പോൾ നങ്ങേമ സ്വന്തം ചോരയും നീരും കൊണ്ടു പണിതുയർത്തിക്കൊണ്ടിരുന്ന 'പണിതീരാവീട്' തീർത്തും അനാഥമായി. ഒരിക്കൽ വെറുതെ ഞങ്ങളവിടെ കയറിച്ചെന്നു. കാടുകയറി വിണ്ടു കീറിയ തുളസിത്തറയിൽ എലികൾ കുടിപാർക്കുന്നു. പ്രധാന കെട്ടിടത്തിന്റെ ചാരുപടിക്കു കീഴിലെ മാളത്തിൽ നിന്നു പെരുച്ചാഴിയുടെ കണ്ണുകൾ മിന്നുന്നു. മുറ്റത്തു വീണുകിടക്കുന്ന അത്തിപ്പഴങ്ങൾക്കിടയിൽ ഒരു കാട്ടു മാനിന്റെ കാല്പാടുകൾ.

കുസൃതിയോടെ മുറ്റത്തെ കരിങ്കൽത്തളത്തിൽ വീണുകളിച്ചിരുന്ന കാട്ടുചോല വരണ്ടു. മുരിങ്ങമരത്തിൽ ഉണങ്ങി വിറകായ കായ്കൾ ഞാന്നു കിടന്നു. നങ്ങേമയില്ലാത്ത വീട്ടിലേക്ക് അയൽക്കാർ തിരിഞ്ഞുനോക്കിയില്ല. മുരിങ്ങാക്കായോ വാഴക്കുലയോ വെട്ടാൻ അന്ന് ആർക്കും ധൈര്യം ഉണ്ടായിരുന്നില്ല.

പിന്നീട് ഇക്കഴിഞ്ഞ മേടത്തിൽ നങ്ങേമ വീണ്ടും മലയോരത്തെ പുല്ക്കുടിലിലേക്കു തിരിച്ചുവന്നു. അവരുടെ പഴയ വീടു തകർന്നു കിടപ്പാണ്. പുതിയ വീട്ടിൽ പേരക്കുട്ടി താമസമാക്കുന്നു. ഗൃഹപ്രവേശത്തിന്നാണ് ആ വരവ്. എനിക്കവരെ നന്നായൊന്നു കാണണം. വനസ്ഥലിയുടെ സമീപം, ഞങ്ങൾ പണിയിച്ച കൊച്ചു കോട്ടേജ് അവരുടെ പുതുഭവനത്തിനു സമീപം. ഞങ്ങൾ എന്നെങ്കിലും അവരുടെ അയൽക്കാരായി ഭവിക്കുമെന്നു സ്വപ്നത്തിൽ വിചാരിച്ചിരുന്നില്ല.

ഞങ്ങൾ കയറിച്ചെന്നത് ഒരു പൊൻപുലരിയിലാണ്. അവരുടെ മുറ്റത്തു കാലൂന്നി ആകാശങ്ങളെ കീഴടക്കി നില്ക്കുന്ന മനോമോഹനമായ ഒരു വാർമഴവില്ല്. എന്റെ ജീവിതത്തിൽ ഇത്തരം അലൗകികമായൊരു കാഴ്ച ഞാൻ കണ്ടിട്ടില്ല. വനത്തിൽ നിന്നു മഴച്ചാറ്റലിന്റെ പൂമ്പൊടി വഹിക്കുന്ന മന്ദമാരുതൻ. പൂമുഖത്തെ ബഞ്ചിലിരുന്നു നങ്ങേമ ആനന്ദത്തോടെ ചിരിക്കുന്നു. അവരുടെ അടുത്തു ചെന്നപ്പോൾ പാൽപ്പതയുടെ സൗന്ദര്യം. അവർ നിറുകയിൽ ഒരു പിടി വെണ്ണ പുരട്ടി എന്നോടു പറഞ്ഞു.

“കുട്ട്യേ ജലദോഷം വര്ല്ല്യ.” അവരുടെ ശ്വാസത്തിന് പശുവിൻമോരിന്റെ ഗന്ധം.

അവർ ഒരു തികഞ്ഞ കാലാവസ്ഥ നിരീക്ഷക ആയിരുന്നു. ‘നോക്കൂ, ഇക്കുറി നമുക്ക് നല്ല കാലവർഷം കിട്ടും.’ മഴവില്ല് അതുകേട്ട് ഒരു പുഞ്ചിരിയോടെ നിഷ്ക്രമിച്ചു. മഴച്ചാറ്റൽ മാഞ്ഞു. മേടച്ചൂടിനു കുറവുണ്ട്. ആകാശത്തു പതുക്കെപ്പതുക്കെ മഴക്കാറുകൾ അടിവച്ചെത്തുന്നു.

“അമ്മയ്ക്കെങ്ങനെ അറിയാം?”

“ഇക്കുറി കുംഭത്തിലെ കാറ്റു കണ്ടപ്പോൾ എനിക്കു തോന്നിയതാണ്. മഴ ചതിക്കില്ല. കുട്ടാ, പണിയൊക്കെ കാലേക്കൂട്ടി ഒതുക്കിക്കോളൂ.”

പറ്റെ നരച്ച മുടി നിറുകയിൽ കെട്ടിവച്ച് അവർ പറഞ്ഞു:

“കുട്ട്യേ, ഇനി ഇവിടെത്തന്നെ കാലം കഴിക്കാനാ എന്റെ കൊതി.”

അതു നടപ്പില്ലെന്ന് എനിക്കറിയാം. നങ്ങേമയ്ക്ക് നാട്ടിൽ, കൊച്ചുപട്ടണത്തിൽ, മക്കളും പേരക്കിടാങ്ങളുമുണ്ട്. അവർക്കു നങ്ങേമയുടെ മനശ്ശക്തി ഇല്ലല്ലോ. ഒരിക്കലും ഉണ്ടാവില്ലല്ലോ. കാരണം അവർക്കിന്നുള്ളതെല്ലാം നങ്ങേമ ഒരുക്കിക്കൊടുത്തതാണ്. സ്വയമുള്ളിൽ നടക്കവെ നങ്ങേമ അവരുടെ പാതയിൽ പൂക്കൾ വിരിച്ചു. അവരുടെ സാന്നിദ്ധ്യം ഉണർത്തുന്ന അനുഭൂതി എന്നെ വീണ്ടും വീണ്ടും എഴുതാൻ പ്രേരിപ്പിക്കുന്നു... അവരെപ്പറ്റി... മറ്റു നങ്ങേമമാരെപ്പറ്റി... അവരുടെ പുത്രനു തുല്യരായ യുവാക്കളെപ്പറ്റി.

❑

ജനഹൃദയങ്ങളിൽ ഇന്നും വർഗ്ഗീസ്

കണ്ണൂരിലെ പാർട്ടി ആപ്പീസ് വിട്ട് ആദിവാസികളുടെ മോചനത്തിനിറങ്ങിപ്പുറപ്പെട്ട കോമളനും സൗമ്യനും സ്നേഹശീലനുമായ യുവാവിനെ, വർഗ്ഗീസിനെ, 1967 ഏപ്രിൽ മാസത്തിൽ മഞ്ഞുപെയ്യുന്ന ഒരു സന്ധ്യയിൽ, തിരുനെല്ലി എന്ന വനഗ്രാമത്തിൽ കാളിന്ദിപ്പുഴയുടെ തീരത്ത്, മഞ്ഞുപെയ്യുന്ന വയൽ വിസ്തൃതിയിൽ ഞങ്ങൾ (ഞാനും എന്റെ ഭർത്താവും) കണ്ടെത്തിയത് ഒരത്ഭുതമായിരുന്നു. പുറംലോകത്തുനിന്ന് വന്ന മറ്റൊരാൾ അവിടെ ഉണ്ടാകുമെന്ന് ഞങ്ങൾ പ്രതീക്ഷിച്ചിരുന്നതേയില്ല. രണ്ടാമത്തെ അത്ഭുതം സന്ധ്യാസമയത്ത് കുടിലടങ്ങാതെ ആദിവാസികൾ ഒരന്യദേശത്തുകാരനെ ക്ഷമയോടെ കേട്ടിരിക്കുന്നു എന്നതാണ്. ചുറ്റുമുള്ള വിശാല വയലുകളുടെ സുരക്ഷിതമായ വിജനത അവർക്ക് സുരക്ഷിതത്വം നൽകി. വർഗ്ഗീസ് തന്റെ മുഖത്ത് കണ്ണു നട്ടിരിക്കുന്ന ആദിവാസികൾക്ക് മോചനത്തിന്റെ മന്ത്രം ചൊല്ലിക്കൊടുക്കുകയായിരുന്നു. അയാൾ യോഗമദ്ധ്യത്തിൽ നിന്ന് എണീറ്റു വന്നു.

"വത്സലടീച്ചറല്ലേ?"

"അതെ. നിങ്ങൾ?"

"വർഗ്ഗീസ്."

ഒരിക്കൽ മാത്രം കണ്ട ആ യുവാവിനെ ആർക്കും മറക്കാൻ കഴിയുകയില്ല. വിനയാന്വിതവും സ്നേഹശീതളവുമായ മധുരഭാഷണം. വസന്തത്തിന്റെ ഇടിമുഴക്കത്തിന് ഇങ്ങനെയുമൊരു മുഖമുണ്ട്. ഇതാണ് യഥാർത്ഥമായിട്ടുള്ളത്. ഏതാണ്ട് ഏകകേന്ദ്രീകൃതമായ രണ്ടു ദിശകളിലൂടെയാണ് ഞങ്ങൾ സഞ്ചരിച്ചിരുന്നത്. ഒരു ജനതയുടെ അടിമത്തവും വിശപ്പുമാണ് ഞങ്ങളെ വഴികാണിച്ചിരുന്നത്. എന്റേത് അക്ഷരത്തിന്റെ പാത. വർഗ്ഗീസിന്റേത് പ്രത്യക്ഷ സമരത്തിന്റെ പാത.

പിന്നീട് 1970ൽ നഗരത്തിലെ പ്രഭാതപത്രം വിടർത്തിയ ഞാൻ ഞെട്ടി. വിയർത്തു. വർഗ്ഗീസും അനുയായികളും ഗ്രാമത്തിലെ ഏകകച്ചവടക്കാരനായ ചേക്കുവിനെ വധിച്ചിരിക്കുന്നു! തിരുനെല്ലി എന്ന വനഗ്രാമത്തിൽ ആദിവാസികൾക്ക് പുകയിലയും ഉപ്പും ഉണക്കമീനും കരിഞ്ചായയും നൽകി, പകരം

തേനും വനവിഭവങ്ങളും ശേഖരിക്കുന്ന ചേക്കു. ചേക്കുവിന്റെ പുല്ലുമേഞ്ഞ കടയുടെ മുമ്പിൽ 32 കിലോമീറ്റർ അകലെ മാനന്തവാടിയിൽ നിന്ന് വരുന്ന കാട്ടുപാത അവസാനിക്കുന്നു. പിന്നീട് ഒരു മാസം കഴിഞ്ഞ് കേട്ടത്, വർഗ്ഗീസ് ഏറ്റുമുട്ടലിൽ മരിച്ചു എന്ന വ്യാജ വാർത്തയാണ്. പത്രങ്ങളിലൂടെ നടന്നെത്തുമ്പോൾ വിവരങ്ങളുടെ നടുവൊടിഞ്ഞുപോകുന്നത് അനുഭവമാണല്ലോ.

തികച്ചും യാദൃച്ഛികമാണെങ്കിലും 'നെല്ലി'ന്റെ അവസാനമിനുക്കു പണികൾ തീർന്ന ദിവസമാണ് ഈ വാർത്ത വന്നത്. തിരുനെല്ലിയുടെ അവസ്ഥയുടെ ഒരു സ്വാഭാവിക പരിണാമമായിരുന്നു അവിടുത്തെ തീവ്രവാദ പ്രവർത്തനം. തിരുനെല്ലിയുടെ ചരിത്രത്തിൽ ആദ്യം രേഖപ്പെടുത്തിയ വധം ചേക്കുവിന്റേതും രണ്ടാമത്തേതും അവസാനത്തേതും വർഗ്ഗീസിന്റേതുമാണ്. വർഗ്ഗീസിന്റെ വധം രേഖപ്പെടുത്തപ്പെട്ടത് ഒരു ഗ്രാമത്തിലെ ജനതയുടെ മുഴുവനും ഹൃദയത്തിലാണെന്നു മാത്രം.

എല്ലാ വധങ്ങൾക്കു പിന്നിലും ഒരു നാടകമുണ്ടായിരിക്കും.

വർഗ്ഗീസിനും അനുയായികൾക്കും തിരുനെല്ലിക്കാടുകൾ അഭയം നൽകിയിരുന്നു. അവർക്ക് കമ്പമലയിലെ താവളത്തിലേക്ക് ആഹാരസാധനങ്ങൾ രഹസ്യമായി എത്തിച്ചുകൊടുത്തിരുന്നത് ചേക്കുവായിരുന്നു. ചേക്കു അമിത വില ഈടാക്കി എന്നുമാത്രമല്ല, അവസാനം ഭയത്താൽ ഇടപാട് നിർത്തുകയും ചെയ്തു. എന്നിട്ടും ചേക്കുവിന്റെ വധം കഴിഞ്ഞ് വർഗ്ഗീസ് വനാന്തരത്തിൽ ഒളിച്ചുകഴിഞ്ഞു. അനുയായികൾ തൃശ്ശിലേരിക്കടുത്തുവച്ച് പോലീസിന്റെ പിടിയിലായി. തിരുനെല്ലിയിലെ ആദിവാസികളെ അടിമത്തത്തിൽ നിന്നും വിശപ്പിന്റെ പിടിയിൽ നിന്നും മോചിപ്പിക്കാൻ ആദ്യമായും അവസാനമായും ഇറങ്ങിയത് വർഗ്ഗീസാണ്. അതിനയാൾക്ക് മുതൽക്കൂട്ടായിരുന്നത് പ്രത്യക്ഷസമരത്തിന്റെ പാതയും ഹൃദയം നിറഞ്ഞ മനുഷ്യസ്നേഹവുമായിരുന്നു.

പക്ഷേ, വർഗ്ഗീസിനെ പലപ്പോഴും പട്ടിണിയിൽനിന്നും രക്ഷിച്ച ഒരമ്മ, കമ്പമലയുടെ താഴ്വരയിൽ തന്റെ കൃഷിത്തളത്തിൽ ഏകയായി താമസിച്ചിരുന്നു. നങ്ങേമ എന്ന ഇട്ടിച്ചിരി മനയമ്മ. തന്റെ ഏകപുത്രൻ തീവ്രവാദ പ്രവർത്തനത്തിന്റെ പേരിൽ പിടിയിലകപ്പെട്ടപ്പോഴും വർഗ്ഗീസ് കാട്ടിലവശേഷിച്ചു. വർഗ്ഗീസ് ആ അമ്മയുടെ കാര്യസ്ഥന്റെ കുടിലിൽ അന്തിയുറങ്ങി. ഒളിച്ചു താമസിച്ചു. നങ്ങേമയുടെ കൈകൾ പാകം ചെയ്ത ആഹാരം കഴിച്ചു. നങ്ങേമയുടെ മകന്റെ വസ്ത്രം ധരിച്ചു.

തിരുനെല്ലി ക്ഷേത്രത്തിൽ തമ്പടിച്ചും തിടപ്പള്ളിയിൽ കാട്ടുമാംസം പാകം ചെയ്തു ഭുജിച്ചും കാര്യനിർവ്വഹണത്തിലേർപ്പെട്ട പോലീസ് സംഘം വർഗ്ഗീസിനെ തേടി കാടുകൾ അരിച്ചുപെറുക്കി. അതിനവർ ആദിവാസികളെ ഉപകരണമാക്കി.

ഒരു പുലരിയിൽ കാര്യസ്ഥൻ ശിവരാമൻ നായർ കാടിറങ്ങി മനയമ്മയുടെ കളത്തിലെത്തി. ഭയംകൊണ്ട് തൊണ്ട വിറച്ച് അയാൾ വർഗ്ഗീസ് തന്റെ കുടിലിൽ അഭയം പ്രാപിച്ചിരിക്കുന്ന സത്യം വെളിപ്പെടുത്തി. ഈ കുടിലിൽ വച്ചാണ്

പോലീസ് അടുത്ത പ്രഭാതത്തിൽ വർഗ്ഗീസിനെ ബന്ധനസ്ഥനാക്കിയത്. നങ്ങേമ തന്റെ ഉമ്മറത്ത് പടിയിലിരിക്കുകയായിരുന്നു. വനത്തിന്റെ മുറ്റത്ത് സർവ്വഗ്രാമീണരാലും നിഷ്കാസിതയായി. എല്ലാവരുടേയും വെറുപ്പും നിന്ദയും ആർജ്ജിച്ച്. പക്ഷേ, അവർ മനക്കരുത്ത് വെടിഞ്ഞില്ല. ഒരു നല്ല കാര്യത്തിന് ഇറങ്ങിപ്പുറപ്പെട്ട യുവാവ്. തന്റെ മകന്റെ നേതാവ്. ജയിലിലട യ്ക്കപ്പെട്ട തന്റെ മകനും കാട്ടിലൊളിഞ്ഞിരിക്കുന്ന വർഗ്ഗീസും അമ്മയ്ക്ക് തുല്യർ.

അമ്മ എന്നോട് പറഞ്ഞു:

"ഞാനൊരിക്കലും മറക്കില്ല ആ പ്രഭാതം. വയൽവരമ്പിലൂടെ മുമ്പും പിമ്പും വശങ്ങളിലും പോലീസ് അകമ്പടിയോടെ ഇതാ വീട്ടിനു പുറകിലെ കാട്ടിൽ നിന്ന് വർഗ്ഗീസ് എന്റെ കൺമുമ്പിലൂടെ ഇറങ്ങിപ്പോയി. ഇടയ്ക്ക് തിരിഞ്ഞുനിന്ന് കൈകളുയർത്തി തൊഴുതുകൊണ്ട് അവൻ പറഞ്ഞു. അമ്മേ, മാപ്പ്.......മാപ്പ്......... വയൽവരമ്പുകൾ താണ്ടി, കാളിന്ദിപ്പുഴ കടന്ന് വീണ്ടും വയൽപ്പരപ്പ് മുറിച്ച്, മലകയറി അവരുടെ മദ്ധ്യത്തിൽ അവൻ ക്യാമ്പിലേക്ക് കയറിപ്പോയി....."

പിറ്റേ ദിവസം ഗ്രാമത്തിൽ ഒരു നാടകം അരങ്ങേറി. നാടകം മിനഞ്ഞെ ടുക്കേണ്ടത് പോലീസിന്റെ ആവശ്യമായിരുന്നു. ഗ്രാമീണരെല്ലാം പോലീസ് വലയത്തിൽ നടന്നുപോകുന്ന വർഗ്ഗീസിനെ കണ്ടിരുന്നു. കീഴാളർക്ക് ദൈവവും നാട്ടുകാർക്ക് മുഴുക്കെ ഭീതിദമായ ചിന്തകൾ ദാനം ചെയ്യുന്നവനുമായ വർഗ്ഗീ സിനെ അവർക്ക് എങ്ങനെ തിരിച്ചറിയാൻ കഴിയാതാകും?

സ്ഥലം ഗ്രാമക്കവല. നാട്ടുകാരെ വിളിച്ചുകൂട്ടിയ പോലീസ് ചോദിച്ചു. "എല്ലാവരും എത്തിയോ?"

അവർ നിന്ന് വിറച്ചു. ഭൂമിക്കടിയിലേക്ക് ആണ്ടുപോയാൽ കൊള്ളാമെന്നു മോഹിച്ചു. "അറ്റൻഷൻ! എല്ലാവരും കണ്ടല്ലോ? എന്ത്?"

എന്ത്? നിശ്ശബ്ദവും ഭയചകിതവുമായ നോട്ടങ്ങൾ. "ഇന്ന് രാവിലെ ചാത്തന്റെ സഹായത്തോടെ പിടിച്ചുകൊണ്ടുവന്ന ആളെ നിങ്ങൾ കണ്ടതാ ണല്ലോ!"

കണ്ടോ? ആർ കണ്ടു? ആരെ കണ്ടു?

വർഗ്ഗീസ്. നമ്പീശൻ പതുക്കെ മന്ത്രിച്ചു.

അല്ലെടാ. വർഗ്ഗീസിനെ പിടികിട്ടിയെന്ന് ആർ പറഞ്ഞു. അവന്റെ ഉറ്റ ചങ്ങാതിയെയാണ് പിടികിട്ടിയിരിക്കുന്നത്.

കളവ് ദഹിക്കില്ല. വർഗ്ഗീസ് ജീവനോടെ നടന്നുപോകുന്നതും മല കയറ്റി ക്ഷേത്രത്തിലേക്ക് കൊണ്ടുപോകുന്നതും കണ്ടവർ നിശ്ശബ്ദരായി. നീതിയില്ലാത്ത നിയമത്തിന്റെ ഖഡ്ഗം ഗ്രാമീണ വിശുദ്ധിക്കുമേൽ തൂങ്ങി യാടുന്നത് അവർ കണ്ടു.

സംശയമുണ്ടോ?

ആർക്കും സംശയമില്ല.

തന്റെ ഉമ്മറത്തിരുന്ന് മനയമ്മ രാഘവൻ നായർ എന്ന നാരായണൻ നായരോട് പറഞ്ഞു. നാളെ അവൻ മരിക്കും. ഏറ്റുമുട്ടലിൽ. പത്രവാർത്ത വരും. അങ്ങനെ മനസ്സിൽ തോന്നുന്നത് മുഴുക്കെ പറയാതെ ആത്തോലമ്മെ! രാഘവൻ നായർ നാലുപാടുമുള്ള ശൂന്യതയിലേക്ക് തുറിച്ചുനോക്കി. (ആഗ്നേയം).

പിറ്റേന്ന് ഗ്രാമീണർ കേട്ടു. ഏറ്റുമുട്ടലിന്റെ വെടിയൊച്ചയെന്ന വ്യാഖ്യാനം. പോലീസിന്റെ വക. കേട്ടത് അവർ പൊട്ടിക്കുന്ന പന്നിപ്പടക്കങ്ങളുടെ ശബ്ദമായിരുന്നെന്ന്. ഗ്രാമത്തിലെ ഏത് കുട്ടിക്കും അറിയാമായിരുന്നു. ഏറ്റുമുട്ടൽ ഉണ്ടായതേയില്ല. വർഗ്ഗീസ് ജീവനോടെ പോലീസ് ക്യാമ്പിലായിരുന്നു. ഭേദ്യങ്ങൾകൊണ്ട് ഒരു രഹസ്യവും കൂടുതലായി അവർക്കു നേടാനായില്ല. അവർ തലസ്ഥാനത്തുനിന്ന് സന്ദേശം വരാൻ ഒരു പകൽ മുഴുവനും ചോദ്യം ചെയ്യൽ നാടകം തുടർന്നു. ഗ്രാമത്തിലേക്കുള്ള റോഡും നടപ്പാതയും ബ്ലോക്ക് ചെയ്യപ്പെട്ടു. പത്രപ്രവർത്തകരെ ആരെയും കടത്തിവിട്ടില്ല. അവശനായിക്കഴിഞ്ഞ വർഗ്ഗീസിനെ അവർ രണ്ടു കിലോമീറ്റർ ദൂരം കാട്ടിലേക്കു കൊണ്ടുപോയി ഒരു പാറക്കെട്ടിൽ ചേർത്തുനിർത്തി വെടിവച്ചു. നഗരപത്രങ്ങൾ കെട്ടുകഥകളുമായി പുറത്തിറങ്ങി. വർഗ്ഗീസ് ഏറ്റുമുട്ടലിൽ കൊല്ലപ്പെട്ടു.

പക്ഷേ, ഒരു ഗ്രാമത്തിലെ ജനങ്ങളെ മുഴുവനും വഞ്ചിക്കാൻ ആർക്കു കഴിയും? മാസങ്ങളോളം താവളമടിച്ച് പിന്നീട് നാടുവിട്ടുപോയ പോലീസിന്റെ പിറകെ വർഗ്ഗീസിന്റെ സ്നേഹമറിഞ്ഞ ആദിവാസികൾ ആ ബലിപ്പാറ കണ്ടെത്തി. കാട്ടുപാതയിൽ നിന്ന് അല്പം മാറി മറഞ്ഞുനില്ക്കുന്ന പാറക്കെട്ടിന് അവർ വർഗ്ഗീസ് പാറ എന്നു പേരിട്ടു. അതിനടുത്ത റോഡിലെ ബസ്സ്റ്റോപ്പിന് അവർ വർഗ്ഗീസ് കോർണർ എന്നു നാമകരണം ചെയ്തു. സത്യത്തെ ഭയക്കുന്ന പോലീസുകാർ ബസ്സ്റ്റോപ്പിലെ ബോർഡ് മാറ്റി. വർഗ്ഗീസ് പാറ എന്ന പേര് മിണ്ടിപ്പോകരുതെന്നു ശാസിച്ചു. പക്ഷേ, ഗ്രാമീണഹൃദയങ്ങളിൽ ഇരുപത്തിയെട്ട് വർഷങ്ങൾക്കു ശേഷവും വർഗ്ഗീസ് പാറയും വർഗ്ഗീസ് കോർണറും ഉണർന്നു തന്നെ നില്ക്കുന്നു. തങ്ങൾക്ക് രാഷ്ട്രീയത്തിന്റെയും നന്മയുടെയും ബാലപാഠങ്ങൾ പറഞ്ഞുതന്ന പ്രിയപ്പെട്ട യുവാവിനെ അവർ ഇന്നും സ്മരിക്കുന്നു. വർഗ്ഗീസ് കൊല്ലപ്പെട്ട പാറയ്ക്കു മുന്നിൽ അവർ രഹസ്യമായി സ്മരണ പുതുക്കുന്നു. ഭരണാധികാരികളുടെ ഉപകരണങ്ങൾ മാത്രമാണ് പോലീസ് എന്ന രാഷ്ട്രീയ പാഠം നിലനില്ക്കുന്നു.

❑

കുറിച്യൻ ചന്തു

ഞങ്ങൾ കാളിന്ദിയിലേക്കു നടന്നു. ബ്രഹ്മഗിരിയുടെ നെഞ്ചിലൂടെ കുറുകെ ഇഴയുന്ന ഫോറസ്റ്റ് റോഡ്. ടാറിട്ട റോഡ് – സർക്കാർ ക്ളിയർ ഫെല്ലിങ്ങിന്റെ സൗകര്യത്തിനു പണിത പാത. ഭൂമിയുടെ ഗർഭജലം കുടിച്ചുവളരുന്ന യൂക്കാലി മരങ്ങളുടെ നീരാളിപ്പിടിത്തത്തിൽ അമർന്നുപോയ വലത്തെ മലയോരം

ഇടത്ത് കാളിന്ദി. കാളിന്ദിയുടെ യുവത്വം വാർന്നുപോയി. ശബ്ദം പതിഞ്ഞിരിക്കുന്നു. വിറയാർന്ന പരുക്കൻ സ്വരം. കാളിന്ദിയുടെ ഇടത്തേക്കരയിൽ അവശേഷിക്കുന്ന വനം.

വെയിൽ ചാഞ്ഞുതുടങ്ങിയിട്ടേയുള്ളൂ. ചൂട്, നല്ല ചൂട്. ആരണ്യകത്തിന്റെ തണുപ്പു കവർന്നവരെ പ്രകൃതി ശപിക്കും, ശാപം പ്രകടമായിത്തുടങ്ങി.

നങ്ങേമയുടെ പഴയ കാര്യസ്ഥൻ പറഞ്ഞു. "മഴ പെയ്തിട്ട് തികച്ചും ആറുമാസം കഴിഞ്ഞു!" ഗോപാലൻനായർക്കു മാറ്റമില്ല. വർഷങ്ങൾ അയാളറിയാതെ വഴിമാറിപ്പോകുന്നു. വായ് നിറയെ താംബൂലം. വയറുനിറയെ താൻ തന്നെ വാറ്റുന്ന ചാരായം. ഹൃദയം നിറയെ സ്നേഹത്തിന്റെ പൂക്കൾ.

"ഞങ്ങളെയെല്ലാം മറന്നൂന്ന് നിരീച്ചു. കുട്ടിക്ക് അമ്മ്യോളം പൊക്കമായി. ഏതു ക്ളാസ്സിലാ വായിക്ക്ണത്?"

"ഡോക്ടറാവാൻ!"

"പഠിപ്പ് കഴിഞ്ഞിട്ട് ഇന്നാട്ടിലിക്ക് വര്വാ. ഞങ്ങളെയൊക്കെ ചികിത്സിക്ക്യാ. ന്ന്ട്ട് വായ്ക്ക് പഴയ രുചീം കണ്ണിന് കുളുർമ്മേം 'മകരത്തില് തണുപ്പും, വർഷത്തില് സുഖോം പഴയന്തി ഉണ്ടാക്കിത്തര്വാ! കുശാലായില്ലേ ജീവിതം!"

"പഴയ നെല്ലിമരം ഇപ്പഴുംണ്ടോ?"

"ഇല്ലില്ല. വയസ്സായി വീണു. ഇപ്പഴ് കാട്ടുമാങ്ങയുണ്ട്! കുട്ട്യോള് വര്ണ വരവ് കണ്ടില്ലേ?"

ഗോപാലൻനായരുടെ ആദിവാസി ഭാര്യയെക്കുറിച്ചന്വേഷിക്കണം എന്നുണ്ട്.

ഞാൻ ചോദിച്ചു:

"കുട്ട്യോള്ക്ക് സുഖം തന്നെയോ?"

“നാട്ടിലൊന്നും പോവാറ്ല്യ. ഇബ്ടത്തെ കുട്ട്യോള് വളർന്നു. ചെളിയിലിറങ്ങാണ്ടെ കൊയ്യണംന്നാ! നടക്കാമ്പോണ കാര്യാണോ? കഴിഞ്ഞ കുറി നെരത്ത് താറിട്ണ പണിക്കു പോയിരുന്നു. ഇക്കുറി നെരത്ത് നന്നാക്ക്ണ കോളില്യ. കടത്തിക്കൊണ്ടു പൂവാൻ മരങ്ങളില്ലാണ്ടായില്യേ! ഇനിയെന്തിനാ കാട്ട്റോഡ് നന്നാക്ക്ണ്!” ഗോപാലൻനായർ അക്കരെ നില്ക്കുന്ന യൂക്കാലിക്കാടിന്റെ കുടിലതയെ നോക്കി നെടുവീർപ്പിട്ടു.

“ഭൂമി ഒണങ്ങിപ്പോയി. ചോരേം നീരും ഊറ്റിയെടുക്കണ ഒരു രാക്ഷസൻ!”

യൂക്കാലിക്കാടിന്റെ ഓരത്തു കുടിൽ കെട്ടിപ്പാർക്കുന്ന അടിയാളക്കുട്ടികളും കുറിച്യപ്പിള്ളേരും പുഴ കടന്നു. വരണ്ട വയലുകൾ താണ്ടി, ഇക്കരെയുള്ള കാടിനു നേർക്ക് സംഘം സംഘമായി നടന്നുവരുന്നു. കാട്ടുമാങ്ങകൾ തല്ലിക്കൊഴിക്കുന്ന കാറ്റ് അവരെ വിളിക്കുന്നു,

“വരു, വരു, ഉണ്ണികളേ ഏതാനും കൊല്ലങ്ങൾ കഴിയുമ്പോൾ കാട്ടുമാങ്ങകൾ ഓർമ്മകൾ മാത്രമായിരിക്കും!”

കമ്പമല കയറൂരിവിട്ട കാറ്റിന് അപ്പോഴു തണുപ്പുണ്ടായിരുന്നു. കാട്ടിൽ പൊൻചെമ്പകങ്ങൾ ഇപ്പോഴും പൂക്കുന്നു. കൃഷ്ണൻ നമ്പീശൻ കാട്ടിൽപ്പോയി പറിച്ചു കൊണ്ടുവന്നു തളികയിൽ നിറച്ചുതരാറുള്ള സ്വർണ്ണവർണ്ണമാർന്ന പൊൻചെമ്പകപ്പൂക്കളേ, നിങ്ങളെ മറക്കാനാവുന്നതെങ്ങനെ?

നഷ്ടമായിരിക്കുന്നത് ആദിവാസിക്കുടിലുകളിലെ തുടിയുടെ തേങ്ങലുകളാണ്. സംഗീതം നഷ്ടമായ, നൃത്തം നശിച്ച, ആദിവാസികളുടെ ജീവിതം.

ബ്ളോക്കാപ്പീസുകാർ ജനസംഖ്യ ചുരുക്കേണ്ടതിനെക്കുറിച്ചു കാണിക്കുന്ന വെള്ളയും കറുപ്പുമായ പടം കണ്ടു കോട്ടുവായിട്ടു. മുഷിപ്പ് തീർക്കാൻ ആദിവാസികൾ ബസ്സ്സ്റ്റാന്റിൽ വന്നുനിന്നു. സിനിമ കാണാൻ മലയോരത്തെ പട്ടണത്തിൽപ്പോണം. ചായ കുടിക്കാം. നിഷിദ്ധമായ ഇറച്ചികൂട്ടി ഊണു കഴിക്കാം, ചാരായം കുടിക്കാം, ഏതെങ്കിലും കടത്തിണ്ണയിൽ കിടന്നുറങ്ങാം. കാട്ടുപാതയിലൂടെ പുതുതായി ഓടാൻ തുടങ്ങിയ ബസ്സുകൾ ദൈവത്തിന്റെ പുതിയ അനുഗ്രഹങ്ങൾ. അതുകൊണ്ട് ഓടാൻ തയാറായിനിന്ന ബസ്സിനെ അവർ ആരാധനയോടെ നോക്കി. എത്ര മണിക്കൂറുകൾ വേണമെങ്കിലും കാത്തിരിക്കാം. സ്വർഗ്ഗത്തിലേക്കൊരു ടിക്കറ്റു തന്ന് ഓടുമെങ്കിൽ. അവരുടെ മക്കളാണ് ഇക്കരെക്കാട്ടിലെ കാട്ടുമാങ്ങ തേടിവരുന്നത് .

ഞങ്ങൾ, പണ്ടു നങ്ങേമ നടന്നുതെളിഞ്ഞ കാട്ടുവഴിയിൽക്കയറി. കാളിന്ദിയുടെ കരയിൽ ചെന്നിറങ്ങാം. നദിക്കു സമാന്തരമായി എതിർദിശയിലേക്കാണ്. നടക്കുന്നത്. നദിയെ കാണാൻ വയ്യ. കാട്ടുതീ ഇവിടേക്കു കയറിവരാത്തതുകൊണ്ടു പൊന്തകൾ കാഴ്ചയെ മറയ്ക്കുന്നു, താഴെ വരണ്ടു വിണ്ട വയലുകളെ മറയ്ക്കുന്നു.

പാതയിലൂടെ നടന്നപ്പോൾ തേനീച്ചയുടെ സംഗീതം കേട്ടു. മധുവിന്റെ മണം പുരണ്ട തണുത്ത കാറ്റ്. എയർകണ്ടീഷൻ ചെയ്ത മണിയറകൾ.

ഒരു കാട്ടുചോല വഴിക്കു കുറുകെ മരിച്ചുകിടന്നു. ഉരുളൻ പാറകളിൽ വഴുക്കലില്ല, ഈർപ്പമുള്ള കരിയിലകളില്ല, തരംപാർത്തിരിക്കുന്ന അട്ടയില്ല. അട്ടകൾ മുഴുവനും താഴെ നഗരത്തിലേക്കു പോയല്ലോ! അട്ടകൾ കരിയില ക്കൂടുകൾ വിട്ടു നഗരങ്ങളിലെ എയർകണ്ടീഷൻ ചെയ്ത കൊട്ടാരങ്ങളിൽ പാർക്കുന്നു.

എവിടെ കുറിച്യൻ ചന്തുവിന്റെ കുടിൽ?

കുറിച്യൻ ചന്തു നങ്ങേമയുടെ കാലിക്കാരനായിരുന്നു.

കാലിക്കോൽ ചുമലിൽ ചേർത്തു കാലിക്കൂട്ടത്തിനു പിറകെ കാടുകയറുന്ന ചന്തു പറയുമായിരുന്നു.

"എന്നെങ്കിലും ഞാനെന്റെ കാർണവന്മാരുടെ ഭൂമി വീണ്ടെടുക്കും."

"അതെവിടെ ആയിരുന്നു?"ഞാൻ ചോദിച്ചു.

"ഇതാ ഈ കാട്ടിന്റെ ഓരം തുടങ്ങി, താഴെ പുഴക്കരവരെ."

"എന്നിട്ടെന്തു സംഭവിച്ചു?"

"കാട് സർക്കാറ് തട്ടിയെടുത്തു. നെലം നായര് തട്ടിയെടുത്തു. ചന്തു കാലിക്കാരനുമായി." ചന്തുവിനു വിശപ്പാറ്റാൻ നങ്ങേമ കൊടുക്കുന്ന വെള്ള ച്ചോറും കടുമാങ്ങാനീരും.

ഒരുനാൾ ചന്തു കാടിറങ്ങിവന്നില്ല. കാലികൾ വയലുനിറയെ മദിച്ചു നടന്നു.

നങ്ങേമ കാര്യസ്ഥൻ ഗോപാലൻനായരെ അന്വേഷിക്കാൻ വിട്ടു.

ഗോപാലൻനായർ ഇരുട്ടിനൊപ്പം കാടിറങ്ങിവന്നു.

"എന്താ ഗോപാലാ?"

"എല്ലാം പെഴച്ചു."

"ചന്തുവിനെ നരിപിടിച്ചോ?"

"നരിയല്ല; കിറുക്ക്! തലക്കല്ലിളകിപ്പോയി."

അഞ്ചുവർഷങ്ങൾക്കപ്പുറം ഇതേ കാട്ടുപാതയിലൂടെ നടക്കാനിറങ്ങിയ പ്പോൾ അവിചാരിതമായി ചന്തുവിനെ കണ്ടെത്തി.

ഇതാ, ഇക്കാണുന്ന ചോലയുടെ അക്കരെ, ഉയർന്ന തിട്ടയിൽ. അന്നു കാട്ടുചോല മരിച്ചിരുന്നില്ല. അവൾ ഉത്സാഹത്തോടെ കാളിന്ദിയുടെ നേർക്ക് കുതിക്കുകയായിരുന്നു. അന്ന് കാടിനകം ഇരുൾ നിറഞ്ഞിരുന്നു.

ഇരുട്ടിൽ ചന്തു കുടിൽ തീർത്തിരുന്നു. ഒരാനയുടെ ഉയരമുള്ള കുടിൽ. ചോലവക്കിലെ കൂവയില അരിഞ്ഞു വെടിപ്പായി മേഞ്ഞു പുതച്ച കുടിൽ. കുടിൽ കെട്ടിയത് ചുമ്മാ വിശ്രമിക്കാനായിരുന്നില്ല. കുടിലിനു ചുറ്റും രണ്ടേക്ര നിലം ചന്തു ഒരുക്കിയെടുത്തിരുന്നു. കാടുവെട്ടി ചപ്പുകൂട്ടി തീയിട്ടു, ചുട്ട ചാമ്പൽ കിളച്ച മണ്ണിൽ ഇളക്കിച്ചേർത്തിരുന്നു. കന്യകയായ ഭൂമിയെ വരിച്ച് ചന്തു ഒരു വിജയശ്രീലാളിതനെപ്പോലെ ഞങ്ങളെ നോക്കി ചിരിച്ചു. അവന്റെ തലക്കല്ല് ഇളകിയിരുന്നില്ല. നേരാംവണ്ണം ഉറച്ചുതന്നെ ഇരുന്നു. കിളച്ച മണ്ണിന് വൻവൃക്ഷങ്ങൾ കാവൽ നിന്നു.

ചന്തു പറഞ്ഞു, മരങ്ങളെ ഞാൻ തൊടില്ല. മരം ദൈവമാണ്. ദൈവത്തെ നിന്ദിച്ചാൽ ഈ ഭൂമിയിൽ ജീവനുണ്ടാവില്ല. ചന്തു ഞാൻ കണ്ട ഏറ്റവും വലിയ ശാസ്ത്രജ്ഞനായിരുന്നു, മനുഷ്യനായിരുന്നു.

മുമ്പിലെ കിളമണ്ണിൽ തലയെടുത്തുനിന്ന ഊക്കൻ വൃക്ഷങ്ങളുടെ മുമ്പിൽനിന്നു ചന്തു കണ്ണടച്ചു പ്രാർത്ഥിച്ചു. പിന്നെ ഒരു വീട്ടിമരത്തിന്റെ അരയിൽ ചരടിൽക്കെട്ടി ഞാത്തിയിട്ട മുളങ്കുറ്റി കൈയിലെടുത്തു.

ഇലക്കുമ്പിൾ കോട്ടി അതിൽ തേൻ പകർന്നു. ചന്തു പറഞ്ഞു.

ഒരു മാസമായി ഇതുതന്നെ ആഹാരം, കഴിയാറായി. ഇതേ നിങ്ങൾക്കു തരാനുള്ളൂ.

ചന്തുവിന്റെ സത്ക്കാരം സ്വീകരിച്ചു പിന്തിരിയുമ്പോൾ, ചന്തു പറന്നു നടക്കുന്ന തേനീച്ചകളോടു വർത്തമാനം പറയുകയായിരുന്നു.

"എന്താ എന്റെ കയ്യിമ്മല് വന്നുനിക്കണ്? വേഗം ചെന്നു പണിയെടുത്തോളാ, വർഷകാലം വര്ണത് കണ്ടില്ലേ!"

ചന്തുവിനോടു തോറ്റു ഫോറസ്റ്റ് ഗാർഡ് വന്നു നോക്കി തിരിച്ചുപോയെന്നു കേട്ടു.

ഇപ്പോൾ ചന്തുവിന്റെ തോട്ടത്തിൽ വാഴക്കൂട്ടം തിങ്ങിവളരുന്നുണ്ടാവും. നെല്ലും ഇഞ്ചിയും വളരുന്നുണ്ടാവും.

ഞങ്ങൾ തകർന്ന തിട്ട മറികടന്നു.

കരച്ചിൽ വരുന്നു. ചന്തുവിന്റെ കുടിൽ ഒരു വലിയ മുൾക്കൊട്ടാരമായി മാറിയിരിക്കുന്നു. കിളച്ച ഭൂമിയിൽ അപ്പക്കാട് വളർന്നു. നിരക്കെ നിന്നിരുന്ന മൂന്നു ദൈവങ്ങളെ ആരോ വകവരുത്തിക്കഴിഞ്ഞു. നാലാമത്തെ ദൈവത്തിന്റെ കുരലിൽ തീയെരിയുന്നു. ഏതോ കാട്ടുകള്ളൻ വിജനതയിൽ കൊളുത്തിയ തീ. എരിഞ്ഞെരിഞ്ഞ് ഈ കുന്നിൻചരിവിലെ കാടും പൊന്തകളും എരിഞ്ഞ് ചന്തുവിന്റെ ഓർമ്മയ്ക്കായി ഒന്നും ഇവിടെ അവശേഷിക്കുകയില്ല. ദൈവം നിയമിച്ച ഫോറസ്റ്റു ഗാർഡായിരുന്നു ചന്തു. അവൻ ആരിൽനിന്നും കൈക്കൂലി വാങ്ങിയിരുന്നില്ല. അവൻ ശമ്പളമോ ബത്തയോ കൈപ്പറ്റാതെ വനത്തിലെ വൃക്ഷങ്ങളെ പരിപാലിച്ചിരുന്നു. അവന് ദൈവഭയം ഉണ്ടായിരുന്നു. അവൻ കാട്ടുകള്ളന്മാർക്ക് ഒരു ഭീഷണിയായി മാറിയിരിക്കും.

കൂടെ വന്ന ഗോപാലൻനായർ പറഞ്ഞു,

"ഒരു ദിവസം ചന്തു കരിമല കയറിപ്പോയി. പിന്നെ തിരിച്ചുവന്നിട്ടില്ല." തൊട്ടപ്പുറം ജീവന്റെ അമൂല്യനിധികൾ കാത്തു പോകാൻ രാപകൽ കാവൽ നിൽക്കുന്ന കരിമല, കറുത്തു തഴച്ച കാടിനകത്തു നിലയ്ക്കാത്ത ജീവന്റെ മിടിപ്പ്. വെളുത്തു മെലിഞ്ഞ ദീർഘകായനായ ചന്തു ഏതോ വൻവൃക്ഷ ശിഖരത്തിൽ കയറിയിരുന്നു താഴെ നഷ്ടമായ തന്റെ ജീർണ്ണജഡം നോക്കി പൊട്ടിച്ചിരിക്കുന്നു.

❑

പൗലോസിന്റെ താവളം

കേരളത്തിലെ നക്സലൈറ്റ് തരംഗം അകർമ്മണ്യതയുടേയും നിരാസത്തിന്റേയും മണൽപ്പരപ്പിൽ തകർന്നടിഞ്ഞു. കാൽനൂറ്റാണ്ടിനു മുമ്പ് അതായിരുന്നില്ലല്ലോ അവസ്ഥ. തിരുനെല്ലിയിലെ നെല്ലോലകൾ വർഗ്ഗീസിന്റെ കഥ പിറുപിറുക്കുന്ന കാലം. ജനഹൃദയങ്ങളിൽ ഇടിമുഴക്കമായും വേനൽമഴയായും വർഗ്ഗീസ് തുടിച്ചുനിന്നു. അപ്പോൾ വർഗ്ഗീസില്ലായിരുന്നു. പോലീസ് സ്റ്റേഷന്നു സമീപത്തെ പാറ വർഗ്ഗീസിനു സ്മാരകമായി. സി.ആർ.പികൾക്കു സങ്കേതമായിരുന്ന ക്ഷേത്രപരിസരം, പൂജാരികൾ ശുദ്ധികലശം നടത്തി തിരിച്ചെടുത്തു.

'ആഗ്നേയ'ത്തിന്റെ തരികൾ മനസ്സിലെരിഞ്ഞു. ആ വേനലിൽ ഞങ്ങൾ കുറിച്യൻ അച്ചപ്പനോടു പറഞ്ഞു,

വർഗ്ഗീസിന്റെ താവളം കാണണം. എന്റെ കഥാനായകൻ പൗലോസിന്റെ സ്നേഹം മിന്നുന്ന കണ്ണുകളും ആത്മാർത്ഥത തുടിച്ചുനിന്ന വാക്കുകളുമുള്ള വർഗ്ഗീസ് അപ്പോഴും ബാവലിയുടെ തീരങ്ങളിലുടെ നടക്കുന്നുണ്ട്. വൃക്ഷത്തണലുകളിൽ ആദിവാസികളുടെ മദ്ധ്യത്തിലിരുന്നു നനുത്ത സ്വരത്തിൽ മോചനത്തിന്റെ സ്വപ്നങ്ങൾ നെയ്യുന്നുണ്ട്. വർഗ്ഗീസ് അവരുടെ ഹൃദയങ്ങളിൽ മരിക്കുകയില്ല. ഇന്നും ജീവിച്ചിരിക്കുന്നു. വർഗ്ഗീസിന്റെ അകന്ന സൗഹൃദം മാത്രമുണ്ടായിരുന്ന ഞങ്ങൾക്കുപോലും അവനെ മറക്കാൻ കഴിഞ്ഞിട്ടില്ലല്ലോ.

ഉലുവയുടെ മണമുള്ള പുന്നെല്ലരി ദോശയും വീര്യമേറിയ വയനാടൻ കാപ്പിയും കഴിച്ച് ഞങ്ങൾ പുല്പുരയിൽ നിന്നും പുറത്തിറങ്ങി. കാലിക്കോലുമായി കാത്തുനില്ക്കുന്ന അച്ചപ്പൻ.

"പോവുകയല്ലെ"?

"ഓ!"

മഞ്ഞുതുള്ളി തങ്ങിനില്ക്കുന്ന കറുകനാമ്പുകൾ ചവുട്ടി ഞങ്ങൾ വയൽ താണ്ടി. കാട്ടിറമ്പിൽ നിന്നു വഴികാട്ടി പറഞ്ഞു, ഇതാണ് പാത. ഒരു കറുത്ത

ഗുഹാക്ഷേത്രത്തിനകത്തേക്കെന്നപോലെ. ഇരുട്ടും തണുപ്പും പരകോടി ജീവജാലങ്ങളുടെ മന്ദ്രധ്വനിയും സംഘഗാനവും ഞങ്ങളെ എതിരേറ്റു. കരിയില മെത്ത വിരിച്ച കാട്ടുപാത. ഒരു മുയലിന്റെ ലാഘവത്തോടെ കരങ്ങളിൽ അമ്പും വില്ലുമേന്തിയ അച്ചപ്പൻ. ചുരുങ്ങിയ കാലത്തെ ശിക്ഷ കഴിഞ്ഞ് നക്സലൈറ്റു കേസിൽ നിന്നു പുറത്തുചാടിയതായിരുന്നു അവന്റെ വലിയച്ഛൻ.

കാട്ടുപാത അറ്റമില്ലാത്ത ഒരു തുരങ്കമായി –

അച്ചപ്പൻ പറഞ്ഞു.

– ശബ്ദിക്കരുത്. ആനയുണ്ടാവും. നരിയുണ്ടാവും. മിണ്ടാതെ നടന്നാൽ കുറെപ്പേരെ കാണാം. കാട്ടുകിളികളുടെ പാട്ടുകേൾക്കാം. മലയണ്ണാൻ പെരുമ്പറ മുഴക്കുന്നതു കേൾക്കാം.

ചാരവൃത്തിയിലേർപ്പെട്ടവരെപ്പോലെ ഞങ്ങൾ നിശ്ശബ്ദരായി. ഞാൻ, ഭർത്താവ്, ഞങ്ങളുടെ ആതിഥേയന്റെ മിടുക്കനായ മകൻ – ആറുവയസ്സുകാരൻ. ഒരു വ്യാമോഹത്തിന്റെ പേരിൽ മാരീചന്റെ പുറകെപ്പോവുന്ന അനുഭവം.

ഇരുട്ടാൻ തുടങ്ങുമ്പോൾ താഴ്വരയിറങ്ങിയ ഞങ്ങളുടെ മുമ്പിൽ, ഞങ്ങളെത്തേടി നാലുപാടും കാടുകേറി ഇറങ്ങിയ ഗ്രാമീണരും ആതിഥേയനും സ്തബ്ധരായി നില്ക്കുന്നു! ഞങ്ങളുടെ ഒരു രോമത്തിനു പോലും പോറലേല്ക്കാത്തതിൽ ആശ്വസിക്കുന്നു. അവരുടെ ദീർഘനിശ്വാസത്തെ കനിവേറിയ വനമാരുതന്റെ അരുമയോടെ ഏറ്റെടുക്കുന്നു. മനസ്സിലിരിക്കുന്ന വർഗ്ഗീസിനോട് ഞാൻ പറഞ്ഞു.

“സുഹൃത്തേ ആയിരമായിരം നന്ദി. കുറെ കുറെ കണ്ണീരും. എന്റെ അശ്രുപൂജ സ്വീകരിച്ചാലും!”

സൂര്യനെവിടെ നില്ക്കുന്നു എന്നറിഞ്ഞു. കാലുകൾ വേദനിക്കുന്നുണ്ട്. നഗരപാതയിലെ ബസ്സ്സ്റ്റോപ്പുവരെ മാത്രം നടന്നു ശീലിച്ച ഞങ്ങൾ ഈ കൊച്ചു മിടുക്കന്റേയും വനചാരിയുടേയും മുമ്പിൽ തോറ്റുപോവുമോ? ഇല്ല. പഠിക്കുന്ന കാലത്ത് പിറന്ന ഗ്രാമത്തിൽ നിന്നും പട്ടണത്തിലേക്കും പട്ടണത്തിൽ നിന്നും തിരിച്ചും അഞ്ചും അഞ്ചും പത്തുനാഴിക നടന്ന ഒരു ശീലം മുടക്കുമുതലായുണ്ട്. ദാഹിക്കുന്നു. താഴ്വരയിലേക്കു കുതിച്ചു തുള്ളിപ്പാഞ്ഞു പോകുന്ന ഒരു കാട്ടരുവിയുടെ ശബ്ദം കേൾക്കാം. ശബ്ദം കൊണ്ട് ദാഹം വർദ്ധിക്കുന്നതല്ലാതെ കുറയുന്നില്ല. ശീതക്കാറ്റ് പറഞ്ഞു, സാരമില്ല. വർഗ്ഗീസിന്റെ ഓർമ്മ വിളിച്ചു; വരൂ, വരൂ... ഞാനിവിടെയുണ്ട്. സുഹൃത്തേ, താങ്കൾ ഈ ഗ്രാമത്തിലും വനമേഖലയിലും നിറഞ്ഞുനില്ക്കുന്നുവല്ലോ.

പൊടുന്നനെ ഞങ്ങൾ വറ്റിവരണ്ട ഒരു കാട്ടുചോലയുടെ ശ്മശാനതടത്തിലെത്തി. മഴക്കാലം കഴിഞ്ഞാൽ മരിച്ചുവീഴുന്ന ഒരു നീർച്ചോല. ചോലയുടെ ഓർമ്മ.

അച്ചപ്പൻ പറഞ്ഞു.

“ഇതാ ഈ അരുവിയിലൂടെ കഴിഞ്ഞ കന്നിമാസത്തിൽ വർഗ്ഗീസിന്റെ സുഹൃത്തിന്റെ തലയോട് ഗ്രാമത്തിലേക്കൊഴുകിവന്നു. മാരകമായ മുറിവേറ്റ സുഹൃത്ത് അവസാനം മരണത്തിനു കീഴടങ്ങിയിരുന്നു...

ഞങ്ങൾ ശബ്ദിച്ചില്ല. വഴികാട്ടിയുടെ പുറകെ മലമൂടി കയറാൻ തുടങ്ങി. നിത്യഹരിത വൃക്ഷങ്ങളുടെ സാമ്രാജ്യത്തിന്റെ അതിർ താണ്ടുകയായിരുന്നു ഞങ്ങൾ. കയറ്റം. പുല്ലുമേട്, കൊടുമുടി, കമ്പമല, നിറുകയിൽ അഗ്നിയുടെ ആണിയടിച്ചു കയറ്റുന്ന മീനവെയിൽ. സ്നേഹം തണുത്തുറഞ്ഞു കിടന്ന മനസ്സിന്റെ പിൻബലത്തിൽ പിന്നേയും കയറ്റം. വന്യമൃഗങ്ങളുടെ കേളീരംഗം. മരക്കൊമ്പുപിടിച്ച് ഊഞ്ഞാലാടുന്ന മാൻ ആട്ടം നിറുത്തി മിന്നിമായുന്നു. പരസ്പരം കുത്തുകൂടിയ കൊമ്പൻമാരുടെ രണഭൂമിയിൽ ചുവന്ന മണ്ണു കിളറിയിരുന്നു. ഞങ്ങൾ വിട്ടുപോന്ന വനഗ്രാമത്തിലേക്ക് അല്പം ഉൾക്കിടില ത്തോടെ മിഴിയയച്ചു. വനനിരകൾ കൈകോർത്തു പിടിച്ചു തടവിലാക്കിയ ഇത്തിരി വട്ടം നെല്പാടം. ഒരു ഗ്രാമം.

ഇത്രയും ഉയരം നമ്മൾ താണ്ടിയോ?

സ്നേഹത്തിന്റെ ബലം. ഓർമ്മയുടെ കരുത്ത്.

ആകാശത്തിലെ കൊടിക്കൂറകളെ കൈനീട്ടി തൊടാം. പുൽമേട് വെയിലിന്റെ ലഹരി കുടിച്ചു മയങ്ങിക്കിടക്കുന്നു.

“ഇതാണ് കമ്പമല!” അച്ചപ്പൻ പറഞ്ഞു. ഒരു കമ്പത്തിനു പുറകെ പന്തം പിടിച്ചു പാഞ്ഞുപോയ ഒരു കാലഘട്ടത്തിന്റെ ചെറിയ താവളങ്ങളിലൊന്ന്.

അച്ചപ്പൻ പറഞ്ഞു, “നിങ്ങൾക്കു ദാഹിക്കുന്നു. ഇല്ലെ!”

പറയാതിരിക്കുകയാണ് ഭംഗി. വൃക്ഷങ്ങൾ ശോഷിച്ച, കാട്ടുപുല്ല് മാത്രം വളർന്നുനില്ക്കുന്ന ഈ കൊടുമുടിയിലെവിടെ വെള്ളം?

അച്ചപ്പൻ പുല്ലുകൾ വകഞ്ഞു മലമൂടിയുടെ എതിർവശത്ത് ഒരുങ്ങിപ്പുറ പ്പെടുന്ന ഒരു നീരരുവിയുടെ ചാരത്തുചെന്നു. കാട്ടുകൂവയുടെ ഇലകൾ കൂമ്പിളുകോട്ടി മധുരജലം കോരിയെടുത്തു. വീണ്ടും വീണ്ടും. വർഗ്ഗീസിന്റെ മനുഷ്യസ്നേഹത്തിന്റെ മധുരം. ആദിവാസിയുടെ ആത്മാർത്ഥതയുടെ ഉപ്പ്. പാഥേയം. അമൃതം.

എവിടെ?

മറുവശത്തുടെ ഇറങ്ങുമ്പോൾ കാണാം.

നമ്മുടെ സൂര്യനെവിടെ?

കൂടെ പടിഞ്ഞാറോട്ടു വരുന്നുണ്ട്....

ഇനി ഒരു മല കൂടി കയറാനുള്ള കരുത്ത് അവശേഷിക്കുന്നു. ദൂരെ, താഴെ കാടിറങ്ങിപ്പോവുന്ന കാലിക്കൂട്ടത്തിന്റെ ധൃതിപിടിച്ച മണിയൊച്ച.

വർഗ്ഗീസും കൂട്ടരും കഞ്ഞിവച്ചുകുടിച്ച മൺകോലങ്ങളേയും ഉപ്പ് സൂക്ഷിച്ച മുളങ്കുറ്റിയേയും കിടക്കാനുപയോഗിച്ച മരക്കമ്പുകളേയും കാലം കാത്തു സൂക്ഷിച്ചു വച്ചിരിക്കുന്നു. ഒരു സഞ്ചയനകർമ്മത്തിന്റെ വികാരബാഷ്പം ഞങ്ങളുടെ മിഴികളിൽ നിറയുന്നു. ആരും ഒന്നും പറയുന്നില്ല. ആർക്കും മിണ്ടാനാവുന്നില്ല. കരിക്കട്ടകൾ ചിതറിക്കിടക്കുന്ന തറയിൽ കാലം വീണ്ടും കുറേ കരിയിലകൾ വീഴ്ത്തിയിരിക്കുന്നു. ജീവിതത്തിന്റെ ക്ഷുദ്രത ഞങ്ങളെ അവിടം വിടാൻ പ്രേരിപ്പിക്കുന്നു. പ്രിയപ്പെട്ട സുഹൃത്തേ, വിട!

ഇരുളാൻ തുടങ്ങുമ്പോൾ താഴ്‌വരയിറങ്ങിയ ഞങ്ങളുടെ മുമ്പിൽ, ഞങ്ങളെ ത്തേടി നാലുപാടും കാടുകേറി ഇറങ്ങിയ ഗ്രാമീണരും ആതിഥേയനും സ്തബ്ധ രായി നില്ക്കുന്നു! ഞങ്ങളുടെ ഒരു രോമത്തിനുപോലും പോറലേല്ക്കാത്ത തിൽ ആശ്വസിക്കുന്നു. അവരുടെ ദീർഘനിശ്വാസത്തെ കനിവേറിയ വന മാരുതന്റെ അരുമയോടെ ഏറ്റെടുക്കുന്നു. മനസ്സിലിരിക്കുന്ന വർഗ്ഗീസിനോട് ഞാൻ പറഞ്ഞു.

“സുഹൃത്തേ, ആയിരമായിരം നന്ദി. കൂടെ കുറെ കണ്ണീരും. എന്റെ അശ്രു പൂജ സ്വീകരിച്ചാലും!”

❑

ഇരുപത്തിനാലു വർഷങ്ങൾക്കു മുമ്പ്

അന്ന് ഞാൻ നെല്ല് എഴുതാനുള്ള ശ്രമത്തിലായിരുന്നു. 'നെല്ലി'ന്റെ നാട്ടിൽ. കാട്ടിൽ. കാട്ടിന്റെ നടുവിൽ കുടുങ്ങിപ്പോയ ഒരു സമൂഹത്തിൽ. നാലുപാടും മരതകപ്പച്ച പുതച്ചുനില്ക്കുന്ന വന നിരകൾ. നടുവിലൊരു തടാകപ്പരപ്പു പോലെ പച്ച വയലുകൾ. വയലുകൾ വിളഞ്ഞിരുന്നില്ല. വയലോരങ്ങളിൽ വൈക്കോൽ പുതച്ച കൂരകൾ നേരത്തേതന്നെ ഉറക്കമായിരുന്നു. ഞങ്ങൾ, ഞാനും ഭർത്താവും കൈക്കുഞ്ഞും എന്റെ സഹോദരനും സഹോദരിയും.

തിരുനെല്ലിയിൽ ഞങ്ങൾക്ക് താമസിക്കാൻ കിട്ടിയ അതിഥിമന്ദിരം ഒരു മാളിക ആയിരുന്നു. പണിതീരാത്ത ഒരു പത്തായപ്പുരയുടെ മുകൾനില. കോണി താഴെ, പ്രധാനകെട്ടിടത്തിന്റെ മുറ്റത്തുനിന്ന്. കോണി എന്നു പറഞ്ഞാൽ ഉരുളൻ തടിക്കഷ്ണങ്ങൾ കൊണ്ട് പണിത ഒരു സാധാരണ കോണി. കൈവരി ഉണ്ടായിരുന്നില്ല. സഹായത്തിന് ഒരു കയർ ഞാത്തി ഇട്ടിരുന്നു. അത് ഉപയോഗിക്കുന്നവർ വിരളമായിരിക്കണം. കാരണം പുകക്കരിയും മാറാലയും പിടിച്ചിരുന്നു. നഗരവാസികളായ ഞങ്ങൾക്ക് കയറിന്റെ സഹായമില്ലാതെ കോണി കയറാൻ പറ്റുമായിരുന്നില്ല.

തടിയിൽ പണിത മാളികയിൽ ഞങ്ങൾ താമസമാക്കി. തറയും ഭിത്തികളും തടിയിൽ തീർത്ത പത്തായപ്പുര മാളികയുടെ രണ്ടു കിടപ്പറകൾക്കും കതകുകളോ ജനൽപ്പാളികളോ ഉണ്ടായിരുന്നില്ല. തുറന്ന വരാന്ത.

ഏപ്രിൽ മാസത്തിലെ വേനലിൽനിന്ന്, നഗരത്തിൽനിന്ന് രക്ഷപ്പെട്ടെത്തിയ ഞങ്ങളെ കാട്ടുപാതയിലെ ആലിപ്പഴവർഷമാണ് ആദ്യം എതിരേറ്റത്. ജീപ്പ് ഒരു കാട്ടുപൂച്ചയെപ്പോലെ കാറിക്കുരച്ചു. ഹിമക്കട്ട വീണ് ജീപ്പിന്റെ ടാർപോളിൻ തകരുമെന്നു തോന്നി. പുറകെ കോരിച്ചൊരിയുന്ന മഴയെത്തി.

വനമദ്ധ്യത്തിൽ വഴിമുട്ടിപ്പോയ ഞങ്ങളെ ജീപ്പ് ഡ്രൈവറുടെ കാതരശബ്ദം അസ്വസ്ഥരാക്കി. സന്ധ്യ. കൊടുങ്കാറ്റ്. കോരിച്ചൊരിയുന്ന മഴ. മഴയുടെ ഇരുണ്ട തിരശ്ശീലയ്ക്കപ്പുറം ഒരു കൊമ്പനാനയോ ഒരു കൂട്ടം ആനകളോ നില്പുണ്ടാവും. നരിയും ഉണ്ടാവാം. 'നരിനിരങ്ങി'മലയുടെ പള്ളയിലൂടെയാണ് ഞങ്ങളുടെ യാത്ര.

ഇടിയോടുകൂടിത്തുടങ്ങിയ മഴ ശമിച്ചു. കാട്ടാളന്റെ പുഞ്ചിരിപോലെ ഇടയ്ക്കിടെ മിന്നൽ. കാടിന്റെ ഭീകരതയും പരസഹസ്രം സങ്കീർണ്ണസ്വരങ്ങളും ഒരു അഭൗമിക പരിവേഷം ചമച്ചു. അങ്ങനെ എത്തിച്ചേർന്നിരിക്കയാണ് ഞങ്ങളീ താവളത്തിൽ. നേരാംവണ്ണം വാതിലുകളും കതകുകളും ഘടിപ്പിച്ചിട്ടില്ലെങ്കിലും, കോണിയില്ലെങ്കിലും ഇതൊരു സ്വർഗ്ഗം തന്നെ.

മാളികയുടെ കീഴെ വിശാലമായ കളത്തിൽ പോയവർഷം കൊയ്തിട്ട കറ്റകളുടെ ഓർമ്മകൾ. പഴയ വൈക്കോൽ, പഴഞ്ചാക്കുകൾ, കീടനാശിനിയുടെ ഡബ്ബകൾ. മറ്റൊരു വശത്ത് ഒരു വലിയ അടുപ്പ്. ഞങ്ങൾ താമസം ആകും വരെ ആ അടുപ്പ് എരിഞ്ഞിരുന്നു. ഞങ്ങൾ ചെല്ലുമ്പോഴും അടുപ്പുകല്ലുകൾക്ക് ചൂടുണ്ടായിരുന്നു. അവിടെ വെടിക്കാരൻ തോമസിന്റെ കരിങ്കുരങ്ങുലേഹ്യം തയ്യാറാക്കുകയായിരുന്നെന്ന് കാര്യസ്ഥൻ ഗോപാലൻ പറഞ്ഞു.

വീട്ടമ്മ നങ്ങേമ നാട്ടിൽ പോയി. വീട്ടുകാവലിന് അരിവയ്പുകാരൻ നാരായണൻ. ഇപ്പോൾ നാരായണന് ജോലിയൊന്നുമില്ല. നങ്ങേമ അന്തർജ്ജനത്തിന്റെ കായ്കറിത്തോപ്പു നനയ്ക്കണം. അരിവച്ചുണ്ട് രാവും പകലും കിടന്നുറങ്ങണം.

രാവിലെ കുട്ട നിറയെ തുടുത്ത ബീറ്റ്റൂട്ടും മുഴുത്ത കാബേജും പയറും അമരയും ചീരയും വഴുതനങ്ങയും പറിച്ചുകൊണ്ടുവന്ന് നാരായണൻ പറഞ്ഞു.

-ഇഷ്ടം പോലെ ഉപയോഗിക്കാം. ഇവിടെ കാശുകൊടുത്തു വാങ്ങാൻ പച്ചക്കറിക്കടകളില്ല.

നല്ലത്.

കാര്യസ്ഥൻ ഗോപാലൻനായർ ഒരു പറ അരി കൊണ്ടുവന്നു. നല്ല നാടൻ കൈക്കുത്തരി. ഭൂമിയുടെ ഹൃദയത്തിന്റെ നിറം പകർന്ന അരി. മണ്ണിന്റെ മണമുള്ള അരി.

വിറകും തീപ്പെട്ടിയും വന്നു. ഉണ്ണാൻ ഇലകളെത്തി. വേണമെങ്കിൽ ഗോപാലനെ അരിവയ്പുകാരനാക്കാം.

വേണ്ട. ഞങ്ങൾ സ്വയം ചെയ്തതോളാം. മുറ്റത്തേയ്ക്ക് മുളമ്പാത്തിയിലൂടെ ഓടിയെത്തുന്ന ചോലവെള്ളം ഹിമശീതളം. വയൽക്കരയിൽ കബനീനദിയുടെ കൈവഴി. ഒരു മാസമല്ല. വേണമെങ്കിൽ രണ്ടുമാസം ഇവിടെ കഴിയാം. വേനലവധി. കുളിർ മഞ്ഞ്. ശൈത്യം പുതപ്പിക്കുന്ന രാവുകൾ. വിളിച്ചുണർത്താൻ ചെണ്ട കൊട്ടുന്ന മലയണ്ണാൻ. പാട്ടുപാടുന്ന എണ്ണമറ്റ കിളികൾ. അന്തരീക്ഷം മുഴുവനും പൂവിതൾ വാരിയെറിയുന്ന ശലഭങ്ങൾ, തുമ്പികൾ, സന്ധ്യയ്ക്ക് വയൽ വരമ്പിലൂടെ നീങ്ങുന്ന ആദിവാസിപ്പെൺകൊടികൾ, അവരുടെ മഞ്ഞ, പച്ച, ചുകപ്പു ചേലകൾ, അനന്തമായ ഹരിതാഭയ്ക്ക് ചിത്രവേല ചെയ്യുന്നു.

അങ്ങനെ ഒരു ദിവസം, രണ്ടു ദിവസം, മൂന്നു ദിവസം.

കരിങ്കുരങ്ങുരസായനക്കാരൻ തോമസുചേട്ടൻ വന്നന്വേഷിക്കുന്നു- എന്തെങ്കിലും?.... വേണ്ട.

നാലാമത്തെ രാത്രി. നല്ല തണുപ്പ്. നേരത്തെ അത്താഴം കഴിച്ചു. ഒരു മുൻകരുതലിന് അടുപ്പിൽ വെള്ളമൊഴിച്ചു. കോണികയറി മുകളിലെത്തി. പെട്ടെന്നുറങ്ങി. കുഞ്ഞ് ശാന്തയായിരുന്നു. അവൾ ഒരിക്കലും കരഞ്ഞു ബഹളമുണ്ടാക്കുന്നവളായിരുന്നില്ല.

ഉറക്കത്തിന്റെ മൂടുപടം തുളച്ച് ഒരാർത്തനാദം. തുറന്നിട്ട കതകിലൂടെ തീ! പടർന്നുയരുന്ന തീ! തീ പ്രധാനകെട്ടിടത്തെ വലയം ചെയ്യാറാവുന്നു. ആളിപ്പടരുന്ന അഗ്നിക്കു ചുറ്റും മാറത്തലച്ചു മണ്ടിനടക്കുന്ന ഗോപാലൻ. ഞങ്ങളുടെ കെട്ടിടം വൈക്കോൽ മേഞ്ഞതാണ്. ഞങ്ങളുടെ കോണിയിറങ്ങുന്നിടത്ത് പ്രധാനകെട്ടിടത്തിന്റെ തെക്കേ മൂല. സംഭവിക്കാൻ പോകുന്ന വിപത്തിന്റെ ചിത്രം മനസ്സിൽ അഗ്നി പരത്തുന്നു. എന്റെ സഹോദരൻ മെത്ത അപ്പാടെ എടുത്ത് താഴെ മുറ്റത്തിട്ടു. അതിന്മേലെ ചാടിവീണു. കയറിന്റെ സഹായത്തോടെ കൈക്കുഞ്ഞിനെ ഏന്തി ഞങ്ങൾ കോണി ചാടിയിറങ്ങി.

കളമുറ്റത്തെ മാഞ്ചോട്ടിൽ നിന്ന് ഞങ്ങൾ നങ്ങേമ അന്തർജ്ജനത്തിന്റെ കെട്ടിടത്തെ തീ വിഴുങ്ങാനൊരുക്കം കൂട്ടുന്നതു കണ്ട് ചകിതരായി. ഗ്രാമം മുഴുവനും ഉണർന്ന് ആർത്തലച്ചെത്തി. അകലെ നിന്ന് പുകയുടെ മണം പിടിച്ച് അഗ്നിയുടെ കണ്ണുകണ്ട് പാഞ്ഞെത്തിയവർ. അവർ അഗ്നിയെ കീഴടക്കി. നേരം പുലരുന്നു. കുളിർന്നു വിറച്ചുകൊണ്ട് മാഞ്ചോട്ടിൽ നിന്ന് ഞങ്ങൾ ഒരു രാത്രി അവസാനിപ്പിച്ചിരിക്കുന്നു. ആർത്തലച്ച് അവശനായ ഗോപാലൻ അടുക്കളപ്പുറം മാത്രം എരിഞ്ഞമർന്ന കെട്ടിടത്തിന്റെ ഉമ്മറത്തുകയറി ംകിടക്കുന്നു. അവൻ പറഞ്ഞുകൊണ്ടിരുന്നു, ഉമിയുടെ അടുത്ത് വെണ്ണീറിട്ടാൽ (ചാരം), തീയുണ്ടാവുന്നതെങ്ങനെ?

❑

മമ്മദ് മാപ്പിള തന്ന മത്തപ്പൂക്കൾ

പിന്നീട് എത്രയോ കുന്നുകളും താഴ്വരകളും കേറിയിറങ്ങി. തരിശിൽ ചിരിച്ചുനിന്ന തുമ്പപ്പൂവുകളും അരിപ്പൂച്ചെടികളും തേടിപ്പോയി. പാറക്കല്ലുകൾ ചിതറിക്കിടക്കുന്ന മാലൂർകുന്നിന്റെ മുതുകിലൂടെ തെച്ചിപ്പൂ തേടി നടന്നു. മലയിറങ്ങി, കൃഷ്ണക്കടവിന്റെ തീരത്തൂടെ അതിരാണിപ്പൂ പറിക്കാനോടി എപ്പോഴും അവസാനം എത്തിച്ചേരുക, മമ്മദ് മാപ്പിളയുടെ വീട്ടുവളപ്പിലാണ്. ദൂരങ്ങളിൽ നിന്നു വരുന്നവർ അവിടം കണ്ടെത്തിയിരുന്നില്ല. മമ്മദ് മാപ്പിള മത്തപ്പൂവും ചുരങ്ങാപ്പൂവും കോളാമ്പിപ്പൂവും പറിച്ച് വലിയൊരു പാൽ ച്ചേമ്പിലയിൽ വച്ചിരിക്കും. അദ്ദേഹം ഞങ്ങളുടെ കുടുംബസുഹൃത്തും അച്ഛന്റെ ചങ്ങാതിയും നാട്ടിലെ ഏക പച്ചക്കറികൃഷിക്കാരനുമായിരുന്നു. മമ്മദ്മാപ്പിളയുടെ വളപ്പിലെ മത്തപ്പൂ കൊടികുത്താതെ ഞങ്ങളുടെ പൂക്കളം ചിരിച്ചിരുന്നില്ല. മമ്മദ് മാപ്പിള കൊണ്ടുവരുന്ന പച്ചപ്പയറും വെണ്ടയ്ക്കായും ചീരയും പച്ചമുളകുമില്ലാതെ ഓണസദ്യ പൂർത്തിയാവുകയില്ല.

ഇപ്പോഴോ? മത്തനല്ലാതെ മത്തപ്പൂ കണ്ട കാലം മറന്നു. അങ്ങാടി മത്തൻ കായ്ക്കുന്നത് ഒരു വള്ളിയിൽ വിടർന്ന പൂവിലാണെന്നു പോലും കുട്ടികൾക്കറിഞ്ഞുകൂട. മമ്മദ് മാപ്പിളയുടെ വീട്ടുവളപ്പു നിറയെ വീടുകൾ, പലതരം, മത്തവള്ളി പോയിട്ട് ഒരു മുളകു തയ്യ് പോലും ഇപ്പോൾ അവിടെ വളരുന്നില്ല. മമ്മദ് മാപ്പിളയോടൊപ്പം ഒരേ കാലഘട്ടത്തിന്റെ സംസ്ക്കാരവും മണ്ണടിഞ്ഞു പോയി.

ഏറ്റവും ആശ്ചര്യകരം ഇപ്പോൾ ഓണക്കാലത്ത് മഞ്ഞുപെയ്യുന്നില്ല എന്നതാണ്. ഇന്നു കാലത്തും എന്റെ വീട്ടുകാർ (കുട്ടികളല്ല) ഇറുത്തെടുത്തു പൂമുഖത്തു കൊണ്ടുവന്ന പൂക്കളുടെ മുഖത്തുനോക്കി ഞാൻ ദുഃഖിച്ചു. മഞ്ഞുനീരിന്റെ പരിശുദ്ധി വീഴാത്ത പൂവുകൾ. മഞ്ഞുപെയ്യുന്ന പ്രഭാതങ്ങളിൽ രാവിന്റെ ഇരുട്ട് പുതച്ചുറങ്ങുന്ന ഇടനാഴികളിൽ സർപ്പങ്ങളുണ്ടാവും എന്ന് അച്ഛനുമമ്മയും ഓർമ്മിപ്പിക്കാറുണ്ടായിരുന്നു. പുലർന്നിട്ടു പൂ പറിക്കാൻ പോയാൽ മതി. ആ വാക്കുകൾ പതിവുവാക്കുകളായി മാറി. പുലരും മുമ്പ് ഇറങ്ങിയില്ലെങ്കിൽ അടുത്ത ഗ്രാമത്തിൽ നിന്നും വരുന്ന ആൺകുട്ടികൾ

പൂവും കൊണ്ടുപോകും. വിടരുന്ന പൂക്കൾക്ക് ഇളംവെയിൽ, നിറം പകരുന്നതിന്നു മുമ്പാണ് ഞങ്ങൾ അവ പൂക്കൂടയിലാക്കിയിരുന്നത്. മുറ്റത്തു കൊണ്ടുവന്നു ചേമ്പിലകളിൽ ചൊരിയുമ്പോൾ എന്തൊരു വർണ്ണപ്പൊലിമ.

ഇന്നു വേലികളും ഒടിച്ചുകുത്തിപ്പൂക്കളും ഇല്ല. ചിലയിനം വേലിപ്പൂക്കൾ ഞങ്ങൾ തോട്ടത്തിൽ നട്ടുപിടിപ്പിച്ചിരിക്കുന്നു. ഓർക്കിഡുകൾ സാമ്രാജ്യം സ്ഥാപിക്കുന്ന ഇക്കാലത്തേയ്! ആരും അറിയണ്ട! തമിഴ്നാട്ടുകാരനൊരു പയ്യൻ ഇന്നും ഈ വീട്ടുപടിക്കലൂടെ കടന്നുപോയി. മുല്ലപ്പൂ ലിറ്ററിന്ന് പത്തു രൂപ! വിലകൊടുത്തു സ്നേഹം പോലും വാങ്ങാവുന്ന ഇക്കാലത്ത് ഓണപ്പൂ വാങ്ങില്ലെന്ന് എന്റെ പഴഞ്ചൻ മനസ്സിന്റെ ശാഠ്യം. ഒരാത്മ സംതൃപ്തിക്ക് ഇപ്പോഴും കുട്ടിയായ എന്റെ കൂട്ടുകാരൻ പുലരുംമുമ്പ് പൂവിറുത്ത് ഉമ്മറത്ത് ഒരുക്കിത്തരുമ്പോൾ, ഞാനെന്തിന് അങ്ങാടിപ്പൂ തേടിപ്പോകണം! ഇതാ, ഇന്നു പൂരാടം നാൾ. ഉച്ചയായിട്ടും എന്റെ പൂക്കളത്തിലെ പൂവുകൾ വാടിയിട്ടില്ല.

ഇനിയുമുണ്ട് വിശേഷം. ഒന്നാം കോഴി കൂവുമ്പോൾ പൂ പറിയ്ക്കാനിറങ്ങിയിരുന്ന കാലം. ഇപ്പോൾ കോഴികൾ കൂവാറുണ്ടോ? കൂവാനവറ്റയ്ക്കു കെല്പില്ല എന്നതാണ് പരമാർത്ഥം. അവയും നമ്മുടെ ചെറുപ്പക്കാരെപ്പോലെ സർഗ്ഗാത്മകത നഷ്ടപ്പെട്ടവരാവുകയാണോ? അഥവാ കൂവിയതു കൊണ്ടും ഒന്നും നേടാനില്ലെന്ന മോഹഭംഗമോ? കൂവാനും കൂലി കൊടുക്കേണമോ?

❑

ഗൃഹാതുരതയുടെ ഓണം

കെട്ടിടംപണി അവശേഷിപ്പിച്ച ഇഷ്ടികത്തുണ്ടുകൾക്കിടയിൽ ഒരു തുമ്പച്ചെടി മുട്ടിന്മേൽ പരവശയായി നില്ക്കുന്നതുകണ്ടു വിഷമമായി. അതീവ ദുർബല. തണ്ടെല്ലിനു വളവ്. വിളർപ്പ്. നാലോ അഞ്ചോ ഇലകൾ, പേരിനൊരു തുമ്പക്കുടം ചുമന്നുകൊണ്ട്. കല്ലും മുള്ളും മാറ്റി ഞാൻ അതിനെ രക്ഷിക്കാൻ ശ്രമിച്ചു. പക്ഷേ, അത് അതിജീവിച്ചില്ല. മരിച്ചു. സൂര്യപ്രകാശത്തിന്റെ പ്രിയസഖിയാണ് തുമ്പ. തുറസ്സ്, വൃത്തി എല്ലാം വേണം. ഇനി എന്റെ ദേശത്ത്, ഈ നഗരപ്രാന്തത്തിൽ ഒരൊറ്റ തുമ്പച്ചെടിയും തലകാണിക്കുകയില്ല. ഓണം കാണാൻ കഴിയുക, അങ്ങാടിപ്പൂക്കളുടെ മുഖത്തുമാത്രം. കുട്ടിക്കാലത്ത് ഈ മലഞ്ചെരിവാകെ ഒരു തുമ്പക്കടലായിരുന്നു. കൂട്ടത്തോടെ ഇറങ്ങുന്ന കുട്ടികൾ നാലും അഞ്ചും പൂവട്ടികൾ വീശിനിറച്ചിരുന്നു. പൂക്കളത്തിലെ റാണിയെന്നും വെള്ളപ്പട്ടുടുത്ത തുമ്പയായിരുന്നു. ഒരു വലിയ ചേമ്പിലയിൽ കൊട്ടുന്ന തുമ്പപ്പൂക്കൂനയിൽ, തേൻ കുടിച്ചു ബോധംകെട്ടു കിടക്കുന്ന ഞങ്ങളുടെ തൃക്കാക്കരയപ്പനുണ്ടാവും. പച്ച രത്നക്കല്ലിൽ പൊൻപൊടി പതിച്ചതുപോലെ കുന്നിമണിയുടെ വലിപ്പമില്ലാത്ത തൃക്കാക്കരയപ്പൻ. പൂ പറിക്കുന്നതിന്നിടയിൽ ഒരു പച്ച രത്നക്കല്ലനങ്ങുന്നതു കണ്ടാൽ ഭാഗ്യമായെന്നു പെൺകുട്ടികൾ വിചാരിച്ചു.

ഒന്നാം കോഴി കൂകുന്നതു കേൾക്കുക, ഓണക്കാലത്തു മാത്രമാണ്. മണി നാല്-നാലര. അതിന്നുമുമ്പെ ഉണർന്നുകിടക്കും. പുലരാറായോ എന്ന കൂതൂഹലം. ആരെക്കാളും മുമ്പേ പൂ പറിക്കാനിറങ്ങണം. അതേ തീവ്രതയോടെ, ഇന്ന് നമ്മുടെ മക്കൾ കാത്തിരിക്കുന്നത് 'എന്റ്റൻസി'ന്റെ റിസൾട്ടറിയാനാണ്.

മഞ്ഞും ചാറ്റൽ മഴയും മാറിമാറിപ്പുതയ്ക്കുന്ന ചിങ്ങപ്പുലരികൾ കവിതാമയമായിരുന്നു. ഓണക്കാലം ജീവിതത്തിന്റെ കവിതക്കാലവുമാണല്ലോ.

കുരുത്തോല വെട്ടിയിറക്കിവച്ച്, ആവിയിൽ പുഴുങ്ങിയെടുത്ത് കുംഭവെയിലിലുണക്കി, സ്വർണനാടകളാക്കി ഭംഗിയായി ചീകിയെടുക്കുന്ന മുത്തശ്ശിയുണ്ടായിരുന്നു അന്ന്. അമ്മയാണെന്നെ മനോഹരമായ പൂവട്ടി

നെയ്യാൻ പഠിപ്പിച്ചത്. അങ്ങാടി വട്ടികൾക്ക് അഭംഗി. അഞ്ചിഞ്ചും അതിൽ കുറഞ്ഞതും മെടയുന്ന മനോഹരമായ പൂവട്ടികളുടെ കഴുത്ത് അമ്മ കുഞ്ഞു കുപ്പായങ്ങളുടേതുപോലെ ചരടിട്ടു മുറുക്കിയിരുന്നു. ഒരൊറ്റപ്പൂവും തൂവി പ്പോവാതെ വീശി നിറച്ചാലേ വേണ്ടത്ര തുമ്പപ്പൂക്കൾ വട്ടിയിൽ നിറയൂ. തുമ്പ യില്ലാതെന്ത് ഓണക്കളം.

കുട്ടികൾക്ക് സ്വാതന്ത്ര്യത്തിന്റെ പത്തു ദിനങ്ങൾ. പുലരും മുമ്പ് വീടുവി ട്ടിറങ്ങാം. ചവിട്ടീട്ടില്ലാത്ത കുന്നുകൾ കയറിമറിയാം. മലഞ്ചെരിവുകൾ താണ്ടാം. ആരുടെയും തോപ്പുകളിൽ പൂ തേടാം. ആരും ആരേയും തടുത്തിരുന്നില്ല. നായയുണ്ട് സൂക്ഷിക്കുക എന്ന ഭീഷണി ആരും മുഴക്കിയിരുന്നില്ല. ഭൂമിയും ആകാശവും, വായുവും, കാട്ടുചെടികൾ പോലും സ്വകാര്യസ്വത്തായി മാറിയ ഇക്കാലം ഓണത്തിനു പറ്റിയതല്ല, മാവേലി ക്ഷമിക്കട്ടെ.

മമ്മദ് മാപ്പിളയുടെ പറമ്പിൽ കയറാൻ ഞങ്ങളെല്ലാം മത്സരിച്ചു. മുറ്റത്തെ കണ്ണാടിക്കിണറും ചുറ്റും വൃത്താകൃതിയിൽ മനോഹരമായി വെട്ടിനിർത്തിയ കനത്ത മയിലാഞ്ചിമതിലും കാണാം. മയിലാഞ്ചിനിരപ്പിനുമേൽ കൈപ്പത്തി തടവി തൂമഞ്ഞ് കോരിയെടുക്കാം. പിന്നെ നക്ഷത്രപ്പൂക്കൾ എമ്പാടും വിരിഞ്ഞു നില്ക്കുന്ന, മത്തവള്ളികൾ വിതാനിച്ച വലിയ തോപ്പിലേക്ക്.

വരമ്പത്തു നിന്നാൽ മതി, പൂക്കൾ ഞാനിറുത്തുതരാം എന്നു മമ്മത് മാപ്പിള ഒരിക്കലും വിലക്കിയില്ല. വള്ളികൾ ചുറ്റിപ്പിണഞ്ഞതിലൂടെ കാലുകൾ ഉയർത്തിവച്ചു. അദ്ദേഹം വഴി തെളിച്ചു തന്നു. മത്തവള്ളികൾക്കു നോവരു തെന്ന് ഞങ്ങൾ സ്വയം പഠിച്ചു. ശീമച്ചേമ്പിന്റെ വലിയ ഇലക്കുമ്പിളിൽ നക്ഷത്ര ങ്ങളിറുത്തിട്ടു സന്തോഷത്തോടെ തിരിഞ്ഞു നടക്കുമ്പോൾ, അകത്ത് കട്ടൻ കാപ്പി ഉണ്ടാക്കുകയോ പുറത്ത് ആടിനെക്കറക്കുകയോ ചെയ്യുന്ന ആമിനുമ്മ ചിരിച്ചു.

കാപ്പി മേണോ മക്കളെ?

വേണ്ട കുളിക്കട്ടെ!

വിശാലമായ പറമ്പുകളിൽ ഒന്നോ രണ്ടോ വീതം കുടിയിരിപ്പുകാരുണ്ടാ യിരുന്നു. പട്ടികളെ തളച്ചിട്ട് അവർ സ്നേഹം പുതുക്കി. പാമ്പിനെ സൂക്ഷി ക്കണം എന്നു പറഞ്ഞു. ഒരൊറ്റപ്പാമ്പിനെയും ഞങ്ങൾ കണ്ടില്ല.

കുന്നിറങ്ങി മലഞ്ചെരിവിലൂടെ പുഴക്കരയിലേക്കുള്ള വഴി. അതിരാണി ക്കാട്. അതുപോലൊരു തെളിഞ്ഞ ഊതനിറം മറ്റെങ്ങും കണ്ടിട്ടില്ല. രണ്ടടി ഉയരത്തിൽ വളരുന്ന കരുത്തനായ ചെടിനിറയെ, അഞ്ചുദളങ്ങൾ ചേർന്ന കൊച്ചുകിണ്ണങ്ങൾ പോലെ ഒരു പൂവ്. നിറയെ പൂക്കൾ. റോസും മഞ്ഞയും പുണർന്ന മീശരോമങ്ങൾ, പിഴുതെടുത്താൽ പ്രത്യേകം കളങ്ങളുണ്ടാക്കാം. അരമണിക്കൂറിനകം ഇളം വയലറ്റ് പുതപ്പ് അപ്രത്യക്ഷമായി, ഭംഗിയില്ലാത്ത ചെടികൾ നിരക്കുന്നു. നാളെയും വരൂ എന്ന് തലയാട്ടുന്ന മൊട്ടുകൾ. ഞങ്ങ ളുടെ നേതാവ് ദേവദാസൻ ഒരിക്കൽ മൊട്ടുകൾ പറിക്കാൻ തുടങ്ങി.

മറ്റെല്ലാവരും കൂട്ടത്തോടെ എതിർത്തു. പിന്നീട് വർഷങ്ങൾക്കുശേഷം ദേവദാസേട്ടൻ ഇര തേടി നാട്ടിലേക്ക് കുടിയേറി. അവിടെ ഓണാഘോഷങ്ങൾ കാണും. ഓണമുണ്ടാവില്ല.

അവസാനം പുഴക്കര, അവിടെ മുളങ്കൂട്ടം. കുളക്കോഴികൾ. കണ്ണാടിപ്പുഴ. ഉയരങ്ങളിൽ ചുറ്റിപ്പടർന്ന് ഓറഞ്ചും മഞ്ഞയും പൂക്കൾ വിടർത്തി നില്ക്കുന്ന മേത്തോന്നിപ്പൂക്കൾ. അവ പുഞ്ചിരി കലർന്നൊരു ഭീഷണിയോടെ ഞങ്ങളെ വെല്ലുവിളിക്കും. വാസുദേവൻ പറയും, വേണ്ട ഞങ്ങൾക്കു വേണ്ട. കളിപ്പിക്കല്ലേ! മേത്തോന്നിയുടെ പൂക്കളും ചൊറിച്ചിലുണ്ടാക്കുമെന്ന് ഞങ്ങൾ വെറുതെ ഭയപ്പെട്ടതാണോ?

ഇല്ലിക്കൂട്ടത്തിൽ നീണ്ടു വെളുത്ത കുരുത്തോലവാലിളക്കിക്കിളികൾ മിന്നി മറഞ്ഞു. തത്തകൾ ഊഞ്ഞാലാടി, കര കര ചിലച്ചു.

വീണ്ടും കുന്നുകയറി, താഴ്വര താണ്ടി, വീട്ടിലേക്ക്. ആരാണ് കൂടുതൽ പൂപ്പറിച്ചതെന്ന് തർക്കം. തുമ്പപ്പൂ കൂടുതൽ പറിച്ചവൾ ഒന്നാമതെന്നു ശാഠ്യം. ആൺകുട്ടികൾ തുമ്പ പറിക്കാൻ മെനക്കെടില്ല. അവരുടെ വിരലുകളിൽ പൂവ് ചതയും. മുള്ളുള്ള അരിപ്പൂക്കാടുകളായിരുന്നു അവർക്ക്.

അവസാനം വീട്ടുപറമ്പിന്റെ ഓരത്തെ ഒടിച്ചുകുത്തി നിരയിലേക്ക്. കരിനീലക്കണ്ണു മിഴിച്ച്, ഉദിച്ചുയരുന്ന സൂര്യനെ നോക്കി നില്ക്കുന്ന ചെടികൾ. കുളിച്ചുതോർത്തീട്ടില്ല. മുടിത്തുമ്പിൽ നിന്ന് മഞ്ഞുവെള്ളം ഇറ്റുന്നുണ്ട്.

ഇനി ചായ കുടിച്ചിട്ട് പൂ പറിക്കാമെന്ന് മുത്തശ്ശി. വീട്ടുവളപ്പിലെ പൂവ് ആരും കവർന്നു കൊണ്ടു പോവില്ലല്ലോ.

എതിരാളിക്കൂട്ടങ്ങൾ, റോഡിന്നപ്പുറത്തുനിന്ന് എത്തീട്ടുണ്ടെന്ന് അയൽക്കാരൻ സാമിക്കുട്ടി. ശരിയായിരിക്കും. മനസ്സിൽ മാത്രമായി ഇന്ന് ഒടിച്ചുകുത്തി അവശേഷിക്കുന്നു. കന്മതിലുകൾ ചവിട്ടിത്താഴ്ത്തിയ ചെടികൾക്ക് ആര് അഭയം കൊടുക്കാൻ!

കട്ടൻകാപ്പിയിൽ നെയ്യുരുകുന്ന മണം കേട്ടുകൊണ്ട് അടുക്കളയിലെത്തുമ്പോൾ അമ്മ തലതൊട്ടുനോക്കുന്നു.

ഓണമാവുമ്പോൾ പനി തീർച്ച. ശരിയായിരുന്നു. ഞാനെന്റെ നാടും വീടും മാറീട്ടില്ല. പക്ഷേ, പട്ടണം നടന്നു വന്നു ഞങ്ങളുടെ ഗ്രാമപ്രദേശത്തെ കീഴടക്കി. വിഴുങ്ങി. ഓണത്തെ നവീന ഓണാഘോഷത്തിന്റെ കെട്ടുകാഴ്ചകൾ ചവിട്ടിമെതിച്ചു. വീടിനു നഷ്ടമായ ഓണം കാണാൻ ഞാൻ നാളെ നഗരഹൃദയത്തിലെ തെരുവിലിറങ്ങണം. ഓണത്തിനു ഹൃദയത്തിൽ സ്ഥാനമില്ലാതാക്കിയത് നാമോ? കാലമോ? കുട്ടികൾക്ക് പൂ പറിക്കാൻ ഒരു താത്പര്യവുമില്ല. അക്ഷരങ്ങൾ പെറുക്കിക്കൂട്ടുന്നതിൽ മുഴുകിയിരിപ്പാണവർ. മാതാപിതാക്കൾ തലയിൽ തൂവാലയിട്ട്, മുത്തച്ഛൻ മഫ്ളർ കെട്ടി, രാവിലെ ഇന്നും പൂവിറുക്കാനിറങ്ങുന്നുണ്ട്. സ്വന്തം തോട്ടത്തിലേക്ക്. ദീർഘനേരത്തെ

ക്ലേശം കൊണ്ട് ഇറുത്തെടുത്ത പൂക്കൾ ഉമ്മറത്തുവച്ച് മുത്തച്ഛൻ ചോദിക്കുന്നു. പൂവിടാനും ഞാൻ തന്നെ വേണോ കുട്ടികളെ? എവിടെ കുട്ടികൾ? അവർ സ്കൂൾ ബസ്സിന്നടുത്തേക്കോ റോഡിലെ ബസ്സ് സ്റ്റോപ്പിലേക്കൊ പരക്കം പായുന്നതിന്നിടയിൽ ഒന്നും കേൾക്കുന്നില്ല. വേദനിപ്പിക്കുന്ന ചുമടുകൾ താങ്ങി, അവരുടെ ജീവിതപ്പാതകൾ തേടി- കാലത്ത് അമ്പലത്തിൽ പോയി നാഗരികരുടെ കോളനി റോഡിലൂടെ ഞാൻ തിരിച്ചുവരുമ്പോൾ, വലിയ മതില്ക്കെട്ടിന്നപ്പുറത്തു നിന്ന് കോഴിബിരിയാണി ഹിമനിദ്രവിട്ടുണർന്ന് ചിറകടിക്കുന്ന ശബ്ദം. ഇന്നും നമുക്ക് ഓണമുണ്ട്.

❑

വേഷം മാറുന്ന ഓണം

ഓണമില്ലാത്ത തിരുനെല്ലി

ഓണമില്ലാത്ത ഒരു കേരളഗ്രാമത്തെപ്പറ്റി നിങ്ങൾക്ക് സങ്കല്പിക്കാനൊക്കുമോ? ഉണ്ട്. തിരുനെല്ലി. ആദിവാസിഗ്രാമം. ഒരു പിടി അമ്പലവാസികളും ഒരു കൂട്ടം ആദിവാസികളും അടങ്ങുന്ന വനഗ്രാമം. ഓണംകേറാമൂല എന്ന മലയാള പദപ്രയോഗം ഇന്നും സാർത്ഥകമായിരിക്കുന്നു.

അവിടെ എമ്പാടും തുമ്പപ്പൂക്കൾ ഇന്നുമുണ്ട്. ഓണത്തിന്റെ മധുരിമ മനുഷ്യർക്കു നൽകാൻ കഴിയാതെ വയൽവരമ്പുകളിൽ ആകാശം നോക്കി നെടുവീർപ്പിടുന്ന പൂവുകൾ. അവ ഒരിക്കലും വാടുന്നില്ല. എന്റെ തോന്നലാവാം വർഷത്തിൽ മുന്നൂറ്ററുപത്തഞ്ചു ദിവസം അവ പുഷ്പിച്ചു നില്ക്കുന്നു. തപസ്സ് മുടക്കാതെ.

ഓണമില്ലാത്ത ആ ഗ്രാമം എന്നെ, പലപ്പോഴും അസ്വസ്ഥമാക്കീട്ടുണ്ട്. 'താഴെ നാട്ടിൽ' നിന്നു വന്ന അമ്പലവാസികളെങ്കിലും ഓണം ആഘോഷിക്കേണ്ടതല്ലേ? എങ്ങനെ ആഘോഷിക്കും? ഓണത്തിനു വയലുകളിൽ ഞാറ് മുളച്ചിട്ടേ ഉണ്ടാവൂ. പൂക്കളും തുമ്പികളും പൂമ്പാറ്റകളും കിളികളും ഉണർന്നു കഴിഞ്ഞിട്ടില്ല. റേഷനരിയിൽ ഓണക്കോളെത്തുമ്പോൾ ആദിവാസി അറിയുന്നു. ഓണം വന്നിരിക്കുന്നു! അവരുടെ ജീവിതത്തിൽ ഒരിക്കലും ഓണമുണ്ടായിരുന്നില്ലല്ലോ. ഓണക്കോടിയും ഓണപ്പാട്ടും ഓണസ്സദ്യയുമില്ലാതെ നൂറ്റാണ്ടുകൾ താണ്ടി നഗരങ്ങളിലും പട്ടണങ്ങളിലും പഞ്ചായത്തുകളിലും ഓണമാഘോഷിക്കുന്നതിനെക്കുറിച്ചുള്ള വാർത്ത റേഡിയോവിലൂടെ കേട്ട് അവൻ കുടിലിൽ കുത്തിയിരിക്കുന്നു.

പണ്ടെന്നോ താഴ്വരയിലെ വേരു പറിച്ച് പർവ്വതനിരകൾക്കിടയിൽ കുടിയിരിക്കുന്ന തിരുനെല്ലിപ്പെരുമാളിന്റെ വരപ്രസാദം തേടിയെത്തിയ അമ്പലവാസികൾ, മാല കെട്ടിയും ചെണ്ട കൊട്ടിയും പൂജിച്ചും നിവേദ്യമർപ്പിച്ചും ദൈവത്തിനു സങ്കീർത്തനം ചൊല്ലുന്നതിനിടയിൽ അന്നദാതാവായ വയലിൽ കാട്ടാനയും പന്നിയും ഉഴവു നടത്തുകയാവുമോ എന്ന ദുഃസ്വപ്നത്തിൽ നിന്നു

ഞെട്ടി ഉണരുന്നു. പാരമ്പര്യവികാരങ്ങളുടെ കണിക മനസ്സിലവശേഷിച്ച ഒരു വീട്ടമ്മ, നൂറായിരം വീട്ടുജോലികൾക്കിടയിൽ ഒരുപിടി ചാണകം വാരി, മഴ വാലുന്ന മുറ്റത്തു തേച്ച്, നേരമുണ്ടെങ്കിൽ രണ്ടു തുമ്പക്കഴുത്തുകൾ പറിച്ചിട്ട് അടുക്കളയിലേക്ക് ധൃതിയിൽ കടന്നുപോകുന്നു. ചിലപ്പോൾ അതും ഉണ്ടാവില്ല. ഗ്രാമത്തിലെ ഒന്നോ രണ്ടോ പീടികക്കോലായയിൽ വന്നു വീഴുന്ന പത്രങ്ങളുടെ മുൻപേജിൽ ഓണക്കളം വിരിയുന്നത്. ഗ്രാമീണർ അദ്ഭുതത്തോടെ നോക്കി നില്ക്കുന്നു.

പാരമ്പര്യവും തൊഴിലും അന്നവും മനസ്സുമെല്ലാം ഓണമായിത്തീരുന്നു. ഓണത്തിനു കൊഴുപ്പും മിഴിവും നല്കുന്നു. ഇതൊന്നും ആദിവാസിയെ സംബന്ധിച്ച് ഓണപ്പൂവായി വിടരുന്നില്ല.

പൂത്തുലഞ്ഞ തേക്കിൻകാടും തളിർത്തു കൊഴുത്ത വനമേഖലയും ചിരിക്കാനോങ്ങുന്ന പൊന്തകളും മാവേലിയെക്കുറിച്ചുള്ള സ്വപ്നം രചിച്ച് മനുഷ്യനെ കാരുണ്യത്തോടെ തലോടുന്നു. പെയ്തൊടുങ്ങിയ കർക്കിടമഴയുടെ കാർക്കശ്യം തേച്ചുമാച്ചു കളയാൻ ചിങ്ങത്തിന്റെ പുള്ളിവെയിൽ. സ്കൂളിന്റെ തടങ്കലിൽ അകപ്പെട്ടുപോയ ആദിവാസി പൈതങ്ങളുടെ പാദങ്ങൾ തരിക്കുന്നു. ചേറ് വലിച്ചു കൂട്ടിയ പാടവരമ്പിലൂടെ ഭൂമി തൊടാതെ ഓടണം. പറക്കണം. ഇതിൽപരം എന്തോണം! മുളങ്കാടുകൾ കൂമ്പി ഉയർത്തിയ മധുരത്തിൽ, കല്ക്കണ്ടത്തിന്റെ ഒരു തുണ്ട്.

❑

അശ്വതിമോളും വെള്ളാനയും

വയനാട്ടിലൂടെ സഞ്ചരിക്കുമ്പോൾ കാണുന്ന പതിവു ദൃശ്യങ്ങളുണ്ട്.

നോക്കി നോക്കി കണ്ണുകഴച്ച് കാൽകുഴഞ്ഞ് അർദ്ധപ്രാണരായ ബസ്സ് യാത്രക്കാരുടെ കൂട്ടങ്ങൾ.

ചത്തുപോയ കെ.എസ്.ആർ.ടി.സി. ബസ്സുകളുടെ അനാഥപ്രേതങ്ങൾ. ജീവിതത്തിന്റെ പ്രധാന പങ്കും തെരുവോരത്തു ബസ്സ് കാത്തുനില്ക്കുന്ന ഗ്രാമീണരെക്കുറിച്ചു വേവലാതിപ്പെടേണ്ട കാര്യം അനന്തപുരിയിൽ ശയിക്കുന്ന ഉത്തമർണന്മാർക്കില്ല. ജനം ഇന്നും അധമർണർ.

മറ്റൊരു തമാശ ദൃശ്യം ഹൈവേയിലൂടെ പറക്കുന്ന ആനബസ്സും (ഇതിൽ ചിലപ്പോഴെല്ലാം സീറ്റുകളുടെ ആധിക്യം കാരണം യാത്രക്കാർക്കു സുഖമായുറങ്ങാം) ഇടവഴികളിലൂടെ, റോഡുകളെന്നു സങ്കല്പിക്കപ്പെടുന്ന ചെളിനിലങ്ങളിലൂടെ, പതറിച്ചാടിയും ഇഴഞ്ഞുനീങ്ങിയും യാത്രക്കാർ വിങ്ങിവീർപ്പുമുട്ടുന്ന പ്രൈവറ്റ് ബസ്സുകളും. മെയിൻ റോഡ് തോട്ടുതീണ്ടിക്കൂടാ. കാരണം അതു സർക്കാരെന്ന മുതലാളിയുടെ കൈവശമാണ്. ഇതിനു നമ്മൾ റൂട്ട് ദേശസാത്ക്കരണം എന്നു പറയുന്നു.

വയനാട്ടിൽ, അന്ത ദുരിതകാലത്ത് പ്രൈവറ്റ് ബസ്സ് സർവ്വീസ് ഒരു മനുഷ്യ കാരുണ്യ പ്രവർത്തനമായിരുന്നു. പി.ടി. ഉഷയാവാൻ ആഗ്രഹമേതും ഇല്ലാത്ത, പാവപ്പെട്ട കർഷകൻ, ഗർഭിണി, കുട്ടികൾ, ചുമടേന്തി പ്രാഞ്ചിയെത്തുന്ന ഗ്രാമീണൻ ഇവരെയെല്ലാം ക്ഷമയോടെ കാത്ത് ബസ്സിലേറ്റി ലക്ഷ്യങ്ങളിലെത്തിച്ചിരുന്ന ഒരു ഇമ്പിച്ചിക്കുട്ടൻ ഡ്രൈവറെ വയനാട്ടുകാർ, മാനന്തവാടിക്കാർ പലരും ഇന്നും ഓർക്കുന്നുണ്ടാവും.

മാനുഷികതയുള്ള കണ്ടക്ടർമാർ അര ടിക്കറ്റുകാരെ ഫുൾ ടിക്കറ്റുകാരാക്കാൻ വാശിപിടിച്ചിരുന്നില്ല. കിളികൾ ചുമട്ടുകാരെ സഹായിച്ചു. ഇന്നത്തെപ്പോലെ തരുണീമണികളുടെ വഴി മുടക്കിയിരുന്നില്ല. കുട്ടികളെ ഭ്രഷ്ടരാക്കിയുമില്ല.

ഇന്ന് ബസ്സ് സ്റ്റോപ്പിൽ ഒരു കൂട്ടയോട്ടം അരങ്ങേറുമ്പോഴെല്ലാം, ഒരു കെ.എസ്.ആർ.ടി.സി. ബസ് മുമ്പെ, എല്ലാവരെയും തോല്പിച്ച് ഓടിപ്പോവുന്നുണ്ട് എന്ന് ഉറപ്പിക്കാം.

ക്ഷേത്ര സങ്കേതത്തിൽ, ആകാശത്തിനു ചോട്ടിൽ ചേക്കേറുന്ന അശ്വതി മോളെ, ഗ്രാമീണരിലൊരാൾ നന്നായി കുളിപ്പിക്കും. കാലത്ത് കുറി തൊടീക്കും, അമ്പലത്തിൽ പൂജിച്ച ഒരു പുഷ്പമാല്യം ചാർത്തും. എന്നാൽ ആന ബസ്സിന്റെ സ്ഥിതിയോ? അനേകം ദിവസങ്ങളുടെ ഛർദ്ദിലണിഞ്ഞും പൊടിപൂശിയും മദം ശമിച്ചു നില്ക്കുന്നവനെ ഒരു കണക്കിന് എല്ലാവർക്കും ഇഷ്ടം തന്നെ. ഇരുന്നു യാത്ര ചെയ്യാം. തിരക്കിൽപ്പെട്ടു കയ്യോ കാലോ ഒടിയുന്നത് അപൂർവ്വം. സ്റ്റോപ്പുകളിൽ വച്ച് ഇരച്ചു കയറാനോങ്ങുന്നവനെ വെട്ടിച്ചു പറപറക്കാം. കെ.എസ്.ആർ.ടി.സി. യിലെ പതിവു യാത്രക്കാർക്ക് പ്രത്യേകം എന്നു പറഞ്ഞു കുടക്കമ്പനികൾക്കു പുതിയ പരസ്യങ്ങളുമാവാം.

ഇന്നലെ ഞാൻ എന്റെ മകളുടെ വീട്ടിൽ പോവുകയായിരുന്നു. പെട്രോളിനു വില വർദ്ധിക്കുന്നതിന്റെ തൊട്ട ഒന്നുരണ്ടു നാളുകളിലെ വീണ്ടു വിചാരം.

കയ്യിൽ കുടയിരുന്നിട്ടും ഞാനും ബസ്സ് യാത്രക്കാരും നനഞ്ഞു കുളിർത്തു. സർക്കാർ വണ്ടികൾ കാലാകാലം കെട്ടി മേയണമെന്ന് എവിടെയെങ്കിലും റൂളുണ്ടോ ആവോ! ഏതായാലും മേച്ചിൽക്കാലം ഉത്തമർണ്ണർ അറിഞ്ഞിട്ടില്ല.

വിഷുപ്പക്ഷി പാടിയതും കേട്ടില്ലായിരിക്കും.

ഒരു റൂട്ട് ദേശസാത്ക്കരിക്കുക എന്നതിനർത്ഥം മനുഷ്യരുടെ യാത്രാവകാശം നിഷേധിക്കുക എന്നു തന്നെയാണ്.

വഴിയിൽ മരിച്ചു വീഴുന്ന, വെള്ളം കുടിക്കാൻ മറന്നുപോയ, എല്ലുബലം ഇല്ലാത്ത, കെട്ടി മേയാത്ത വണ്ടികളെ പ്രധാന റൂട്ടിൽ ഓടിക്കാൻ ഏതു സർക്കാർ കമ്പനിക്കു കഴിയും?

സർക്കാരാപ്പീസുകളിൽ വെറും ഫയൽ നമ്പറുകളായി അധഃപതിക്കുന്ന പൗരന്റെ ഗതികേടു തന്നെയാണ് ദേശസാത്കൃത റൂട്ടിൽ സഞ്ചരിക്കാൻ വിധിക്കപ്പെടുന്ന യാത്രക്കാരുടേതും.

ഇവിടെ ചിലപ്പോൾ വണ്ടികൾ കൂട്ടത്തോടെ ശബരിമലയ്ക്കു പോകും. ചിലപ്പോൾ ചുരം റോഡിൽ മരിച്ചുവീഴും. അനാഥ പ്രേതമായിക്കിടക്കും. ട്രിപ്പുകൾ കട്ട് ചെയ്തു ജനത്തെ വെല്ലുവിളിക്കും. മിന്നൽ പണിമുടക്കിന്റെ കഥ പറയുന്നില്ല. അത് സ്വകാര്യവും പരസ്യവും ആകാമല്ലോ.

ദേശസ്നേഹം സ്പർശിക്കാത്ത റൂട്ടുകൾ ചിലതുണ്ടല്ലോ. സ്വകാര്യ വണ്ടികളും സർക്കാർ വണ്ടികളും ഓടുന്നു. അതാണ് ഉചിതം. യാത്രക്കാരുടെ ഇച്ഛയെ അവഗണിക്കേണ്ടതില്ല.

ജനം നിറഞ്ഞുവിങ്ങുന്ന സ്വകാര്യ ബസ്സുകളുടെ പുറകെ സുഖിച്ചു പറക്കുന്ന, കിടക്കാൻ പോലും ഇടമുള്ള, സർക്കാർ വണ്ടികളുടെ രഹസ്യമെന്ത് എന്ന് ആരായേണ്ടത് വണ്ടി നടത്തിപ്പുകാരാണ്. പൊതു റോഡുകൾ പൊതുജനത്തിന്റെയാണ്.

അവിടം റിസർവു ചെയ്യാൻ, സർക്കാരിനു പ്രത്യേകാധികാരം നല്കാൻ, കാതലായ എന്തെങ്കിലും കാരണമുണ്ടാകണമല്ലോ. കാറില്ലാത്തവർ, ബസ്സിലിരുന്നെങ്കിലും പിഴച്ചുപോവട്ടെ, ബസ്സുകൾക്ക് ജാതി വ്യത്യാസം നിർണയിക്കേണ്ടതില്ല.

❑

വന്യമായ ഒരാശ്ലേഷം

പുലർകാലം. വേനൽമഴ, മലയിറങ്ങി വന്നു. കാടും മേടും താണ്ടി വയലിന്നിക്കരെ എത്താൻ ഒരു മഴവിൽപ്പാലം. പാലത്തിന്റെ നിറവിൽ മുഗ്ദ്ധയായി എന്റെ മുത്തശ്ശിയല്ലാത്ത നങ്ങേമ മുത്തശ്ശി പറഞ്ഞു.

കുംഭക്കാറ്റ് ഇക്കുറി വീശുന്നതു കണ്ടപ്പഴേ എനിക്കു തോന്നി, മഴ കാലേക്കൂട്ടി വരും! കാടിന്റേയും വീടിന്റേയും ഉമ്മറത്ത്, മുറ്റത്തേയ്ക്ക് കാലിട്ടിരിക്കുന്ന എന്റെയടുത്തിരുന്ന് അവർ പറഞ്ഞു.

"ഈ ഒരിരിപ്പിന്നു വേണ്ടിയാണ് മക്കളും പേരമക്കളും വിരോധിച്ചിട്ടും ഞാനിങ്ങോട്ടു വന്നത്. അടുത്തകുറി ഈ മീനമഴ കാണാൻ ഞാനുണ്ടാവ്ല്യാന്ന് കൂട്ടിക്കോളാ!"

വനമേഖലയിൽ നങ്ങേമ പടുത്തുയർത്തിയ സാമ്രാജ്യം മുമ്പിൽ പരന്നു കിടന്നു. മുത്തശ്ശിയുടെ മണം എനിക്കിഷ്ടമായിരുന്നു. പാൽക്കുഞ്ഞിന്റെ പരിമളം. നറുവെണ്ണയുടെ സുഗന്ധം.

ഞങ്ങളുടെ മുമ്പിലൂടെ കാളിന്ദി ഒഴുകുന്നു. തിരുനെല്ലിക്കാരുടെ സ്വന്തം കാളിന്ദി. കാളിന്ദിയിലൂടെ വനദേവതയുടെ പഴയ ആഭരണങ്ങൾ ഒഴുകിവരുന്നു. ചുവന്ന കല്ലുപതിച്ച വെള്ളിക്കമ്മലുകൾ. പൂത്താലികൾ. കാടിന്റെ രഹസ്യത്തിലിരുന്നു വനദേവത കുളിക്കുകയാണ്.

മുത്തശ്ശി അന്തമില്ലാത്ത കഥകൾ പറഞ്ഞുകൊണ്ടിരുന്നു. മനുഷ്യരുടേയും മൃഗങ്ങളുടേയും കഥകൾ. പോരാട്ടത്തിന്റേയും സഹവർത്തിത്വത്തിന്റേയും ഗാഥകൾ. ആദിജലത്തിൽ ഉയിർക്കൊണ്ട ഒരു കൂട്ടം മത്സ്യങ്ങൾ, ഷഡ്പദങ്ങൾ, പക്ഷികൾ, ഉരഗങ്ങൾ, മൃഗങ്ങൾ. പിന്നെ മനുഷ്യരും.

എല്ലാറ്റിനും കാവൽ നില്ക്കുന്ന ബ്രഹ്മഗിരി. ഗിരിനികരത്തിൽ പടർന്നു പുളയുന്ന തീമാലകളെ വേനൽമഴ മെല്ലെ മെല്ലെ അറുത്തുമാറ്റുന്നു.

നങ്ങേമ പറഞ്ഞു: "അനേകം വർഷങ്ങൾക്കു മുമ്പ് ഒരു യുവ വിധവയായി, മുലപ്പാൽ വാർന്നൊഴുകുന്ന മാറിടം അമർത്തിപ്പിടിച്ച് ഞാനിവിടെ

വന്നപ്പോൾ എന്നെ ആശ്വസിപ്പിച്ചത് ഈ ബ്രഹ്മഗിരിയാണ്, താഴ്‌വരകളും മേടുകളും രാപ്പാടികളും പൈക്കളും കിടാങ്ങളുമാണ്."

മനുഷ്യരുടെ ദുഃഖം അലിഞ്ഞുചേർന്ന ഈ മൂടൽമഞ്ഞിനെ സ്നേഹിക്കാതിരിക്കുന്നതെങ്ങനെ?

കോഴിക്കോട് നഗരത്തിലെ കൊതുകുകൂട്ടം നാടും കാടും താണ്ടി പുറകെ എത്തിയിട്ടില്ലെന്നുറപ്പുവരുത്തി, ഞാനും എന്റെ കുടുംബവും നങ്ങേമ മുത്തശ്ശിയുടെ പാതി പണിതീർന്ന പത്തായപ്പുര മാളികയിൽ താമസമാക്കി. നഗരജീവിതത്തിൽനിന്ന് ദൂരങ്ങളിലേക്കൊരു തീർഥാടനം തിരുനെല്ലിയിൽ സമാപിക്കുന്നു.

പഴയൊരു തീവ്രവാദി നേതാവിന് അമ്മയൊരുക്കിയ മണിയറയിലാണ് ഞങ്ങളുടെ കിടപ്പെന്നറിയാം. പുത്രവിരഹം മാറ്റിവച്ച് നങ്ങേമ മുത്തശ്ശി പറഞ്ഞു, "അവൻ വേറെ കൂടു പണിതു. ഈ പത്തായപ്പുര ഇനി ഒരിക്കലും പൂർത്തിയാവുകയില്ല."

രാക്കാറ്റിൽ വനവൃക്ഷങ്ങളുടെ ചിറകടി കേട്ട് എന്റെ കൈക്കുഞ്ഞിന്റെ ഉറക്കം ഞെട്ടി. ഉടൻതന്നെ തണുപ്പ് അവളെ തഴുകിയുറക്കി. നഗരത്തിൽ, കാക്കകളുടേയും വാഹനങ്ങളുടേതുമല്ലാതൊരു ശബ്ദവും കേട്ടിട്ടില്ലാത്ത എന്റെ ഹൃദയം ആയിരമായിരം രാഗതരംഗങ്ങളിൽ നൃത്തമാടി. രാപ്പാടികൾ, കുയിലുകൾ, നത്തുകൾ, കൂമന്മാർ, നരി, ചെന്നായ്, കാട്ടാട്, ഗജവീരൻ, ജൈവവൈവിധ്യത്തിന്റെ കലവറയായ കാട്. രാവിന്റെ കതകു തുറന്ന് വന്യസംഗീതത്തിന്റെ ആരവം ഗ്രാമഹൃദയത്തിൽ നിറയുന്നു. ഇവിടെ മനുഷ്യൻ എന്ന ജീവി വിനയാന്വിതനും സ്നേഹസമ്പന്നനും പ്രേമപരവശനും ശാന്തനുമായിത്തീരുന്നു. എല്ലാം നഷ്ടപ്പെട്ടവന്ന് അവന്റെ ആത്മാവിനെ തിരിച്ചു കിട്ടുന്നു. ജീവിതഘർഷണത്തിൽ അറ്റുപോയ മമതാബന്ധങ്ങൾ സ്വയം വളർന്ന് പരസ്പരം ഇഴുകിച്ചേരുന്നു. ആരണ്യകത്തിന്റെ പശിമയുള്ള കറുത്ത മണ്ണിൽ ജീവന്റെ തായ്‌വേരുകൾ ഇറങ്ങിയുറയ്ക്കുന്നു എന്ന അറിവ് ആത്മവിശ്വാസം പകരുന്നതാണ്.

മനുഷ്യരുടെയും സംഭവങ്ങളുടെയും സംഘടിത ആക്രമണത്തിൽനിന്ന് രക്ഷപ്പെട്ട് ഒരിടനേരമെങ്കിലും അഭയം കണ്ടെത്താൻ, ആശ്വസിക്കാൻ മറ്റെവിടെപ്പോകും?

മുഖംമൂടിയില്ലാത്ത മനുഷ്യർ. ഭൗതികനേട്ടങ്ങൾക്കുള്ള പെരുംപാച്ചിലിൽനിന്നു മാറി നില്ക്കുന്നവർ. നിങ്ങളെ എയ്തുവീഴ്ത്താൻ ഇവിടെ ഒരൊറ്റ പരസ്യചിത്രമോ നെയിംബോർഡോ ഇല്ല. തിരഞ്ഞെടുപ്പുകാലത്തുപോലും ഒരു ലൗഡ്സ്പീക്കറിന്റെ അലയൊലി കേൾക്കില്ല. ടെലഫോണിന്റെയെന്നല്ല ഒരു സൈക്കിളിന്റെ മണിയൊച്ചപോലും കേൾക്കില്ല. മുദ്രാവാക്യങ്ങൾ കൊണ്ടു മലീമസമാകാത്ത വായു ശ്വസിച്ച് ഒരു മനുഷ്യനായി ഏതാനും നാളുകൾ ജീവിക്കാൻ, കരളിൽ സ്നേഹം നിറയ്ക്കാൻ, ഞാൻ തിരുനെല്ലിയുടെ ആശ്ലേഷത്തിലേക്ക് ഇടയ്ക്കിടെ ഓടി വരുന്നു.

❑

ഭാഗം രണ്ട്

എഴുത്തിന്റെ സൗഹൃദം

അനുഭൂതിയുടെ വിളനിലങ്ങൾ

എന്നെങ്കിലും ഒരു നോവലെഴുതാൻ കഴിയും എന്ന് ഞാൻ സ്വപ്നത്തിൽ പോലും ചിന്തിച്ചിരുന്നില്ല. അതിന്റെ പിന്നിലുള്ള ഫിസിക്കൽ ലേബർ തന്നെ എത്ര വലുത്. എന്റെ അനുഭവപരിധി എത്ര ചെറുത്!

വായനയായിരുന്നു എനിക്കിഷ്ടം. അതെന്റെ ഏകാന്തതയെ മനോഹരമാക്കി. എന്റെ രഹസ്യങ്ങളെ സമ്പന്നമാക്കി. അങ്ങനെയിരിക്കെ പുസ്തകങ്ങളെക്കുറിച്ച് അല്പം ഉറക്കെ ചിന്തിക്കാൻ തുടങ്ങി.

ഒരിക്കൽ ഞാനെന്റെ മനസ്സിന്റെ കതകു തുറന്നു. അങ്ങനെ ആദ്യ കഥ ജനിച്ചു. അക്കഥ വെളിച്ചം കണ്ടു. അതെന്നല്ല, പിന്നീട് എഴുതിയ എല്ലാ കഥകളും വെളിച്ചം കണ്ടു. ഇബ്സന്റെ ഒരു നാടകം 'രാജശില്പി' എന്ന പേരിൽ ഞാൻ തർജ്ജമ ചെയ്തിരുന്നു. അതുമാത്രമാണു വെളിയിലേക്കു വരാത്ത ഏക രചന.

ഏതു രചനയിലും എന്റെ മുഖം പ്രകാശിപ്പിക്കാതിരിക്കാൻ ഞാൻ ശ്രദ്ധിച്ചു. കാരണം, ഭയം. അത്രയ്ക്കു വിലക്കുകളുള്ള ഒരു സമുദായം എന്റെ ചുറ്റും ഉണ്ടായിരുന്നു. അത് എപ്പോഴും പെൺകുട്ടികളുടെ വീട്ടിനു ചുറ്റും കാവൽ നില്ക്കുന്നു. പക്ഷേ, ഗൃഹാന്തരീക്ഷത്തിൽ പുസ്തകങ്ങളും വായനയും എന്നും ഉണ്ടായിരുന്നു. ആണുങ്ങളുടെ ലോകത്തിൽ മാത്രം. പെൺകുട്ടി വായിക്കുന്നതു പാപമാണെന്ന് ആരോ എപ്പോഴോ പറഞ്ഞുവച്ചിരിക്കുന്നുവോ?

പക്ഷേ, അക്ഷരങ്ങളെ ഏറ്റവുമധികം സ്നേഹിച്ച ഒരു മുത്തശ്ശി (അച്ഛന്റെ അമ്മ) ഞങ്ങളുടെ വലിയ കൂട്ടുകുടുംബത്തെ ഭരിച്ചിരുന്നു. എന്റമ്മയെ അവർ ശരിക്കും ഭരിക്കുന്നത് ഞാൻ കണ്ടിട്ടുണ്ട്. പക്ഷേ, അമ്മയുടെ പുസ്തകപ്രേമത്തെ മുത്തശ്ശി രഹസ്യമായി അഭിനന്ദിച്ചിരുന്നു. അമ്മയുടെ കൈയിൽ എപ്പോഴും ഒരു പുസ്തകം കാണും. ഉറങ്ങുമ്പോൾ അതു മെത്തയുടെ തലയ്ക്കൽ. കവിതകളും നാടകങ്ങളുമായിരുന്നു അധികവും.

എന്റെ ചെറിയ ലോകത്തിലെ, പരിമിതവൃത്തത്തിൽ നിന്ന് ഒരു നോവൽ കുഴിച്ചെടുക്കുന്നതെങ്ങനെ എന്നു ഞാനത്ഭുതപ്പെട്ടു. ഒരു പ്രസാധക

സുഹൃത്ത് പറഞ്ഞു, 'കഥയല്ല, വേണ്ടത്. ഒരു നോവലെഴുതിത്തരണം. പുതിയ പ്രസിദ്ധീകരണശാലയ്ക്കുവേണ്ടി. വയ്യ. അക്ഷരാർത്ഥത്തിൽ വയ്യ. 'ഓരോ ദിവസം ഓരോ അദ്ധ്യായമെഴുതിയാൽ മതി. 'അയ്യോ! ഒരു നോവൽ ആർക്കും എഴുതാൻ പറ്റുമല്ലോ!' നേരോ! പരീക്ഷിച്ചുനോക്കാം.

എന്റെ ജീവിതത്തിൽ നിന്ന് എത്രയും അകലെ മാറ്റിനിർത്തപ്പെട്ട കഥാപാത്രങ്ങൾ. കാരണം പഴയ ഭയം. പെൺകുട്ടികളുടെ ജീവിതം നാലു ചുവരുകൾക്കുള്ളിൽ ഒടുങ്ങേണ്ടതാണ്. താളുകളിൽ തുടിച്ചുനില്ക്കേണ്ടതല്ല. അവസാനം ഒരാവൃത്തി വായിച്ചുനോക്കിയപ്പോൾ ഞാൻ അമ്പരന്നുപോയി. ഈ പഴയ തറവാട് എന്റേതാണല്ലോ. അതിൽ ഇരിക്കുന്ന, നടക്കുന്ന, ചിരിക്കുന്ന, കരയുന്നവരെല്ലാം എന്റെ ആൾക്കാർ. ഏതോ ഒരു ഇരുണ്ട മൂലയ്ക്ക് എന്റെ മുഖവും? കണ്ണുമടച്ചു പ്രസാധകനു കൊടുത്തു..

എന്തുകൊണ്ടോ എന്നറിയില്ല. വെളിക്കുള്ള മനുഷ്യരെ അറിയാൻ എനിക്കു വലിയ ആഗ്രഹമായിരുന്നു. വാതിൽ തുറന്നുതന്നത് മുത്തശ്ശി തന്നെ.

ഞങ്ങളുടെ വിവിധ കുടുംബവീടുകളെ പരസ്പരം ഇണക്കിച്ചേർത്തിരുന്നത് മുത്തശ്ശിയുടെ സന്ദർശനങ്ങളായിരുന്നു. പല കുട്ടികളുണ്ടായിട്ടും അവർ എന്നെയാണ് എന്നും കൂടെ പോകാൻ തെരഞ്ഞെടുത്തിരുന്നത്. ഞാൻ മനുഷ്യരുടെ ഇടയിൽ എളുപ്പം ഇണങ്ങിച്ചേരുന്നു എന്നതു കൊണ്ടാവാം. വഴി നീളെ മുത്തശ്ശി കഥകൾ പറയും. ജീവിക്കുന്നവരുടെ, മരിച്ചവരുടെ, ഒരിക്കലും ജനിച്ചിട്ടില്ലാത്തവരുടെ. എന്റെ കഥകളുടെ വിളനിലം മുത്തശ്ശി പറഞ്ഞ കഥകളാവാം. അവർ കാണിച്ചുതന്ന എണ്ണമറ്റ മനുഷ്യരാവാം.

വിവാഹിതയായി. മുത്തശ്ശി മരിച്ചു. മനുഷ്യരെ കാണിച്ചുതരുന്ന കാര്യം എന്റെ ഭർത്താവു സ്വമേധയാ ഏറ്റെടുത്തു. അങ്ങനെയാണ് ആദിവാസികളുടെ ഇടയിലെത്തിയത്. മദ്ധ്യേന്ത്യയിലെയും ബീഹാറിലെയും ഒറീസയിലെയും ആദിവാസികളുടെ മുഖങ്ങൾ അറിഞ്ഞത്. എത്രയെത്ര മനുഷ്യർ! ആഴത്തിലെ ജലം ഏതാണ്ടെല്ലാം ഒരുപോലെ. ഒരേ രുചി. അല്പസ്വല്പം വ്യത്യാസം.

മുഖംമൂടിയില്ലാത്ത ആദിവാസികൾ എന്നെ വല്ലാതെ ആകർഷിച്ചു. ആഹ്ലാദമുണ്ടെങ്കിൽ അവർ മുഖം തിരിച്ചുനിന്നു ചിരിക്കും. പതുക്കെ. അതീവശ്രദ്ധയോടെ. ചിരിക്കുന്നത് നിഷിദ്ധമാണെന്നു കരുതുമ്പോലെ. ദുഃഖങ്ങളെ അവർ വിഴുങ്ങും. ഇല്ലായ്മകളുടെ മേൽ മണ്ണിടും.

ഒരിക്കലെങ്കിലും ഒരാദിവാസി യാചിക്കുന്നത് ഞാൻ കണ്ടിട്ടില്ല. ഒരു ദിവസം വയനാട്ടിലെ എന്റെ അയല്ക്കാരിയായ ആദിവാസി, കാളിക്ക് ഞാൻ രണ്ടു സാരികളും ബ്ലൗസുകളും നൽകിയപ്പോൾ അവളുടെ കൈകൾ നീണ്ടതേയില്ല. ഒരു തരം അവിശ്വാസം മുറ്റിനിന്ന നയനങ്ങൾ; തങ്ങളെ കുരുക്കിലാക്കാനുള്ള പരിഷ്കൃതമനുഷ്യന്റെ പുതിയൊരു കൗശലമായിരിക്കുമോ

ഈ വസ്ത്രമെന്ന് അവർ സംശയിക്കുന്നു. കാളി ആ വസ്ത്രം ധരിച്ച് ഒരിക്കലും എന്റെ മുമ്പിൽ വന്നിട്ടില്ല.

കാളിയും കാളനും ചോമനും ചമയനും വെള്ളിയും ജവനിയും മാരനും അങ്ങനെ എത്രയെത്ര നിഷ്കളങ്കരായ മനുഷ്യർ. നഗരത്തിലെ വീട്ടിൽ എഴുത്തുമേശയുടെ മേൽ അവർ കഥാപാത്രങ്ങളായി അവതരിക്കുന്നു. മനസ്സിന്റെ അടരുകൾക്കിടയിൽ നിന്നവർ മന്ത്രിക്കുന്നു, ഒരു കഥ വേണം അല്ലേ, ഞങ്ങൾ ഇവിടെയുണ്ട്.

ജീവിച്ചിരിക്കുന്നവരോ, കഴിഞ്ഞുപോയവരോ മാത്രമേ എന്റെ കഥകളിലും നോവലുകളിലും കടന്നുവന്നിട്ടുള്ളു. ഒരു കഥാപാത്രം ഒരു മനുഷ്യന്റെ നേർപ്പകർപ്പല്ല ഒരിക്കലും. അനേകം മനുഷ്യരിൽ നിന്ന് ഒരു കഥാപാത്രത്തിന്റെ ചേരുവകൾ ഉരുത്തിരിയുന്നു.

ഒരിക്കൽ ഒരു സുഹൃത്ത് എന്റെ മുമ്പിൽ വന്നുനിന്നു മധുരമായി ചിരിച്ചു, "ഇതാ ഉണിക്കോരാൻ ചതോപാദ്ധ്യായ വന്നിരിക്കുന്നു!" അദ്ദേഹത്തിന്റെ സഹധർമ്മിണി സൗഹൃദത്തിൽ പങ്കുചേർന്നു. മറ്റൊരിക്കൽ ഒരു കഥ റേഡിയോയിൽ കേട്ടു കഥാപാത്രത്തിന്റെ പുത്രൻ എന്നെ ശകാരിക്കാൻ വന്നു. വർഷങ്ങൾ മുമ്പ്.

കാൽ നൂറ്റാണ്ടിനുമുമ്പ്, തിരുനെല്ലിയിലെ വനഗ്രാമത്തിന്റെ ഇരുൾമൂടിയ തോട്ടത്തിൽ നിന്ന്, പുഴയുടെ അക്കരെ, പാടങ്ങൾക്കുമപ്പുറം, ആദിവാസികൾ കൂട്ടമായി താമസിക്കുന്ന ഗ്രാമത്തിലേക്കു നീട്ടിവിളിക്കുന്ന ഒരുറച്ച ശബ്ദം. താഴ്വരയുടെ ആലസ്യത്തെ കുലുക്കിയുണർത്തുന്ന ഒരു സ്ത്രീശബ്ദം. ജീവിതത്തെ സധൈര്യം മെരുക്കിയെടുത്ത ഒരു ബ്രാഹ്മണവിധവയുടെ വെല്ലുവിളി. അന്നാണ് നങ്ങേമയെന്ന ഒരു കഥാപാത്രം എന്റെ മനസ്സിൽ കടന്നുനിന്നത്. അവർ 'ആഗ്നേയ'ത്തിൽ ഒതുങ്ങിനിന്നില്ലെന്നു തോന്നുന്നു. പ്രായവ്യത്യാസത്തോടെ അവർ പല കഥകളിലും പുനർജനിക്കുന്നു. അവർ എന്റെ ഒരംശമായി മാറുന്നു.

ഒരു സ്ത്രീയെന്ന നിലയിൽ യാത്രകൾ എനിക്ക് അനുഗ്രഹമാണ്. അറിവിന്റെ ചക്രവാളം വികസിക്കുന്നു. സഞ്ചാരവേളകളിൽ ഞാൻ കഴിയുന്നതും ഗ്രാമങ്ങളെ തെരഞ്ഞെടുക്കുന്നു.

കേരളത്തിന്റെ പുറത്തുകടക്കുമ്പോൾ മനസിന്റെ ചക്രവാളങ്ങൾ സ്വാഭാവികമായും വികസിക്കുന്നു. കുടുംബത്തിന്റെയും സമൂഹത്തിന്റെയും താത്പര്യങ്ങൾക്കപ്പുറം വേലികളില്ലാത്ത ഒരാകാശം. കൈനീട്ടി തൊടാവുന്ന നക്ഷത്രങ്ങൾ.

മദ്ധ്യപ്രദേശിലെ ആദിവാസി വീട്ടമ്മ, കീഴെ ഓട്ടുതളികവച്ച്, നമ്മെ പീഠത്തിലിരുത്തി, ഓട്ടുകിണ്ടിയുടെ മുരലിലൂടെ വെള്ളമൊഴിച്ച്, നമ്മുടെ കാലു കഴുകിക്കുകയും പിന്നെ 'ത്സര' യെന്ന മദ്യവും ജട്ടിക്കി എന്ന എണ്ണയിൽ അപ്പോൾ വറുത്തെടുത്ത പുന്നെല്ലരിയുടെ അപ്പവും സത്ക്കരിക്കുകയും

ചെയ്യുമ്പോൾ, പുത്തൻ പരിഷ്കാരത്തിന്റെ മുഖംമൂടികൾ പൊഴിഞ്ഞു പോവുന്നു. ഭാരതത്തിൽ ഹൃദയത്തിലെ നൈർമല്യവും സ്നേഹവും ഒരാദിവാസി വീട്ടമ്മയിലുടെ നാമറിയുന്നു. ഈ അനുഭൂതി യാത്ര ചെയ്യാതെ എനിക്കെങ്ങനെ കിട്ടും? ഇതിനുമുമ്പിൽ ഒരു കഥാനുഭവം എത്ര നിസ്സാരം!

ഡക്കാൻ പീഠഭൂമിയുടെ കാഠിന്യത്തിൽ നിന്ന് നമ്മുടെ കേരള ഗ്രാമീണർക്കുവേണ്ടി ബീഡി തെറുക്കാനുള്ള വലിയ ഇലകൾ മുളച്ചുയരുന്നതു കാണുമ്പോൾ മനസ്സു നനയുന്നു. ആരാണ് ജനപദങ്ങളെ വേർതിരിക്കുന്ന വേലികൾ കെട്ടിയത്! സമ്പത്തുള്ളവനും ഇല്ലാത്തവനുമെന്നല്ല, സ്നേഹമുള്ളവനും ഇല്ലാത്തവനും എന്നാണ് ഞാൻ മനുഷ്യനെ കാണുന്നത്.

ഒറീസയുടെ പ്രാന്തത്തിലുള്ള ഒരു വനത്തിൽ ഞങ്ങൾ നടക്കാൻ പോയി. ഇരുട്ടു ചിറകടിച്ചു തുടങ്ങിയിരുന്നു. വനത്തിൽ നിന്ന് ഒരു വലിയ കാവണ്ടം ചുമലിലേറ്റി അർധനഗ്നനായ ഒരു യുവാവും പുറകെ ഭാര്യയും നടന്നുവരുന്നു. കാവണ്ടത്തിന്റെ ചതുരത്തട്ടുകളിലൊന്നിൽ ഒരു വിറകുകെട്ട്. മറ്റതിൽ അവരുടെ കുഞ്ഞ്! ജീവിതഭാരത്തിൽ ഏതു തട്ടിനാണു മുൻതൂക്കം? ഇവരെല്ലാം ക്രമേണ അനുഭവസഞ്ചയത്തിലെ നിധികളാകുന്നു. ചിലർ പിന്നീട് എന്നെ തുണയ്ക്കും.

ബീഹാറിൽ വരരുചി ജനിച്ചു എന്നു പറയപ്പെടുന്ന മൃതഗ്രാമത്തിലെ വിജനമായ ക്ഷേത്രാങ്കണത്തിലിരുന്ന് ആലോചിക്കുന്നു. ഈ കാർത്ത്യായനി ക്ഷേത്രം ഒരു പള്ളിയുമായി കൈകോർത്തു നില്ക്കുന്നതെന്തുകൊണ്ട്? ചരിത്രത്തിന്റെ ഏടുകളിൽ കാണാത്ത ഉത്തരം.

ഭാഷയുടെ മൂടുപടം നീക്കി കുറെ മനുഷ്യർ വെളിക്കുവരും. അവർ കഥാപാത്രങ്ങളായിത്തീരും. അവർ കുടുംബാംഗങ്ങളായി മനസ്സിനെ വേദനിപ്പിക്കുകയും സന്തോഷിപ്പിക്കുകയും ചെയ്യും. അല്ലാതെ പറഞ്ഞറിയിക്കാൻ പറ്റിയ തന്ത്രങ്ങളൊന്നും രചനയിലില്ല.

❑

ആ ഇളമാൻ എന്നെ അമ്പെയ്യുന്നു

കറുത്തും വെളുത്തും മഴ പെയ്തുകൊണ്ടിരുന്ന ഒരാഴ്ചയ്ക്കു ശേഷം പൊൻവെയിലു ലഭിച്ച ഒരു പ്രഭാതം. വാതിൽക്കൽ ഒരു മെലിഞ്ഞ രൂപം പ്രത്യക്ഷപ്പെട്ടു. ആഹ്ളാദവും നാണവും പരിഭ്രമവും കൂടിക്കുഴഞ്ഞ ഒരു മുഖം. മെലിഞ്ഞ ഒരു ചെറുപ്പക്കാരൻ. മലങ്കാറ്റേറ്റു കരുവാളിച്ച അവന്റെ വെളുത്ത തൊലിക്കു കുങ്കുമരാശി ഉണ്ടായിരുന്നു. ആ നിമിഷം ഞാൻ ഊഹിച്ചു. ഒരു വയനാട്ടുകാരൻ. എനിക്കു സന്തോഷമായി. വയനാട്ടിലെ മഴയെപ്പറ്റിയും മഴയുടെ ദാരിദ്ര്യത്തെക്കുറിച്ചും മനുഷ്യരുടെ ഇല്ലായ്മകളെക്കുറിച്ചും എല്ലാറ്റിനും പുറമെ എന്റെ ഗ്രാമീണരെക്കുറിച്ചും ചോദിച്ചറിയാം.

"ഇരിക്കൂ"

അവൻ സോഫയുടെ തുമ്പത്ത് ഒരു വേലിയിറമ്പിലെന്നോണം ഇരുന്നു. സാമാന്യം വലിയ ചെവികളുള്ള അവന്റെ കീഴ്ത്താടി അല്പം കൂർത്തും കണ്ണുകൾ മാൻപേടയുടേതുപോലെ ചാഞ്ഞും ഇരുന്നു. ഉടനടി എന്റെ മനസ്സിലേക്ക് ഒരു പേര് ഇരച്ചുവന്നു. ഏണാങ്കൻ. നിന്റെ പേരെന്ത് എന്ന് ഞാൻ അവനോടു ചോദിച്ചില്ല. അതിന്റെ ആവശ്യവും ഉണ്ടായില്ല. ഇരുപതിൽ താഴെ മാത്രം പ്രായം കാണും.

"നാടു കാണാൻ വന്നതാണോ?"

ഞാൻ ചിരിച്ചു.

"അതും ഉണ്ട്. പിന്നെ എന്റെ ഈ പുസ്തകം പ്രസിദ്ധീകരിക്കാൻ വഴി തേടി വന്നതാണ്. മേനോനെ കണ്ടു. പ്രസിദ്ധീകരിക്കാമെന്നു പറഞ്ഞു. നോവലായതു നന്നായെന്നും തോന്നി." ഒറ്റ വീർപ്പിന് അവൻ എന്നോടു പറഞ്ഞു.

തരക്കേടില്ലല്ലോ ഈ നവ എഴുത്തുകാരൻ. "ഇവിടേക്കു വരാൻ തോന്നിയതെന്തേ?"

"ഈ പട്ടണത്തിൽ വന്നിട്ട് ചേച്ചിയെ കാണാതെ പോവ്വേ?"

ഇപ്പോഴവൻ ലജ്ജ വെടിഞ്ഞു. എന്റെ മുഖത്തുനോക്കി എന്നിട്ടു തുടർന്നു. 'മേനോൻ ഉപാധി വച്ചിട്ടുണ്ട്."

''എന്താണ്?''

"അച്ചടിച്ചെലവു മുഴുവനും ഞാൻ മുൻകൂറായി അടയ്ക്കണം." ഈ വയനാട്ടുകാരൻ എങ്ങനെ അച്ചടിക്കാനുള്ള കാശുണ്ടാക്കും എന്നായി എന്റെ ചിന്ത. മണ്ണിന് അന്നവും വെള്ളവും നൽകാനാവാതെ നട്ടം തിരിയുന്ന വയനാട്ടുകാരിൽ ഇവൻ പെടുന്നില്ല. ഏണാങ്കൻ ഒരു നോവൽ എഴുതുക മാത്രമല്ല, അത് അച്ചടിപ്പിക്കാനുള്ള കാശും ഉണ്ടാക്കുന്നു.

"ഇഞ്ചിക്കും, കാപ്പിക്കും, നെല്ലിനുമെല്ലാം നല്ല വില കിട്ടിയോ?"

അവന്റെ മുഖം ഇരുണ്ടു. "ഒന്നിനും വിലയില്ല. മനുഷ്യനുപോലും."

അവനിപ്പോൾ കരഞ്ഞാൽ എന്തു പറഞ്ഞ് ആശ്വസിപ്പിക്കും?

"ബാങ്ക് ലോൺ എടുത്തിട്ട് വീണ്ടും വരാമെന്ന് ഞാൻ മേനോനോടു പറഞ്ഞു. സമ്മതിച്ചിട്ടുണ്ട്."

കൈയിലിരുന്ന നോവൽ പൊതിക്കെട്ട് സാമാന്യം വലുതാണ്. അതു മടിയിൽ വച്ച് അവൻ പറഞ്ഞു: "ജീവിതത്തിലെ ഒരേ ഒരു ആഗ്രഹമാണ്. ഇതെഴുതിത്തീർക്കാൻ ഞാൻ എന്റെ ചങ്ങാതിമാരെയെല്ലാം വെടിഞ്ഞു. ക്ലബ്ബിലും വായനശാലയിലും പോകാതായി, ഇനി മരിച്ചാലും തരക്കേടില്ല. ഇങ്ങനെ ഒരാൾ എന്റെ ഗ്രാമത്തിൽ ജനിച്ചു ജീവിച്ചിരുന്നു എന്ന് മാലോകർ ഓർക്കുമല്ലോ."

ഞാൻ കൊടുത്ത ഒരു കപ്പ് ചായ അവനെ വല്ലാതെ സന്തോഷിപ്പിച്ചു.

രണ്ടാഴ്ച കഴിഞ്ഞു. ഏണാങ്കൻ വീണ്ടും എത്തി. ഉമ്മറത്തെ ഓണപ്പൂക്കളം നോക്കി കുറച്ചുനേരം സന്തോഷത്തോടെ നിന്നു.

"ആരാണ് പൂക്കളം തീർത്തത്?"

"ഞാൻ തന്നെ"

"ആരു പറിച്ചു ഈ കാട്ടുപൂക്കൾ?"

"എന്റെ ഭർത്താവ്"

"മക്കളോ"

"ഓരോ ദിക്കിൽ, പിന്നെ ഇയാളെപ്പോലുള്ളവർ ഇടയ്ക്കിടെ വരുമല്ലോ."

അവന്റെ മുഖം വികസിച്ചു. "ബാങ്ക് ലോൺ കിട്ടി. വലിയ വിഷമമുണ്ടായില്ല. പുസ്തകം പ്രസിദ്ധീകരിക്കാൻ ലോൺ കൊടുക്കാമോ എന്നൊരു ശങ്കയുണ്ടായിരുന്നു മാനേജർക്ക്. നേന്ത്രവാഴക്കൃഷിക്ക് ആയ്ക്കോട്ടെ എന്നു ഞാൻ പറഞ്ഞു. ലോൺ പാസ്സായി. അടുത്തയാഴ്ച കയ്യിൽ കിട്ടും."

അന്നവൻ തന്റെ വീട്ടുകാര്യങ്ങൾ പറഞ്ഞു. അമ്മയും മകനും മാത്രം. വലിയൊരു പഴയ വീട്. ചുറ്റും കൃഷിയിടങ്ങൾ. "ഒരു ഏട്ടനുണ്ട് ദൂരെ."

പിന്നീട് അവൻ ഒരു കടലാസുപായ്ക്കറ്റ് സഞ്ചിയിൽ നിന്നും പുറത്തെടുത്തു. "അമ്മ തന്നയച്ചതാണ്."

"എനിക്കോ?"

"ചേച്ചിയെപ്പറ്റി ഞാൻ അമ്മയോടു പറഞ്ഞിട്ടുണ്ട്."

"എന്താണിത്?"

ഒരു പളുങ്കുഭരണി നിറയെ, തൊലി കളഞ്ഞ വെള്ള കുരുമുളക്. ഇടയ്ക്ക് ഓരോ കറുത്ത മണികൾ. അതുകണ്ട് ഏണാങ്കൻ പറഞ്ഞു. 'പെറുക്കീട്ടും കിടക്കുന്നു ഇനീം കറുത്ത മണികൾ. അമ്മയ്ക്ക് നന്നായി കണ്ണു തെളിയില്ല. ഇന്നലെ രാത്രിയിലാണ് ഭരണിയിൽ അടച്ചത്. ഏറ്റവും വേണ്ടപ്പെട്ടവർക്കു മാത്രമേ ഞങ്ങൾ വെള്ളക്കുരുമുളകു കൊടുക്കൂ." ഒരു കപ്പ് പായസം കഴിച്ച് അയാൾ യാത്ര പറഞ്ഞു:

"പുസ്തകവുമായി വരാം. ആദ്യത്തെ കോപ്പി ചേച്ചിക്ക്."

നാലു ദിവസം കഴിഞ്ഞു. പത്രത്തിലേക്ക് എന്റെ ശ്രദ്ധ ക്ഷണിച്ചുകൊണ്ട് ഭർത്താവ് പറഞ്ഞു: "ഇതൊന്നു നോക്കു."

അമ്മയും മകനും കഴുത്തറുത്ത നിലയിൽ. തലേനാൾ ബാങ്കിലോണെടുത്ത വിവരം അറിഞ്ഞവരാണ് കൊലചെയ്തതെന്ന് അനുമാനിക്കപ്പെടുന്നു..

ഞാൻ ചവിട്ടിനില്ക്കുന്ന ഭൂമി കറങ്ങുന്നു. ചില്ലലമാരയിലെ സ്ഫടിക ഭരണിയിൽ വെളുത്ത കുരുമുളകുമണികൾക്കിടയിലെ കറുത്ത പൊട്ടുകൾ പൂർവ്വജന്മപാപം പോലെ തുറിച്ചുനോക്കുന്നു. ഇന്ന് ഏതു പുസ്തകം റിലീസു ചെയ്യുമ്പോഴും അജ്ഞാതമായ വിധിയുടെ കാലൊച്ചയിൽ ചെവി കൂർപ്പിച്ച് പച്ചവിരിച്ച കതിരുകൾക്കിടയിൽ ആശങ്കയോടെ നില്ക്കുന്ന ഒരു ഇളമാനിന്റെ നോട്ടം എന്നെ അമ്പെയ്യുന്നു.

❑

ഒരു കടൽക്ഷോഭത്തിന്റെ തീരത്ത്

പിറന്നാളാഘോഷിക്കാൻ അർഹതയുള്ളവരുടെ എണ്ണം നാൾക്കുനാൾ കുറഞ്ഞുവരുന്നൊരു കാലം. അർഹതയില്ലാത്തവരുടെ ആഘോഷങ്ങൾ, ആശംസാകാർഡുകളിലും ക്ലബ്ബുകളിലും ഹോട്ടലുകളിലും മറ്റരങ്ങുകളിലും തകർക്കുന്നു. എം.ടിയുടെ ജന്മദിനം നമുക്ക് നമ്മുടെ സ്വന്തം ഭാഷയുടെ തറവാട്ടിൽവച്ചാകാം. അതും നാലുകെട്ടുപോലെ തകർന്നുകൊണ്ടിരിക്കയാണല്ലോ. എം.ടി. 'നാലുകെട്ട്' എഴുതുന്ന കാലത്ത് മലയാളഭാഷയ്ക്ക് ഇന്നത്തെ അപകടഭീഷണി ഒട്ടും തന്നെ ഉണ്ടായിരുന്നില്ല. പക്ഷേ, അതിന് ജന്മം നല്കിയ സംസ്കൃതി നാശത്തിലേക്ക് കാലെടുത്തുവച്ചുകഴിഞ്ഞിരുന്നു. പഴയ ഈടുവയ്പുകളിലൊന്നും പുതുതലമുറയ്ക്ക് വിശ്വാസമുണ്ടായിരുന്നില്ല.

എം. ടി യുടെ ബാല്യകാലത്തെ ജന്മദിനങ്ങൾ ദുഃഖമയമായി കടന്നുപോയെന്ന് ഊഹിക്കാം. ഒരു പിറന്നാളിന്റെ ഓർമ്മ അദ്ദേഹത്തിന് എന്നും മനസ്സിൽ കാത്തുവയ്ക്കാൻ പോന്ന ഒരു ദുരന്താനുഭവമാണ്. നമ്മുടെ മരുമക്കത്തായത്തറവാടുകളിൽ ബാല്യകൗമാരങ്ങൾക്ക് സുരക്ഷിതത്വം കുറവായിരുന്നു എന്നുവേണം കരുതാൻ. 'രാജ്യഭാരം' എപ്പോഴും ഒരു കാരണവർക്ക്. കാരണവർ പാതി പ്രവാസിയും. കാരണവരുടെ കുഞ്ഞുങ്ങൾക്ക് കാരണവരുടെ തറവാട്ടിൽ വേരില്ലാത്തിടത്തോളം, തറവാട്ടിലെ കുഞ്ഞുങ്ങൾക്ക് ആരു കൊടുക്കും പിറന്നാൾസ്സദ്യ? മക്കത്തായത്തറവാടുകളിൽ കാര്യം മറ്റൊരു തരത്തിലായിരുന്നു. കാരണവരുടെയും മറ്റെല്ലാവരുടെയും മക്കൾ തുല്യരായിരുന്നു. കൂടുതൽ സുരക്ഷിതരും. എം.ടിയുടെ മുടക്കുമുതൽ കുടല്ലൂരെ തറവാട്ടിൽ കഴിഞ്ഞ ദുഃഖമയമായ കാലമാണ്. സമ്പത്തില്ലാത്ത ഒരച്ഛന്റെ ഭേദപ്പെട്ട തറവാട്ടിലെ സന്തതി. ആർത്ഥികമായ സമൃദ്ധിക്കപ്പുറം ഏതു ബാല്യത്തിനും ഒരു സമ്പത്തുണ്ട്. അത് അറയ്ക്കു പുറത്തെ അനുഭവങ്ങളാണ്. എത്രയെത്ര ദൈവങ്ങളും അവരെ സംബന്ധിച്ച കഥകളുമാണ് കൂട്ടുകാർ. കഥകളുടെ അക്ഷയപാത്രം. മനുഷ്യർക്കിടയിലെന്നപോലെ ദേവീദേവന്മാർക്കിടയിലുമുണ്ട് ജാതിപരിഗണനകൾ. നീചദൈവങ്ങളുമുണ്ട്. ഇവരെ തരാതരം അറിഞ്ഞു നിയന്ത്രിക്കാൻ പല പല വിദ്യകൾ പഠിച്ച മന്ത്രവാദികൾ.

ദേവീദേവന്മാരുടെ കാരുണ്യം, ശാപം, അനുഗ്രഹാശിസ്സുകൾ, പകപോക്കൽ എന്നിവയ്ക്കെല്ലാം ദൈനംദിന ജീവിതത്തിൽ ഒരു സ്ഥാനമുണ്ടായിരുന്നു. തറവാട്ടിലെ ആസ്തി തീരുംവരെ ഇവരോടു പടവെട്ടിയും ഇവരെ അനുന യിപ്പിച്ചും ക്ഷീണിച്ചവശരായ തറവാട്ടുകാരണവന്മാരുടെ കഥകൾ കൊണ്ട് നിറഞ്ഞതാണ് എം.ടിയുടെ ബാല്യം. എം.ടിയുടെ മുത്തശ്ശി കുട്ടികളുമായി അധികമൊന്നും സമ്പർക്കം പുലർത്തിയിരുന്നില്ലെന്ന് ഒരോർമ്മക്കുറിപ്പിൽ കണ്ടു. പുല്ലാനിപ്പൊന്തകളിൽ നട്ടുച്ചനേരത്ത് വെയിൽ കായുന്ന കരിനീലിയും രാവുകളിൽ ഉലാത്തുന്ന ഭൂതഗണങ്ങളും വേലിപ്പുറത്തു നിന്നും പുരപ്പുറ ത്തേയ്ക്കു കല്ലെറിയുന്ന ചാത്തന്മാരും ഉണ്ടായിരുന്ന ഒരുകാലത്തെ സന്തതി യാണ് എം.ടി. ഇത്ര കാല്പനിക കാന്തിയുള്ള ഒരു ബാല്യത്തിന്റെയും നവ യൗവനത്തിന്റെയും അനുഭവങ്ങളാണ്, എന്നും എം.ടിയുടെ മൂലധനം. അതിന്റെ ജൈവപാത, നൈസർഗികത, വികാരലോലതയാണ് എം.ടിയെ ഇത്രമേൽ ആരാധകരുള്ള ഒരെഴുത്തുകാരനാക്കിയത്. ഒരു തത്ത്വസംഹിത യിലും അദ്ദേഹത്തിനു വിശ്വാസമില്ല. വിശ്വാസം മനുഷ്യമനസ്സുകളെ മാത്ര മാണ്; അവരുടെ ജീവിതവ്യവഹാരങ്ങളെയും. മനുഷ്യജീവിതത്തിൽനിന്ന് മൂല്യങ്ങൾ നിർദ്ധാരണം ചെയ്തെടുക്കുന്ന പ്രക്രിയയിലാണ് അദ്ദേഹം ആനന്ദം കണ്ടെത്തുന്നത്. സിദ്ധാന്തങ്ങൾ മനുഷ്യനെ അടിമയാക്കുന്നു. മനുഷ്യന്റെ നൈസർഗികത മറ്റൊന്നിനും വഴങ്ങുന്നില്ല. മികച്ച സിദ്ധികളുള്ള ഒരാളുടെ തൂലികയ്ക്കു മാത്രമേ കുറച്ചെങ്കിലും അതു വഴങ്ങൂ. സെന്റിമെൻറ്സുകളുടെ തേനും പൂമ്പൊടിയും പുരണ്ട എം.ടി കഥകളുടെ അധൃഷ്യത കിടക്കുന്നത്, അനുപമമായ ഒരു ജൈവസാന്നിധ്യത്തിലാണ്. കൂടല്ലൂർ ഗ്രാമത്തിലെ അനു ഭവങ്ങളുടെ അസ്തിവാരത്തിലാണ് എം.ടിയുടെ എല്ലാ കഥകളും കെട്ടിപ്പടു ത്തിരിക്കുന്നത്. കൂടല്ലൂരിൽനിന്ന് വേറിട്ടു താമസിക്കുമ്പോൾ, മറ്റിടങ്ങൾ തേടു മ്പോൾ എം.ടിയുടെ അസ്തിത്വത്തിന് മങ്ങലേല്ക്കുന്നു എന്ന് നിരൂപകമതം. എല്ലാ കലാകാരന്മാരുടെയും സ്ഥിതി അതുതന്നെയല്ലേ? അവരെല്ലാം ഒരു തരം detachment നേടിയെടുക്കുന്നത് കർമകാണ്ഡത്തിന്റെ അവസാനത്തി ലാണ്.

കുട്ട്യേടത്തിയും വേലായുധനും സുമിത്രയും ഗോവിന്ദൻകുട്ടിയും സേതു വുമെല്ലാം എല്ലാ കാലത്തും ജനിച്ചു മരിച്ചുകൊണ്ടിരിക്കുന്നവർതന്നെ. അവർക്കു വൈയക്തികത, സ്വതന്ത്രമായ ഒരു സ്വത്വം സമ്മാനിക്കുന്നത് എഴുത്തുകാർതന്നെ. എനിക്കു മുന്നോട്ടു, മുന്നോട്ടു പോകണം എന്നു സ്വാർത്ഥമതിയായ സേതുവിനെ പ്രേരിപ്പിക്കുന്നത്, ജീവിക്കാനുള്ള സ്വാതന്ത്ര്യ ത്തിന്റെ എല്ലാ പാതകളും കൊട്ടിയടയ്ക്കപ്പെട്ട ബാല്യകാലത്തെ ദുരനുഭവ ങ്ങളാണ്. സമാനമായ അനുഭവങ്ങൾ, പ്രതിലോമപരമായ പാതയിലേക്കും ഒരാളെ നയിക്കാം എന്നതിനുദാഹരണമാണ്, അസുരവിത്തിലെ ഗോവി ന്ദൻകുട്ടി. തകർന്നടിയുന്ന ഒരു നാലുകെട്ടിന്റെ ഇരുട്ട് താവളമടിച്ച ഏതോ മുറിയിൽ ജനിച്ചുവീണ ഗോവിന്ദൻകുട്ടി, സമൂഹത്തിന്റെ ഒരു ശാപമായി ത്തീരുന്നതു നാം ദുഃഖത്തോടെ കാണുന്നു.

സ്വന്തം കുഞ്ഞിനെക്കൊണ്ട്, ഒരമ്മ തന്നെ ഓപ്പോളെന്നു വിളിപ്പിക്കുമ്പോൾ, ഒരടഞ്ഞ സമൂഹത്തിൽ ദുർഭഗയായ സ്ത്രീ എത്രകണ്ട് അവഹേളനം സഹിക്കുന്നവളാണെന്നു കാണാം. ഇത്തരം ദുർഭഗകളായ സ്ത്രീകൾ എം.ടി കഥകളിലെല്ലായിടത്തുമുണ്ട്. മരുമക്കത്തായ വ്യവസ്ഥയിൽ സ്ത്രീ 'സ്വതന്ത്ര'രായിരുന്ന ഒരു സമൂഹത്തിലെ അവസ്ഥയാണിത്.

സുമിത്ര, കൂടല്ലൂരിലെ അവസാനത്തെ സ്ത്രീയാണ്, സേതുവിന്റെ ജീവിതത്തിൽ. ഉയർച്ചയിലേയ്ക്കുള്ള ഓരോ പടവും കയറിപ്പോകുമ്പോൾ സേതു വിചാരിക്കുന്നു, ഞാൻ വലിയ ആളാവും. ആകണം. ഇതെന്തുകൊണ്ട് മുൻകൂട്ടി അറിഞ്ഞില്ല. ഗ്രാമീണർ കാര്യങ്ങൾ തിരിച്ചറിയുന്നതു വളരെ വൈകിയാണെന്നു പണ്ഡിതമതം. യാത്ര പറയാൻ വന്ന സേതു ഒരിടത്ത് തന്നത്താൻ പറയുന്നു:

"എനിക്കു മന്ദഹസിക്കാൻ വയ്യ. ചിരിക്കുമ്പോൾ എന്റെ മുഖം കൂടുതൽ വികൃതമായിത്തീരുന്നു." വികൃതമായ ജീവിതത്തിനു നേരെ നോക്കി ചിരിക്കുമ്പോൾ അതു മറ്റൊരു തരത്തിൽ ആവാനിടയില്ലല്ലോ! ഇതിനെ മറ്റൊരു തരത്തിലും വ്യാഖ്യാനിക്കാം. തെരഞ്ഞെടുപ്പിലാണ് ഫലം കിടക്കുന്നത്. നിരപ്പല്ലാത്ത ഒരു കണ്ണാടി, കാഴ്ചയെ വികൃതമാക്കുന്നു.

വഴിവക്കിൽവച്ചു കണ്ട സേതുവിനോട് സുമിത്ര:

"ആങ്കുട്ട്യോളായാൽ അന്യനാട്ടില് എവിടേക്കെങ്കിലും പോവാലോ! അതു തന്നെ വലിയ കാര്യം! ഉദ്യോഗം കിട്ടി പോവുമ്പോ സേതുവിന്റെ കൂടെ ഞാനും പോരട്ടെ?"

സുമിത്ര കളിയാക്കുകയാണോ എന്ന് സേതു സംശയിക്കുന്നു.

"ഞാൻ കാര്യായിട്ടു ചോദിക്ക്യാ. നാണക്കേട് ണ്ട് ന്ന്ച്ചാൽ ആളോള് ചോദിക്കുമ്പോ പറഞ്ഞാ മതി, വയ്ക്കാനും വെളമ്പാനും നാട്ട്ന്ന് കൊണ്ടുവന്നതാന്ന്..."

ഒരു സ്ത്രീയുടെ ജന്മത്തിന്റെ മുഴുവൻ പരാധീനതയും വേദനയും നിറഞ്ഞ ഈ വാക്കുകൾ നിസ്സംഗനായി ചവിട്ടിത്തെറിപ്പിച്ച് 'വളർച്ച' തേടിപ്പോകുന്ന നായകൻ ഇവിടെ നേടിയെടുത്ത detachment എം.ടി ജീവിതകാലം മുഴുവനും തന്റെ ബലമായി മാറ്റുന്നുണ്ട്.

പിന്നീടു വന്ന സ്ത്രീകഥാപാത്രങ്ങൾ, ഗ്രാമജീവിതത്തിന്റെ ആർജവം വെടിഞ്ഞവരാണ്. അവർ സ്വാതന്ത്ര്യത്തിന്റെ രുചി അറിഞ്ഞവരുമാണ്. നഗരവാസിയായ സ്ത്രീയുടെ വൈകാരിക പ്രതിസന്ധികൾ മാത്രമല്ല. കമ്പോളവത്കരണത്തിൽ അവരനുഭവിക്കുന്ന അപമാനവും എം.ടിയുടെ ചിന്തയ്ക്കു വിഷയമാവുന്നുണ്ട്.

എല്ലാ മനസ്സുകളിലും ഒരു കുട്ടി ജീവിക്കുന്നു. ആശ്രയവും സ്നേഹവും സഹാനുഭൂതിയും തേടുന്ന ഒരു കുട്ടി. എം.ടിയിൽ ഈ പ്രതിഭാസം കൂടുതൽ ശക്തമാണ്. തന്റെ പല കുറിപ്പുകളിലും ലേഖനങ്ങളിലും അദ്ദേഹം ഇതു

പല കുറി വ്യക്തമാക്കിയിട്ടുണ്ട്. ബാലജീവിതം നഷ്ടമാവുന്ന ആധുനിക തലമുറയുടെ വികാരരാഹിത്യമാണ് ഇന്നു സമൂഹത്തെ നേരിടുന്ന ഏറ്റവും പ്രധാന വെല്ലുവിളി എന്ന് എം.ടി അറിയുന്നു.

'രണ്ടാമൂഴ'ത്തിലെ ഭീമനിൽ കൂടല്ലൂരിനോടു വിട പറയാൻ വിധിക്കപ്പെട്ട ഒരു കുട്ടി ഒളിഞ്ഞിരിപ്പുണ്ട്. പഞ്ചപാണ്ഡവന്മാരിൽ എന്നും രണ്ടാം സ്ഥാനക്കാരനായ ഭീമന്റെ അപകർഷതാബോധം പക്ഷേ, കഠിനയാതനകൾ ഏറ്റെടുക്കുന്ന ഒരാളുടെ സ്ഥിതപ്രജ്ഞതയായി പരിണമിക്കുന്നു.

കഥയെഴുതുമ്പോഴും തിരക്കഥയെഴുതുമ്പോഴും എം.ടി ജന്മനാട്ടിലേക്കു തിരിച്ചു വരുന്നു. ജന്മസിദ്ധമായ വേരുകളുടെയും അതു പറ്റിപ്പിടിച്ചു നില്ക്കുന്ന മണ്ണിന്റെയും മണമുള്ള കഥകൾ പ്രവാസി മലയാളികൾക്കും ഇവിടെത്തന്നെയിരുന്നുകൊണ്ടു പ്രവാസികളായി പരിണമിച്ചവർക്കും ഒരേ പോലെ പ്രിയങ്കരമാണെന്നു വരുന്നു.

രണ്ടാമൂഴത്തിന്റെ രചനയിൽ പ്രതിഭയും പ്രയത്നവും ഇഴുകിച്ചേർന്ന ഒരു ഗ്രന്ഥകാരനെ കാണാം. നിരന്തരമായ ചെറു പരാജയങ്ങളിൽനിന്നും ഇരുട്ടടികളിൽനിന്നും സമപ്രായക്കാരുടെ പുച്ഛങ്ങളിൽനിന്നും വെല്ലുവിളികളിൽനിന്നും രക്ഷപ്പെടാനുള്ള അദമ്യമായ ചോദനയാണ് എപ്പോഴും ഭീമനെ നയിക്കുന്നത്. ഈ കാലഘട്ടത്തിന്റെ എല്ലാ വെല്ലുവിളികളെയും സമർത്ഥമായി നേരിടുന്ന ഒരതികായ മനുഷ്യന്റെ പുനരവതാരമാണ് ഭീമൻ. ഭീമന്റെ സൃഷ്ടി എം.ടിയെ സമഗ്രമായി തൃപ്തിപ്പെടുത്തിയിട്ടുണ്ടാവണം.

തന്റെ രചനകളിലൊന്നും സ്വന്തം ഭൂമിക വിട്ടകലാത്ത എം.ടി 'വാരണാസി' തീരത്ത് ഒരു ഭ്രംശ താഴ്വരയിലാണ് എത്തിപ്പെട്ടിരിക്കുന്നത്. അതെങ്ങനെ എന്നു ഞാൻ പലപ്പോഴും വിസ്മയിക്കുന്നു. ഈ താഴ്വരയ്ക്കും കൂടല്ലൂർ ഗ്രാമത്തിനുമിടയ്ക്ക് ഒരുപാട് ദൂരമുണ്ട്. ഭൂവിസ്തൃതിയുടെയും കാലത്തിന്റെയും. എന്തായിരിക്കും എം.ടിയുടെ അടുത്ത രചന?

കഥകളിൽ പറയാതെപോയ കാര്യങ്ങളാണ് 'കിളിവാതിലിലൂടെ' എം.ടി വിശദീകരിക്കുന്നത്. അനീതി നടമാടുന്ന സമൂഹത്തിന്റെ നിരവധി രംഗങ്ങൾ. മലയാളികളുടെ ഹിപ്പോക്രസി ഇവിടെ പ്രത്യേകിച്ചും വിമർശനവിധേയമാകുന്നു.

വെളിമ്പറമ്പുകളിൽ, അയൽക്കാരന്റെ ഇത്തിരി ആകാശം മറച്ചുകൊണ്ടു പ്രത്യക്ഷപ്പെടുന്ന കോൺക്രീറ്റ് കോംപ്ലക്സുകളുടെ രാക്ഷസീയത നഗരത്തിലെ (ഇപ്പോൾ നാട്ടിൻപുറത്തെയും) മനുഷ്യരെ നടുക്കുന്നു. കോഴിക്കോട്ടുകാരനായ എം.ടി (അദ്ദേഹം അങ്ങനെയാണ് പറയുന്നത്) ഓരോ പ്രഭാതത്തിലും ഉണരുന്നത് ദൈവനാമം ഓർത്തുകൊണ്ടല്ല 'കുറ്റിക്കാട്ടൂരിലെ പൈപ്പ് പൊട്ടരുതേ' എന്നു ചിന്തിച്ചുകൊണ്ടാണ്. ഒരിടയ്ക്ക് എന്നും കുറ്റിക്കാട്ടൂരിലെ വലിയ മെയിൻ പൈപ്പ്ലൈൻ പൊട്ടിക്കൊണ്ടിരുന്നു. അഴിമതിവീരനായ ഒരു മന്ത്രിയുടെ വക മേടിച്ച കൂറ്റൻ പൈപ്പുകൾ കനോലിക്കനാലിന്റെ തീരത്ത്

പൊതുജനത്തെ വെല്ലുവിളിച്ചുകൊണ്ട് അട്ടിയട്ടിയായിക്കിടന്നു. ഉപയോഗ ശൂന്യമായ ഈ പൈപ്പുകൾക്ക് അതുൾക്കൊള്ളുന്ന വായുവിനെ മാത്രമേ താങ്ങാൻ ശക്തിയുണ്ടായിരുന്നുള്ളു. ഈ പൈപ്പുകളെക്കുറിച്ചാണ്, അതു വരുത്തുന്ന അപമാനവീകരണത്തെക്കുറിച്ചാണ് ഒരു ലേഖനം.

കുട്ടികളെക്കുറിച്ച് അപാര ഉത്ക്കണ്ഠ പുലർത്തുന്ന ഒരു മനുഷ്യസ്നേഹിയാണ് എം.ടി. കിരീടം വച്ച വൻക്ലബ്ബ് നടത്തിപ്പുകാർ ഓരോ ജൂൺ-ജൂലൈ മാസത്തിലും നഗരത്തിൽ നടത്തുന്ന പുസ്തക, വസ്ത്ര, അന്ന ദാനോത്സവങ്ങൾ അദ്ദേഹത്തെ അതീവമായി വേദനിപ്പിക്കുകയും അമർഷംകൊള്ളിക്കുകയും ചെയ്യുന്നു. നഗരജീവിതത്തിന്റെ പരിഹാസ്യതകളെല്ലാം അദ്ദേഹം അറിയുന്നുണ്ട്.

നമ്മൾ ശിശുക്കളെ എപ്പോഴും അവഗണിക്കുന്നു. അവർക്കു വോട്ടു ചെയ്യാനുള്ള പ്രായം ആയിട്ടില്ലാത്തതിനാലാവാം. കുട്ടികൾക്ക് ചെറുബുദ്ധിയേയുള്ളൂ എന്നു ചിന്തിക്കുന്ന വിദ്യാഭ്യാസതത്ത്വചിന്തകന്മാരാണ് നമ്മുടെ നാട്ടിൽ ഏറിയകൂറും. "നമ്മുടെ കുട്ടികൾക്കിണങ്ങുന്ന, നമ്മുടെ ജീവിതം, പ്രകൃതി, പക്ഷിമൃഗാദികൾ, ചരിത്രം, പുരാണം എന്നിവയൊക്കെയുമായി വിദൂരബന്ധങ്ങളെങ്കിലുമുള്ള പുതിയ കവിതകൾ, താളവും പ്രാസവും സംഗീതാത്മകതയുമൊക്കെയുള്ള കവിതകൾ, ഇംഗ്ലീഷിലെഴുതുന്ന ഇന്ത്യൻ കവികളെക്കൊണ്ടെഴുതിച്ച് വിദ്യാഭ്യാസ വിദഗ്ദ്ധർ പരീക്ഷിച്ചുനോക്കണ" മെന്ന് ലേഖൻ ആകുലതയോടെ പറയുമ്പോൾ നമ്മുടെ ഇംഗ്ലീഷ് വിദ്യാഭ്യാസത്തിന്റെ പരിഹാസ്യത മുഴുവനും വെളിവാകുന്നുണ്ട്.

അനുദിനം കടലെടുത്തുകൊണ്ടിരിക്കുന്ന മലയാള സംസ്കൃതിയുടെ തീരത്ത് ഉറച്ചു നില്ക്കുന്ന ദീപസ്തംഭങ്ങളിൽ ഒന്നാണ് കലാകാരനായ എം.ടി. വാസുദേവൻ നായർ. കാറ്റും കോളും കടലിരമ്പവും ഇരുളും മനുഷ്യന്റെ കരച്ചിലും കണ്ടും കേട്ടും അതീവ സൗമ്യമായൊരു ദീപ്തി പ്രസരിപ്പിക്കുന്ന വിളക്ക്, ഈ എഴുത്തുകാരന്റെ വീക്ഷണത്തിലുണ്ട്.

മലയാളത്തെ മറക്കുന്ന മലയാളിയോട് എം.ടിക്ക് കഠിനമായ രോഷമുണ്ട്. തന്റെ കുഞ്ഞിന് മലയാളമറിഞ്ഞുകൂടാ എന്ന് കേരളനാട്ടിൽ ജീവിക്കുന്ന മാതാപിതാക്കൾ അഭിമാനത്തോടെ പറയുമ്പോൾ കേരളത്തിനു പുറത്തെ ഇന്ത്യക്കാർ ഇംഗ്ലീഷുമീഡിയം കുട്ടികളെ മാതൃഭാഷ പഠിപ്പിക്കുന്നത് ഒരു കർത്തവ്യമായി പ്രത്യേകം ഏറ്റെടുക്കുന്നു എന്ന് ഒരു ലേഖനത്തിൽ.

അവസരം കിട്ടുന്ന വേദികളിലെല്ലാം എം.ടി യിലെ പുസ്തകപ്രേമി പുറത്തുവരും. മലയാളത്തോടുള്ള ആദരവും സ്നേഹവും വാക്കുകളിലല്ലാതെ പ്രകടമാവും. മലയാളഭാഷ തന്റെ ജീവിതമാണെന്നു തുറന്നുപറയാൻ മടിയുള്ള മലയാള പ്രൊഫസർമാരുള്ള നാടാണിത്. എഴുത്ത് തനിക്കു നല്ലൊരു ജീവിതം നല്കി എന്ന് അദ്ദേഹം അഭിമാനിക്കുന്നു. സ്വയം പരസ്യപ്പെടുത്തുന്നതിൽ അദ്ദേഹം താത്പര്യം കാണിക്കുന്നില്ല. തന്റെ രചനകൾക്കു പരസ്യം വേണ്ട എന്നു ചിന്തിക്കുന്ന അപൂർവം ചില എഴുത്തുകാരിലൊരാൾ.

കുട്ടിക്കാലങ്ങളിൽ, അന്നവും ആശ്രയവും കിട്ടാതെ പ്രതിഭകൾ കരിഞ്ഞു പോകുന്നവരെക്കുറിച്ചുള്ള വേവലാതികൾ പല ലേഖനങ്ങളിലും കാണാം. കുട്ടികളെ പലതരത്തിലും "ഉപയോഗപ്പെടുത്തുന്ന" ഒരു അഴുകിയ സംസ്കാര ത്തിനുടമകളായി മാറുകയാണല്ലോ നാം.

മുത്തങ്ങാസംഭവം എം.ടി യുടെ ആത്മാവിൽ അഗാധമായ ചലനം ഉണ്ടാക്കിയിരിക്കണം. വർഷങ്ങൾക്കു മുൻപ് എഴുതിയ ഒരു ലേഖനത്തിൽ അമേരിന്ത്യക്കാരോട് വെളുത്ത വർഗ്ഗത്തിലെ നരാധമന്മാർ കാണിച്ച, ഇപ്പോഴും കാണിക്കുന്ന നിഷ്ഠുരപ്രവൃത്തികളെക്കുറിച്ചും കഠിനവിമർശനമുണ്ട്. ഈ ഭൂമിയിൽ മനുഷ്യർക്കും മറ്റെന്തിനും നീതി കിട്ടണം. മരിച്ചുകൊണ്ടിരിക്കുന്ന ഭാരതപ്പുഴ കഥാകാരനെ വല്ലാതെ നോവിക്കുന്നു.

എന്നും സ്നേഹത്തിന്റെ തീർത്ഥം അന്വേഷിക്കുന്ന കഥാകൃത്തിന് പക്ഷേ, അധികം ആത്മസ്നേഹിതരില്ല എന്നാണ് ഞാൻ മനസ്സിലാക്കുന്നത്. എന്തു കൊണ്ട്? വൈയക്തികമായ നിരവധി അനുഭവങ്ങൾ മനുഷ്യരോട് പ്രത്യക്ഷ ത്തിൽ അടുത്തിടപഴകാൻ അദ്ദേഹത്തെ വിലക്കുന്നുണ്ടെന്നു തോന്നുന്നു.

എം.ടി കോഴിക്കോട്ടാണ്. എം.ടിയുമായി ഞാൻ സംസാരിച്ചിട്ടുള്ളത് അഞ്ചു പ്രാവശ്യത്തിൽ അധികം വരില്ല. അതും അഞ്ചു മിനിറ്റിൽ താഴെ സമയം. പലപ്പോഴും കണ്ടുമുട്ടാറുണ്ട്. അപ്പോഴെല്ലാം ഒരരപ്പുഞ്ചിരി മാത്രം. അതിന്റെ ഓർമ്മയ്ക്കായി ഈ പിറന്നാൾക്കുറിപ്പ്.

❑

തെരുവിന്റെ കഥാഗായകൻ

പ്രേമാമൃതവും ചെറുകാട് നാടകവും ശ്രീകൃഷ്ണചരിതം മണിപ്രവാളവും ടി.എസ്സ്. തിരുമുമ്പിന്റെ വിപ്ലവഗാനങ്ങളും ശാരദയും ചങ്ങമ്പുഴക്കവിതയും ഡിറ്റക്റ്റീവ് നോവലും തുല്യ താത്പര്യത്തോടെ വായിക്കുന്ന എന്റെ അമ്മ ഒരു നാൾ അടുക്കളയിൽവച്ച് സ്വയം പൊട്ടിച്ചിരിക്കുന്നതു കേട്ടു. ഇടതു കയ്യിൽ നിവർത്തിപ്പിടിച്ച തെരുവിന്റെ കഥ. വലതു കയ്യിൽ ദോശ ചുടുന്ന ചട്ടുകം. മിഠായിത്തെരുവിലൊരു പഴയ കടയുടെ മേൽക്കൂരയിൽ ഒരു പാമ്പ് കടന്നു കൂടിയിട്ടുണ്ടെന്നു തെറ്റിദ്ധരിച്ച് വഴിപോക്കരെല്ലാം ഒത്തുകൂടിയ രംഗം. പാമ്പിനെ കാണാനില്ല. ഒരു വാൽ കണ്ടെന്നു പറഞ്ഞിരുന്നവൻ സ്ഥലം വിട്ടുകഴിഞ്ഞു. അവിടെ കാണാനുണ്ടായിരുന്നത് ഒരു കോണകവാൽ മാത്ര മായിരുന്നെന്നു പറഞ്ഞ് പൊതുജനത്തിന്റെ മണ്ടത്തരത്തെ ചൂണ്ടിക്കാണിച്ചു ചിരിയുടെ പടക്കത്തിനു തീകൊളുത്തി മാറി നില്ക്കുന്ന പൊറ്റെക്കാട്ട്. ജീവിത ത്തിന്റെ കയ്പു കഷായത്തിനു കല്ക്കണ്ടത്തിന്റെ മാധുര്യം പകരുന്ന കഥാ കൃത്ത്. ഈ വീക്ഷണം തെരുവിന്റെ കഥയിലല്ലാതെ എവിടെക്കാണും!

ഒറ്റ ഇരുപ്പിന് ഒരു തെരുവിന്റെ കഥ വായിച്ചുകഴിഞ്ഞപ്പോൾ എനിക്കു തോന്നി, ഒരു ലേഖനം എഴുതണം. അങ്ങനെ ഞാൻ ആദ്യമായി ഒരു പുസ്തക നിരൂപണം എഴുതി. ഒരു പത്രാധിപരും ആവശ്യപ്പെടാതെ എഴുതാനുള്ള പ്രേരണ ഒന്നുകൊണ്ടു മാത്രം. ഒരുപക്ഷേ അതൊരു വെറും ആസ്വാദനം ആയിരുന്നിരിക്കാം. എഴുതിക്കഴിഞ്ഞപ്പോൾ തോന്നി, പ്രസിദ്ധീകരിക്കണം. നല്ല വെള്ളക്കടലാസ്സിലേക്കു പകർത്തി ഏതെങ്കിലും ഒരു പത്രത്തിന്റെ അധി പർക്ക് അയച്ചു കൊടുക്കാം. ധനതത്ത്വശാസ്ത്രത്തിൽ ഒരു ഡിഗ്രിയെടുത്തു എന്നതല്ലാതെ മറ്റൊരു യോഗ്യതയുമില്ലാത്ത എന്റെ നിരൂപണം പ്രസിദ്ധീ കരിക്കാൻ വല്ലവരും തുനിയുമോ? ഐ.എ.എസ്സിന്ന് എഴുതാൻ ഭ്രമിച്ചിരുന്ന കാലം. എസ്സേകൾ എഴുതിപ്പഠിക്കാൻ അച്ഛൻ ഒരു ചുരുൾ വെള്ളക്കടലാസ്സ് കൊണ്ടുവന്നു തന്നിരുന്നു. നിരൂപണം ഭംഗിയായി പകർത്തി. അന്നൊരു തിരുവാതിര ആയിരുന്നു. പൊറാട്ടു വേഷക്കാരുടെ ഒന്നിച്ച് അയൽപക്കത്തെ ഒരു പയ്യനുണ്ടായിരുന്നു. 'ദേശാഭിമാനി'യിലെ ഒരു കമ്പോസിറ്റർ. നീണ്ട കവർ അവനെ ഏല്പിച്ചു ഞാൻ ചോദിച്ചു:

ഇതു പത്രാധിപർക്കു കൊടുക്കാമോ?

അവന്നു സന്തോഷം.

ഒരാഴ്ചയ്ക്കുശേഷം നിരൂപണം അച്ചടിച്ചു വന്നത് 'പ്രപഞ്ചം മാസിക'യിലാണ്. മാസികയുടെ കൂടെ പത്രാധിപരുടെ വക ഒരു പുസ്തക കെട്ടും. നിരൂപണത്തിന് എന്നെഴുതപ്പെട്ട പത്തുപന്ത്രണ്ടു പുസ്തകങ്ങൾ. തെരുവിന്റെ കഥയുടെ നാലയലത്തുപോലും നില്ക്കാൻ യോഗ്യതയില്ലാത്ത അപ്പുസ്തകങ്ങൾക്കെല്ലാം ഞാൻ നിരൂപണമെഴുതേണ്ടി വന്നു. ടി.വി.കെ. എന്നെ ഒരു സ്ഥിരം കോളമെഴുത്തുകാരിയാക്കുകയായിരുന്നു.

പിന്നീടൊരു വർഷത്തിന്നുശേഷം യദൃച്ഛയാ എൻ.വി. കൃഷ്ണവാരിയരെ ക്കണ്ടപ്പോൾ (അദ്ദേഹത്തിന്റെ വീട്ടിൽവച്ച്) ഒരു മുൻപരിചയവുമില്ലാത്ത എന്നോട് അദ്ദേഹം ചോദിച്ചു, 'മാതൃഭൂമി'യിൽ നിരൂപണമെഴുതാൻ കുറെ പുസ്തകങ്ങൾ അയച്ചുതരട്ടെ? ചോദ്യം എന്നോടാവില്ലെന്ന് ആദ്യം വിചാരിച്ചു. അദ്ദേഹത്തിന്റെ ഇരിപ്പു മുറിയിൽ ഞാനും എന്റെ അനുജത്തിയും മാത്രമേയുള്ളൂ. എൻ.വി. ഫയലിൽനിന്നു പ്രപഞ്ചം മാസിക നീട്ടിക്കാണിച്ചു.

-ഇതു വത്സല എഴുതിയതല്ലേ?

തെരുവിന്റെ കഥയുടെ നിരൂപണം. ഞാൻ പരുങ്ങി. എൻ.വി. മധുരമായി ചിരിച്ചു. അദ്ദേഹം ചോദിച്ചു.

-പൊറ്റെക്കാട്ടിനെ പരിചയമുണ്ടോ?

-ഇല്ല.

-പരിചയപ്പെടണം!

ഞാൻ തലയാട്ടി.

പിന്നീട് അനേകം കൃതികൾക്കു മാതൃഭൂമിയിൽ നിരൂപണമെഴുതി. ഒരു തെരുവിന്റെ കഥ ഒരു നല്ല തുടക്കമായിരുന്നെന്ന് എനിക്കു തോന്നി. എഴുതാൻ പറ്റിയ പുസ്തകങ്ങളൊന്നും നിരൂപണത്തിനു വരുന്നില്ലെന്നു കണ്ടപ്പോൾ നിരൂപണമെഴുത്തു നിർത്തി.

മൂന്നു നാലു വർഷങ്ങൾക്കുശേഷം, സ്കൂൾ സാഹിത്യസമാജത്തിന്റെ ഭാരവാഹികൾ ഒരു പ്രാസംഗികനെ ഏർപ്പാടു ചെയ്യാൻ എന്നെ ഏല്പിച്ചു. അന്ന് കോഴിക്കോട്ട് എമ്പാടും എഴുത്തുകാരുണ്ടായിരുന്നു. പൊറ്റെക്കാട്ട് ലോകസഭയിൽനിന്നു തിരിച്ചെത്തി പുതിയറയിൽ താമസമാക്കിയിരുന്നു. ഞാൻ എന്റെ കൂട്ടുകാരനോടു പറഞ്ഞു,

നമുക്ക് പൊറ്റെക്കാട്ടിനെ ക്ഷണിക്കാം. അദ്ദേഹത്തെ ഒന്നു കാണുകയുമാവാം!

കോഴിക്കോട് ബീച്ച് റോഡിലൂടെ സൈക്കിളിൽ പറന്നുപോകാറുള്ള കഥാകൃത്തിന്റെ ഒരു ചിത്രം എന്റെ ഭർത്താവിന്റെ മനസ്സിലുണ്ടായിരുന്നു.

ഞങ്ങൾ പുതിയറയിലേക്കു തിരിച്ചു. പൊട്ടിപ്പൊളിഞ്ഞ പാത. പിന്നീട് എത്രയോ തവണ സഞ്ചരിച്ച ആ വഴി ആദ്യം കാണുകയായിരുന്നു.

ചന്ദ്രകാന്തം! അച്ചടിയക്ഷരങ്ങൾ, കഥാസമാഹാരത്തിന്റെ മൂർത്ത രൂപം പോലെ മുല്ലവള്ളികൾ പടർന്നു കയറിയ പൂമുഖത്തിന്റെ ശീതളച്ഛായയിൽ ഇരിക്കുകയായിരുന്നു കഥാകൃത്ത്. നിഷ്കളങ്കമായ ചിരി, ഒരു കുഞ്ഞിന്റേതുപോലെ. പ്രസംഗത്തിനു ക്ഷണിക്കാൻ വന്ന ആരോ ആണെന്ന് അദ്ദേഹം ധരിച്ചില്ല.

അദ്ദേഹം ഞങ്ങളെ മാറിമാറി നോക്കി. ഇരിക്കാൻ കസേരകൾ നീക്കിയിട്ടുതന്നു.

ഞങ്ങൾ സ്കൂളിൽനിന്നു വരികയാണ്! എന്റെ ഭർത്താവ് പറഞ്ഞു.

എവിടെയാണ് വീട്? എന്നൊരു മറുചോദ്യമാണ് എസ്.കെ. ചോദിച്ചത്.

വീടെവിടെ എന്നറിഞ്ഞപ്പോൾ പൊറ്റെക്കാട്ട് ഉന്മേഷം തുളുമ്പുന്ന വാക്കുകളോടെ ഒരു ദീർഘ സംഭാഷണത്തിനു തയ്യാറായി.

നാം ഒരേ ദേശക്കാരാണല്ലോ!

അതെ.

നിരവധി പരിചയക്കാർ, ബന്ധുക്കൾ, നാട്ടുകാർ. ഇരുകൂട്ടർക്കും അറിയാവുന്ന നിരവധി നാട്ടിൻപുറത്തെ മനുഷ്യർ.

മണിക്കൂറുകൾ കടന്നുപോയി. വന്ന കാര്യം ഞങ്ങൾ മറന്നുകഴിഞ്ഞിരുന്നു. വീട്ടുകാരി സ്വർണ്ണത്തിന്റെ നിറമുള്ള ചായ കൊണ്ടുവന്നു. ബിസ്കറ്റ് ചായക്കപ്പിൽ മുക്കി തിന്നുകൊണ്ട് പൊറ്റെക്കാട്ട് പറഞ്ഞു.

എനിക്ക് ഇങ്ങനെയാണ് ഇഷ്ടം!

എന്റെ അച്ഛനും ബിസ്കറ്റ് കഴിക്കുന്നത് ഇങ്ങനെയാണല്ലോ എന്നു ഞാനോർത്തു.

അലമാരയിൽനിന്ന് ഒരു ഫയലെടുത്ത് അദ്ദേഹം നിവർത്തി. അതിൽനിന്നും ഒരു 'കട്ടിങ്ങ്' എടുത്തു നീട്ടി. ഞാൻ മേടിച്ചുനോക്കി. ഒരു തെരുവിന്റെ കഥയ്ക്കു ഞാനെഴുതിയ നിരൂപണം. ഞാൻ ചൂളിപ്പോയി. മഹാനായ ഒരു കഥാകൃത്തിന്റെ പുസ്തകത്തിന് ഒരു നിരൂപണമെഴുതിയ ഞാൻ എന്തൊരവിവേകിയാണ്! എന്റെ മുഖം വിളർത്തിരിക്കണം. ചിരിച്ചുകൊണ്ട് അദ്ദേഹം പറഞ്ഞു.

നന്നായിട്ടുണ്ട്. ഇങ്ങനെ വേണം എഴുതാൻ. ആശയങ്ങളും വാക്കുകളും മനസ്സിന്റെ ഉള്ളിൽനിന്ന് ഊറിവരണം.

കട്ടിങ്ങ് ഫയലിൽവച്ച് അദ്ദേഹം തന്റെ കൗതുകവസ്തുശേഖരത്തിൽനിന്ന് ഓരോന്നായി എടുത്തു കാണിക്കാൻ തുടങ്ങി. സുവർണ്ണചിത്രങ്ങൾ ആലേഖനം ചെയ്ത സ്വിസ്സ് ചായക്കോപ്പകൾ, നേപ്പാളിലെ ദേവാലയമാതൃക, തായ് സുന്ദരിയുടെ വിഗ്രഹം, ചീനക്കൊത്തുവേലകൾ...

'ഹിമാലയ സാമ്രാജ്യത്തിൽ' എന്ന കൃതിയുടെ ഒരു കോപ്പിയിൽ അദ്ദേഹം എഴുതി, "പ്രിയപ്പെട്ട വത്സലയ്ക്ക്...." കൊത്തുപണിപോലെ മനോഹരമായ കയ്യക്ഷരങ്ങൾ കണ്ടു ഞാനതിശയിച്ചു.

തിരിച്ചുപോരുമ്പോൾ, വാതില്ക്കൽ വന്നുനിന്ന് അദ്ദേഹം പറഞ്ഞു.

-ഇടയ്ക്കിടെ വരണം!

ആ വാക്കുകളെ ഞങ്ങൾ എന്നും മാനിച്ചുപോന്നു. ചന്ദ്രകാന്തത്തിന്റെ ഇരിപ്പുമുറിയിൽ സ്വന്തം വീട്ടിലെന്നപോലെ ഞങ്ങളും കുട്ടികളും നിരവധി മണിക്കൂറുകൾ ചെലവഴിക്കാറുണ്ടായിരുന്നു.

മടക്കയാത്രയിൽ എന്റെ ഭർത്താവു പറഞ്ഞു.

-അക്ഷരാർത്ഥത്തിൽ മഹാൻ എന്നു വിശേഷിപ്പിക്കാവുന്ന ഒരു കലാകാരനാണ് അദ്ദേഹം.

ഒരിക്കൽ എനിക്കൊരതിഥി വന്നു. തെരുവിന്റെ കഥയിലെ സാക്ഷാൽ, വിദ്വാൻ കോരുണ്ണിത്തങ്കം! തെരുവിൽനിന്ന് നേരെ കയറി വരികയാണെന്നു തോന്നി. കക്ഷത്തിൽ സംസ്കൃത ഭാഷാ മുക്തകങ്ങൾ എഴുതി നിറച്ച നോട്ടുബുക്ക്; വാർദ്ധക്യത്തിലും തിളങ്ങുന്ന കണ്ണുകൾ, “നിർത്തി നിർത്തി”യുള്ള ആ “തുടർച്ചിരി.” മനുഷ്യനെ പഠിക്കാൻ പൊറ്റെക്കാട്ടിന്നുള്ള അപാരമായ കഴിവിനെക്കുറിച്ചു ഞങ്ങൾ ഒരിക്കൽക്കൂടി ബോധവാന്മാരായി. മനുഷ്യനെ പഠിക്കുന്നതിനൊപ്പം സ്നേഹിക്കുന്നതിലും ആ വിശാലഹൃദയം അസാധാരണമായ ഒരു ആനന്ദം കണ്ടെത്തിയിരിക്കണം.

പൊറ്റെക്കാട്ടിന് ആദരാഞ്ജലികളർപ്പിക്കാൻ അദ്ദേഹത്തിന്റെ ഭൗതികദേഹത്തിനു മുമ്പിൽ ഒഴുകിയെത്തിയ കോഴിക്കോടു നഗരത്തിലെ പല സഹസ്രം ജനങ്ങളുടെ ഇടയിൽ തെരുവിലും, മറ്റു മണ്ഡലങ്ങളിലും അദ്ദേഹം പരിചയപ്പെടുത്തിത്തന്ന നിരവധി മനുഷ്യരുണ്ടായിരുന്നു. അന്തിമാഭിവാദ്യം അർപ്പിക്കാനെത്തിയ ഓമഞ്ചിയെക്കണ്ടു ഞാൻ അത്ഭുതപ്പെട്ടു. വളഞ്ഞ കാലുള്ള കുട, കോട്ട്, ചായം തേച്ച ചുവപ്പുനിറമാർന്ന തലമുടി. മൃതദേഹത്തിന്നു പ്രദക്ഷിണം ചെയ്തു വേദിയിൽ നിന്നിറങ്ങിപ്പോകുന്നവരുടെ ഇടയിൽനിന്നു കുതറിമാറി ഓമഞ്ചി, നിരവധി പുഷ്പചക്രങ്ങൾ വകഞ്ഞുമാറ്റി ശവമഞ്ചത്തിന്റെ ചാരത്തണഞ്ഞു പാദങ്ങൾ തൊട്ടു നമസ്കരിച്ചു. ഏറെ നേരം തന്നെ വലയംവച്ചു കടന്നു പോയ്ക്കൊണ്ടിരുന്ന മനുഷ്യനദിയെ വിസ്മരിച്ചുകൊണ്ട് സ്നേഹത്തിന്റെ ആ കൊച്ചു തുരുത്തിൽ തങ്ങി നിന്ന റിക്ഷത്തൊഴിലാളികൾ, ചുമട്ടുകാർ, ഫാക്ടറിത്തൊഴിലാളികൾ, റിട്ടയർ ചെയ്ത സ്വാതന്ത്ര്യസമര ഭടന്മാർ, അദ്ധ്യാപകർ, ആപ്പീസു ജോലിക്കാർ, ഗൃഹനായികമാർ, വിദ്യാർത്ഥികൾ, പണ്ഡിതന്മാർ, വ്യാപാരമുഖ്യന്മാർ, വ്യവസായികൾ, കർഷകർ തുടങ്ങി ജീവിതത്തിന്റെ വിവിധ മണ്ഡലങ്ങളിൽ മനുഷ്യസ്നേഹത്തിന്റെ ഉറവിടം കണ്ടെത്തിയ ആ മഹാനെ അത്യുന്നതനായ ഒരു കലാകാരനെന്ന നിലയിൽ നാം എന്നും ഓർമ്മിക്കും.

❑

മഹാകവിയുടെ പണിപ്പുര

"ഇതാ, ഈ അലരിച്ചെടി നിത്യേന ആയിരമായിരം പൊൻപണങ്ങൾ എനിക്കുവേണ്ടി വാരിയെറിഞ്ഞു തരുന്നു." പടിക്കൽ നില്ക്കുന്ന ചെടിയെ വാത്സല്യപൂർവ്വം നിരീക്ഷിച്ചുകൊണ്ട് വൈലോപ്പിള്ളി പറഞ്ഞു. ഞങ്ങൾ, ഞാനും എന്റെ കൂട്ടുകാരനും മഹാകവിയുടെ ആതിഥ്യം സ്വീകരിച്ചു മടങ്ങുകയായിരുന്നു.

വൈലോപ്പിള്ളിയുടെ ആതിഥ്യമര്യാദയുടെ അസ്വാഭാവികതയെക്കുറിച്ച് ഏറെക്കേട്ടിരുന്ന ഞങ്ങൾ ആ ഒരു പ്രഭാതത്തിൽ അല്പം ശങ്കയോടെയാണ് വാതിലിൽ മുട്ടിയത്. അടഞ്ഞു കിടക്കുന്ന ഒരു വാതിൽ. അടഞ്ഞുകിടക്കുന്ന ഒരു ജനൽ. മുറ്റം നിറയെ അടിഞ്ഞു കൂടിയ കരിയിലകൾ. കാടുപിടിച്ച ചുറ്റുപാടുകൾ. ഒരു പ്രവാസിയുടെ പർണശാല തന്നെ.

കവി അകത്തുണ്ടോ? ഇല്ലയോ?

വരാന്തയിൽ നിന്ന സൈക്കിൾ പറഞ്ഞു.

അകത്തുണ്ട്.

അകത്തെ തറയിലെ കോളിങ്ബെൽ ശബ്ദിച്ചോ എന്നറിഞ്ഞുകൂടാ.

പതുക്കെപ്പതുക്കെ ജാലകപ്പൊളി തുറക്കുന്നു. ജിജ്ഞാസ പൂണ്ട കവിമുഖം. വിരിയുന്ന ഒരു പൂപ്പുഞ്ചിരി.

വരണം! വരണം! വല്ല പ്രസംഗത്തിനു വരുന്നവരാണെന്നു നിരീച്ചു. നിങ്ങൾ രണ്ടുപേരെയും ഒട്ടും പ്രതീക്ഷിച്ചില്യട്ടൊ! വത്സല കോഴിക്കോട്ടുനിന്നല്ലേ?

അതെ!

മലർക്കെത്തുറക്കുന്ന പൂമുഖവാതിൽ.

വീടിന്നകം ആകെ അലങ്കോലപ്പെട്ടു കിടന്നു. തലേന്നാൾ പെയിന്റിങ്ങിനു വന്നവരുടെ വിക്രിയ.

ഇതൊന്നും നേരെയാക്കാൻ എന്നെക്കൊണ്ടു വയ്യ!

സഹായത്തിനാരെയെങ്കിലും – ?

ഒന്നിനേം അകത്തു കയറ്റാൻ കൊള്ളില്ല!

റാപ്പർ പൊളിക്കാത്ത എണ്ണമറ്റ പത്രമാസികകൾ ഇരിപ്പുമുറിയുടെ ഒത്ത നടുവിൽ കുന്നുകൂടിയിരിക്കുന്നു. സർവ്വത്ര പുസ്തകങ്ങൾ.

പുസ്തകങ്ങൾക്കിടയിലൂടെ അദ്ദേഹം അടുത്ത മുറിയിലേക്കു വഴി കാണിച്ചു. കിടപ്പുമുറിയിൽ കുറുകെക്കെട്ടിയ അഴയിൽ ആ വീട്ടിലുള്ള വസ്ത്ര ങ്ങളത്രയും ഞാന്നുകിടപ്പുണ്ട്.

അതിന്റെ അഭംഗിയെക്കുറിച്ചു ഞാൻ സൂചിപ്പിച്ചു.

നാണത്തിൽ വിടർന്ന തന്റെ പുഞ്ചിരി വിടർത്തി കവി പറഞ്ഞു.

അലക്കാൻ വലിയ വിഷമം. അലക്കിയതെല്ലാം വിഴുപ്പായിക്കഴിഞ്ഞാൽ ഒന്നിച്ചൊരലക്കാണ്!

ആരാണ് സഹായിക്കാൻ?

ഞാൻ തന്നെ! വസ്ത്രങ്ങൾ കണ്ണിന്നു മുമ്പിൽ കുന്നുകൂടിയില്ലെങ്കിൽ അലക്കാൻ മറന്നുപോകും.

പിന്നീടദ്ദേഹം താൻ പുതുതായി മേടിച്ച ഇരുമ്പലമാര ചൂണ്ടിക്കാട്ടി.

രണ്ടു ദിവസമേ ആയുള്ളൂ മേടിച്ചിട്ട് ! കള്ളന്റെ ശല്യം!

രണ്ടുനാൾ മുമ്പ് വീട്ടിൽ കള്ളൻ കേറിയ കഥ വിവരിച്ചു കവി.

എന്നിട്ടെന്താ അവനെന്നെ പറ്റിക്കാൻ കഴിഞ്ഞില്ല. ഞാൻ ഉണർന്നു വരാ ഞ്ഞത് ഭാഗ്യം. അടുക്കളയിൽ പരതി അവൻ തിരിച്ചുപോയി. മുഖത്തോടു മുഖം കണ്ടിരുന്നെങ്കിൽ ഒരു കത്തി എന്റെ നെഞ്ചിൽ ആഞ്ഞു തറച്ചതു തന്നെ.

തന്റെ ഏകാന്തവാസത്തിന്നിടയിൽ അദൃശ്യമായ ഒരു കത്തിയെ അദ്ദേഹം ഭയപ്പെടുന്നു എന്നു തോന്നി.

ഇരുമ്പ് സേഫിനേക്കാൾ നല്ലത് ബാങ്കല്ലെ?

അല്ലാ! ബാങ്കർമാരാണ് ഏറ്റവും വലിയ കവർച്ചക്കാർ!

കള്ളന്മാർ അതിക്രമിച്ചു കടന്ന പിൻവശത്തെ വാതിലും തുടർന്ന് കാടു പിടിച്ച തോട്ടവും. അതിർത്തിയിലെ മുരിങ്ങമരവും അദ്ദേഹം വിസ്തരിച്ചു കാട്ടിത്തന്നു. തന്റെ കൊലമരമായി മാറുമായിരുന്ന ആ മുരിങ്ങമരം പിടി ച്ചാണ് കള്ളൻ ഉയരമേറിയ മതില്പുറത്തൂടെ കടന്നുവന്നത്!

ഞാനതു മുറിച്ചുകളയണമെന്ന് വിചാരിക്കുകയാണ്! അവിയലിന് രണ്ടു മുരിങ്ങക്കായ തരുന്നവനാണല്ലോ എന്നും ശങ്കിക്കുന്നു...

ഞങ്ങൾ കയറിച്ചെല്ലുമ്പോൾ കവി അവിയലിന് തേങ്ങ അരയ്ക്കുകയാ യിരുന്നു.

വീടും പരിസരവും കണ്ടുകഴിഞ്ഞതിനുശേഷം അദ്ദേഹം ഞങ്ങളെ, തന്റെ പണിപ്പുരയിലേക്കു ക്ഷണിച്ചു.

സാമാന്യം വലിയ ഒരടുക്കള. മദ്ധ്യത്തിൽ വലിയൊരു ഊൺമേശ. ഊൺമേശ ഉണ്ണാനുള്ളതല്ലെന്ന് വ്യക്തം. ഉപ്പ് തൊട്ട് കർപ്പൂരം വരെ പലവ്യഞ്ജനങ്ങൾ ന്യൂസ്പേപ്പർ തുണ്ടുകളിൽ പൊതിഞ്ഞുകെട്ടി നിരത്തിവെച്ചിരിക്കുന്നു. അലമാര കാലി. ഡബ്ബകളില്ല.

ഡബ്ബകൾ തുറക്കുക വിഷമമാണ്.

മനുഷ്യ മനസ്സുകളുടെ ചെപ്പുകൾ തുറക്കുന്നതിനേക്കാൾ പ്രയാസമോ! ഞാൻ ചിന്തിച്ചു.

പൊതികൾക്കിടയിൽ നിന്ന് ഒന്നെടുത്ത് അഴിച്ചു.

രണ്ടു പൂവൻ പഴം നീട്ടി കവി പറഞ്ഞു.

- തറവാട്ടിൽ പോയിരുന്നു. ഇന്നലെ. അവിടന്നു കൊണ്ടുവന്നതാണ്. കഴിക്കൂ! കവിപ്രസാദം കൈനീട്ടി മേടിക്കുമ്പോൾ അദ്ദേഹം പറഞ്ഞു.

ഇതുകൊണ്ടായില്ലല്ലോ!

ഊൺമേശയോട് ചേർന്ന് ചാരുകസേര. അക്കാദമിക്കസേരയേക്കാൾ അമൂല്യവും പ്രിയങ്കരവുമായ ആ കസേര ചൂണ്ടി വൈലോപ്പിള്ളി പറഞ്ഞു.

കറിക്കരയ്ക്കുമ്പോൾ രണ്ടുവരി കവിത മനസ്സിലിട്ട് അരച്ചു മിനുക്കിയെടുക്കും. പിന്നെ കറി വേവുമ്പോൾ ആ വരികളെ കസേരയിലിരുന്ന് കടലാസിലേക്കു പകർത്തും! പാചകമാണ് എന്റെ സമയത്തെ അപഹരിക്കുന്നത്. വായയ്ക്കു രുചിക്കുന്നതു വല്ലതും കഴിക്കണമെങ്കിൽ എത്ര സമയം ബലി കൊടുക്കണം.!

അടുക്കളജോലി മോചനമില്ലാത്ത ഒരു പാപഭാണ്ഡമെന്നറിയാവുന്ന ഞാൻ പറഞ്ഞു:

ഒഴിയാൻ ഒരു മാർഗ്ഗവുമില്ലല്ലോ!

ഗൃഹഭരണത്തിന്റെ ഭാരം കൂടി ചുമന്ന് ഇടിഞ്ഞ ചുമലുകളോടെ മുമ്പിൽ നില്ക്കുന്ന മഹാകവിയുടെ മനക്കരുത്തിനു മുമ്പിൽ ഞങ്ങൾ മനസാ നമിച്ചു. ഒരിക്കലും കുനിയാത്ത ഒരു നട്ടെല്ലിന്നുടമയായ കവി. അതുകൊണ്ടു തന്നെ നട്ടെല്ലില്ലാ ലോകത്തിന്റെ ശത്രുത മേടിച്ചുകൂട്ടിയ കവി!

ഇതാ ഇവനാണ് എന്റെ ഏക മിത്രം! അടുക്കളയിലെരിയുന്ന ഗ്യാസടുപ്പിന്റെ മുഖത്തുനോക്കി കവി മൊഴിഞ്ഞു. പാചകസഖി!

ചിലപ്പോൾ സാമ്പാറും അവിയലും കാളനുമെല്ലാം കൂട്ടി ഉണ്ണണമെന്നു തോന്നും. അങ്ങനെയൊരൂണ് തയ്യാറാക്കി കഴിച്ചു കഴിയുമ്പോഴേക്കും എന്റെ മനസ്സിൽ അനേകം ഈരടികൾ വാടി വീണു നശിക്കുന്നു. എന്തു ചെയ്യും ഞാൻ?

എനിക്ക് ദുഃഖം തോന്നി.

അടുപ്പു കെടുത്തി കവി പറഞ്ഞു: പോകാം പുറത്തുപോയി നമുക്ക് വല്ലതും കഴിക്കാം. നിങ്ങൾക്കൊരു ചായ മേടിച്ചു തരാതെ വിടില്ല.

കവിമനസ്സിന്റെ വാശിയെപ്പറ്റി മുന്നറിവുള്ള ഞങ്ങൾ കീഴടങ്ങി.

പതിനൊന്നു മണിയുടെ വെയിൽ കാളാൻ തുടങ്ങിയ റോഡിലൂടെ ഞങ്ങൾ കവിയെ അനുഗമിച്ചു.,

അമ്പാടിയിലെ ശീതളമായ മുറിയിലിരുന്ന് മസാലദോശ തിന്നുമ്പോൾ വൈലോപ്പിള്ളി പറഞ്ഞു:

ഇവിടെ മാത്രമേ വിഷമില്ലാത്ത ഭക്ഷണം കിട്ടൂ.

ഒരു വെട്ടിനു തുണ്ടങ്ങൾ രണ്ടും വേറെ എന്ന മട്ടിലുള്ള സമീപനം വൈലോപ്പിള്ളിയുടെ പ്രത്യേകതയായിരുന്നു. ഒരു നാണ്യത്തിന് രണ്ട് എതിർ വശങ്ങൾ മാത്രമേ ഉള്ളല്ലോ! ജീവിതം അദ്ദേഹത്തിന്റെ കൈയിൽ, ചില്ലറ കളാക്കാൻ പറ്റാത്ത ഒരു നിധിയായിരുന്നു. എന്നും ഒരു പൊൻനാണ്യം.

❑

കോഴിക്കോട്ടുകാരൻ കഥാകൃത്ത്

കോഴിക്കോട്ടിന്റെ മണ്ണിൽ ജനിച്ചുവളർന്ന പൊറ്റെക്കാട്ട് എങ്ങനെയൊരു കഥാകൃത്തായി എന്നു കുട്ടിക്കാലത്ത് ഞാനത്ഭുതപ്പെട്ടിട്ടുണ്ട്. കോഴിക്കോട് പ്യൂരിറ്റൻമാരുടെ നാടാണ്. അവിടത്തെ തിയ്യസമുദായമാകട്ടെ പ്യൂരിറ്റൻ മാരിൽവച്ചു പ്യൂരിറ്റനാണ്. കഥയെഴുത്തും വായനയും അശ്ലീലമായി കണ ക്കാക്കപ്പെട്ടിരുന്ന ഒരു കാലഘട്ടത്തിലാണ് പൊറ്റെക്കാട്ട് കഥാകൃത്തെന്ന പ്രസിദ്ധി നേടിയത്. തന്റെ കഥാരത്നങ്ങളുമായി അദ്ദേഹം രംഗപ്രവേശം ചെയ്യുമ്പോൾ, മാർക്കറ്റിൽ മലഞ്ചരക്കുകളായിരുന്നു വാണിഭവസ്തുക്കൾ. കച്ചവടക്കാറ്റു വീശുന്ന കോഴിക്കോട് നഗരത്തിൽ, പൊറ്റെക്കാട്ടിനെപ്പോലെ വിശിഷ്ടനായൊരു കഥാകൃത്തിനെ കണ്ടെത്താനും സ്വീകരിക്കാനും അന്നേ യുണ്ടായിരുന്നു ഒന്നു രണ്ടു പ്രസിദ്ധീകരണശാലകൾ. പിന്നീട് നഗരം പൊങ്ങച്ചവസ്തുക്കളുടെ വിപണനകേന്ദ്രമായി. ഇടുങ്ങിയ മിഠായിത്തെരു വിൽ കിടന്ന് പ്രസിദ്ധീകരണശാലകൾ ഞെരുങ്ങി ഊർദ്ധ്വശ്വാസം വലിക്കാൻ തുടങ്ങി. പൊറ്റക്കാട്ടിന്റെ കഥകൾ ചതഞ്ഞരയാതെ രക്ഷപ്പെടുകയും മലയാള നാട്ടിലെന്നല്ല, വിദേശങ്ങളിൽ പോലും കടന്നു ചെല്ലുകയും ചെയ്തു.

കോഴിക്കോട് നഗരം നാനാദിശയിലേയ്ക്കും പടർന്നുപന്തലിച്ചു കൊണ്ടി രിക്കെ, പുതിയറയെന്ന സ്ഥലം പഴയ വ്യക്തിത്വത്തിന്റെ ഒരംശം നിലനിർത്തി ക്കൊണ്ട് നാട്ടിൻപുറത്തിന്റെ അന്തരീക്ഷം തീർത്തും കൈവെടിയാതെ പാലിച്ചുകൊണ്ടിരിക്കുന്നത് ഈ കഥാകൃത്തിനെച്ചൊല്ലിയാണെന്ന് എനിക്കു തോന്നീട്ടുണ്ട്. നഗരസഭയും സർക്കാറും പുതിയറപ്പാലവും നിരത്തും കഴിഞ്ഞ നൂറ്റാണ്ടിന്റെ സ്മാരകമായി നിലനിർത്തിപ്പോന്നതു കൊണ്ട് പൊറ്റെക്കാട്ടിന്റെ ദേശത്തേയ്ക്ക് ബസ്സുഗതാഗതമില്ല. ആറുദശകങ്ങൾക്കു മുമ്പ് ചെറിയ ക്കനെന്ന ഗ്രാമീണന്റെ ചുമലിലിരുന്നു യാത്രചെയ്തു രസിച്ച 'കുഞ്ഞി'ന്റെ ബാല്യകാലസ്മൃതിയെ അയവിറക്കുന്നതാണിന്നും പുതിയറപ്പാത! തന്റെ നാട്ടിലേയ്ക്കു ബസ്സില്ലാത്തതിൽ എസ്. കെ.യ്ക്കു പരാതിയില്ല. എത്ര ദൂരം നടക്കാനും അദ്ദേഹം തയാറാണ്. ഈ കഥാകൃത്തിന്നു പരിചയമില്ലാത്ത റോഡുകളോ, ഇടവഴികളോ, വയൽവരമ്പുകളോ നഗരപരിസരത്തിലില്ലെന്നു തോന്നുന്നു.

റോഡിൽനിന്നു മാറി, ഒരു മൂന്നടിപ്പാതയുടെ തുമ്പിൽ കറുത്ത വലിയ അക്ഷരങ്ങൾ. ചന്ദ്രകാന്തം! പൊറ്റെക്കാട്ട് കഥാരത്നങ്ങളെ വിളയിച്ചെടുത്ത പഴയ കൊച്ചുവീട്. നാലുപാടുമുള്ള നിവാസികൾ അവരുടെ പഴയ പാർപ്പിടങ്ങൾ പുതുക്കിപ്പണിയുകയോ, തട്ടിനിരപ്പാക്കി തത്സ്ഥാനത്ത് മണിമേടകൾ പണിയുകയോ ചെയ്തു. അതിന്നു സാമ്പത്തികശേഷിയില്ലാത്തവർ അവിടം വിട്ടു പോയി. പൊറ്റക്കാട്ട് മറ്റൊരു കൂടു തേടിയില്ല. കോൺക്രീറ്റ് മാളിക പണിതില്ല. പഴയ മണ്ണിൽ ഉറച്ച വേരുകളുമായി നില്ക്കുന്നതാണദ്ദേഹത്തിന്റെ സ്വഭാവം. ഈ പഴയ കൊച്ചുവീടിന്നുമുണ്ട് പ്രത്യേകത. ഒരു വിശാലമായ ഇരിപ്പുമുറി. ഇടുങ്ങിയ കിടപ്പറകൾ, ഇടനാഴി, അടുക്കള. ഒരു സഞ്ചരിക്കുന്ന വാനമ്പാടിയായി ജീവിക്കാനാഗ്രഹിച്ചകാലത്ത് അമ്മയ്ക്കായി പണികഴിപ്പിച്ചതാണ് കെട്ടിടം. വല്ലപ്പോഴും യാത്ര കഴിഞ്ഞു തിരിച്ചെത്തി വിശ്രമിക്കാനുള്ള ഒരു താവളം മാത്രമായിട്ടാണ് വീടിനെ അദ്ദേഹം സങ്കല്പിച്ചത്. ഒരു വലിയ ഇരിപ്പുമുറി അനിവാര്യമാണ്. പാട്ടുകഥാ വില്പനക്കാരൻ തുടങ്ങി പത്രാപധിർ വരെയും വഴിവാണിഭക്കാരൻ തുടങ്ങി അക്കാദമിഷ്യൻ വരേയുമുള്ളവർക്ക് അവിടെ കയറിച്ചെല്ലാം. അത്ര ബൃഹത്താണ് അദ്ദേഹത്തിന്റെ സുഹൃദ്വലയം.

ഒരിടത്തരക്കാരന്റെ പോലും പൊങ്ങച്ചമോ പ്രൗഢിയോ പ്രകടിപ്പിക്കാത്ത ആ സ്വീകരണമുറിയിൽ സാധാരണമട്ടിലുള്ള ഏതാനും ഇരിപ്പിടങ്ങൾ. പുസ്തകങ്ങൾ നിറഞ്ഞു കവിയുന്ന രണ്ടലമാരകൾ. ലോകമെങ്ങും ചുറ്റി സഞ്ചരിച്ച ഒരു കലാകാരന്റെ ഇരിപ്പുമുറി, ഒരു കാഴ്ചബംഗ്ളാവിന്നു തുല്യം അപൂർവവസ്തുക്കൾകൊണ്ട് അലങ്കരിക്കപ്പെട്ടതാകാമെന്നു നിങ്ങൾക്കു തെറ്റിദ്ധാരണ വേണ്ട.

മലേഷ്യയിലെ നാടോടിനർത്തകനും, ചൈനീസ് സുന്ദരിയും, ആഫ്രിക്കൻ നീഗ്രോവും, ആരണ്യകങ്ങളിലെ ക്ഷുദ്രജന്തുക്കളും, മനോഹരമായ മറുനാടൻ ദാരുശില്പമാതൃകകളും സ്വിസ്സ് കൈവേലത്തരങ്ങളും, കാഠ്മണ്ഡുവിലെ ദേവാലയരൂപങ്ങളും.....ഒഴിഞ്ഞുമാറി അവിടെ നില്പ്പുണ്ട്. വിദഗ്ദ്ധയായൊരു വീട്ടമ്മയുടെ മിതത്വമാർന്ന സംവിധാനശേഷി കാരണം ഒരു ജിജ്ഞാസുവിന്റെ കണ്ണിൽ മാത്രമേ ഇവയൊക്കെ പെടുന്നുള്ളൂ. ഒരു സാധാരണ അതിഥിക്ക് യാതൊരു പതറിച്ചയുമില്ലാതെ അവിടെ കയറിവരാം. ഇരിക്കാം. സംസാരിക്കാം. ഒരു നാട്ടുകാരണവരുടെ മട്ടിൽ ഗൃഹനായകൻ അയാളെ സ്വീകരിക്കുന്നു. മുഖംമൂടിയില്ലാത്ത ഈ ജീവിതശൈലിയാണ് പൊറ്റെക്കാട്ടിന്റെ രചനകൾക്ക് അകൃത്രിമമായ ജീവിത സൗഭഗം നല്കുന്നത്.

മലയാളം നന്നായി എഴുതാനറിയാത്ത ഒരു കുടുംബിനിയാണ് തനിക്കുള്ളതെന്നും, അതുകൊണ്ട് അവരുടെ ഭാഗത്തുനിന്ന് അപാകത്തിലുള്ള അഭിപ്രായപ്രകടനങ്ങളോ വിമർശനങ്ങളോ ഉണ്ടാകാറില്ലെന്നും സരസനായ നമ്മുടെ കഥാകൃത്ത് ഒരിക്കൽ സൂചിപ്പിക്കുകയുണ്ടായി. സ്വതന്ത്രമായ രചനാസമ്പ്രദായത്തിന് ഒരു ഹേതു ഇതല്ലെങ്കിലും ആ സൂചന കാണിക്കുന്നത്

കലാകാരന്റെ സ്വാതന്ത്ര്യബോധത്തെയാണ്. ഗൃഹനാഥനുമായി ദീർഘസംഭാഷണത്തിലേർപ്പെട്ടിരിക്കുന്ന ഒരതിഥിക്ക് ഒരു കപ്പ് ചായയുമായി മൃദുമന്ദസ്മേരത്തോടെ നിശ്ശബ്ദം കടന്നു വരുന്ന ജീവിത സഹചാരിണി ഇന്നില്ല. 'ചന്ദ്രകാന്ത'ത്തിന്റെ അങ്കണത്തിലെത്തുന്ന ഒരതിഥിക്ക് 'ജയേ....' എന്ന ഗൃഹനാഥന്റെ വിളി എന്നും ഒരു സ്വാഗതോക്തിയായിരുന്നു. അതിഥി വന്ന നിമിഷം വീട്ടുകാരിയെ അറിയിക്കുക എന്ന ഈ അതിഥിസത്ക്കാരസമ്പ്രദായം കോഴിക്കോട്ടുകാരനായ കഥാകൃത്തിന്റെ വ്യക്തിത്വത്തിലേക്ക് വിരൽ ചൂണ്ടുന്നു.

ഒരു പാചകവിദഗ്ദ്ധകൂടിയായ മഹിളയെ തന്റെ ജീവിതസഖിയാക്കിയ പൊറ്റെക്കാട്ട് ഒരു നല്ല ഭക്ഷണപ്രിയനാണ്. സഞ്ചാരവേളകളിൽ രുചിക്കൊത്ത ഭക്ഷണപദാർത്ഥങ്ങൾ കിട്ടുന്നതെവിടെയെല്ലാമാണെന്ന് അദ്ദേഹം മിത്രങ്ങൾക്ക് മനസ്സിലാക്കിക്കൊടുക്കും. പക്ഷേ പൊറ്റെക്കാട്ടിന് എപ്പോഴും പ്രിയംകരം, തന്റെ ഗ്രാമത്തിലെ പരിപ്പുകറിയും കോഴിയിറച്ചിയും മീൻ വറുത്തതുമാണ്. പിന്നെ തെളിഞ്ഞ കഞ്ഞിവെള്ളവും. കഞ്ഞിവെള്ളം കഴിക്കരുതെന്നു നിർദ്ദേശിക്കുന്ന പ്രമേഹരോഗചികിത്സകന്റെ വാക്കുകൾക്ക് പൊറ്റെക്കാട്ട് അത്രയൊന്നും വില കല്പിക്കാറില്ല. ഇഷ്ടപ്പെട്ട ഒരു ഗ്ളാസ്സ് വെള്ളം ഊണിന്നു പുറമെ കുടിക്കാതെ എന്തൊരു ജീവിതം!

അനുദിനം മെറ്റീരിയലിസ്റ്റിക്കായി മാറിക്കൊണ്ടിരിക്കുന്ന ഒരു ലോകത്തിൽ, സങ്കല്പവും കേട്ടുകേൾവിയും പഴങ്കഥകളും ചൊല്ലുകളും കടങ്കഥകളും കൂട്ടിക്കലർത്തി അനുഭവത്തിന്റെ വിത്ത് പാകി അദ്ദേഹം വിരിയിച്ചെടുക്കുന്ന ഓരോ കഥയും ഈ ജീവിതത്തിന്റെ പാരുഷ്യങ്ങളുടെ മൂർച്ച കുറച്ച് അതിനെ അനുഭവവേദ്യമാക്കുന്നു. ജീവിതം ജീവിക്കാനുള്ളതാണെന്നും, വഴിയിൽ കാണപ്പെടുന്ന കല്ലും മുള്ളും തട്ടിനീക്കി നിരപ്പാക്കിയെങ്കിലും മുന്നോട്ട് പോകണമെന്നുമാണ് അദ്ദേഹത്തിന്റെ സിദ്ധാന്തം. ജീവിതനിഷേധിയായ ഒരൊറ്റ വാക്യം എസ്.കെ.യുടെ സാഹിത്യ സാമ്രാജ്യത്തിൽ കാണുകയില്ല. മരണംപോലും ഒരവസാനവാക്കോ ദുരന്തസംഭവമോ ആയി അദ്ദേഹം കാണാറില്ല. നർമ്മബോധത്തിന്റെ ഇത്തിരി വെട്ട മില്ലാതെ, ഇരുട്ടിന്റെ ആഴം അളക്കാനാവില്ലല്ലോ?

'ഹരിശ്ചന്ദ്രൻ' എന്ന കഥയിൽ കൃഷ്ണൻമാസ്റ്ററുടെ ചിതയൊരുക്കിയ ഹരിശ്ചന്ദ്രനോട് ഗോപാലൻ പറയുന്നു-'ഹരിശ്ചന്ദ്രാ സാധു കൃഷ്ണൻ മാസ്റ്ററുടെ ഒടുക്കത്തെ തീറ്റയായ ഈ ചാണകപ്പത്തിരി നീ ഇസ്കിവെക്കരുത് കേട്ടൊ!...

പൊറ്റെക്കാട്ടിന്റെ നർമ്മം ശബ്ദസംബന്ധി മാത്രമല്ല നർമ്മബോധത്തിൽ അലിയിച്ചെടുത്ത ചായങ്ങൾ കൊണ്ടാണ് അദ്ദേഹം സന്ദർഭങ്ങളേയും കഥാപാത്രങ്ങളേയും രചിക്കുന്നത്. 'ആ ചെരിപ്പ്' എന്ന കഥയിൽനിന്നൊരു ഖണ്ഡിക:

'അബ്ദുള്ളയുടെ മടിയിൽ സുഖ വിശ്രമം പൂണ്ടിരുന്ന കൂനൂർ പൂച്ച, ബ്ലഡ് വിറ്റാ കുപ്പിയിലേയ്ക്ക് ഒന്ന് തുറിച്ചുനോക്കി. പിന്നെ ആ കൊച്ചുപൂച്ച

യാതൊരു മുന്നറിയിപ്പും കൂടാതെ ആ കുപ്പിയെ ലാക്കാക്കി ഒരു ചാട്ടം! കുപ്പി തട്ടിമറിഞ്ഞ് ആ ദ്രാവകരക്തം കുറെ മേശപ്പുറത്തും കുറെ താഴെ കണക്കു ശരിപ്പെടുത്തിക്കൊണ്ടിരിക്കുന്ന ഇസ്മായിലിന്റെ പച്ചക്കടലാസ്സു കളിലും തെറിച്ചു. ഗോയബൽസ് ആദ്യം മാർജ്ജാരശിശുവിനേയും പിന്നെ അതിന്റെ ഉടമയായ അബ്ദുള്ളയേയും കണ്ണുരുട്ടി മൂക്കു ചുളിച്ചുകൊണ്ട് ഭീഷണിഭാവത്തോടെ തുറിച്ചു നോക്കി. ഇസ്മായിൽ കോപം സഹിക്ക വയ്യാതെ തന്റെ മടിയിൽനിന്നു കൊട്ടടക്കപ്രായത്തിലുള്ള ഒരു പൊടി ഡെപ്പി യെടുത്ത് ഒരുപാടു പൊടി ഉള്ളങ്കയ്യിലേക്കു തട്ടിയിട്ട് കുറേ നുള്ളിയെടുത്തു മൂക്കിലേക്ക് വലിച്ചു കയറ്റി തന്നത്താൻ സമാധാനപ്പെടുത്തി. അബ്ദുള്ള- പാവം, കിംകർത്തവ്യതാമൂഢനായി, കൂനൂർ പൂച്ചയെ തൂക്കിയെടുത്തു കക്ഷ ത്തിലാക്കി. ബ്ലഡ്‌വിറ്റാബോട്ടിൽ കുത്തനെ നിറുത്തി; സുകുമാരന്റെ കഴു ത്തിലും ഇസ്മായിലിന്റെ പച്ചക്കടലാസ്സിലും ഒന്നു തലോടിക്കൊടുത്തു'

മറ്റൊരു ദൃശ്യം:

.... ഉറങ്ങുന്ന മനുഷ്യരെല്ലാവരും കൂടി അവിടെ ഒരു ഓർക്കസ്ട്രാ ഒരു ക്കൂട്ടിയിരിക്കയാണെന്നു തോന്നും.... ചർക്ക തിരിക്കുംപോലെ, കാർ സ്റ്റാർട്ടു ചെയ്യുമ്പോലെ, മരം ഈർന്നു മുറിക്കുമ്പോലെ, ചട്ടിയിൽ വറവിടുമ്പോലെ, പ്രാവു കുറുകുന്നപോലെ... വേദോച്ചാരണംപോലെ... കൂട്ടത്തിൽ ചില നിദ്രാ ജല്പനങ്ങളും കേട്ടുകൊണ്ടിരുന്നു. 'ദേവസ്സി മൊതലാളി നൂറ്റയ്മ്പതുറുപ്യ'... എന്താണാവോ ദേവസ്സിമൊതലാളിയുമായുള്ള എടപാടിന്റെ രഹസ്യം? ഒരു റേഷൻഷാപ്പുകാരനെ എനിക്കറിയാം. അയാൾ പകൽ നടത്തിയ കരിഞ്ചന്ത ക്കച്ചവടത്തിന്റെ കണക്കെല്ലാം അയാളുടെ ഭാര്യക്കറിയാമത്രെ... ഈ മനു ഷ്യനും ഒരു റേഷൻ കച്ചവടക്കാരനായിരിക്കുമൊ?....

സാമൂഹ്യവിമർശം സാഹിത്യത്തിന്റെ മുദ്രാവാക്യമല്ല എന്നതിന് ഒരു ദൃഷ്ടാന്തം കൂടിയാണ് ഈ കൊച്ചുഖണ്ഡിക. ഇത്ര കലാപരമായ ഒരു തീക്ഷ്ണവിമർശം, ഒരു കള്ളച്ചിരിപോലെ വായനക്കാരന്റെ മുമ്പിൽ വിടർന്നു വരികയാണ്.

പ്രാദേശിക ശൈലികളിലൂടെയും അചുംബിത ബിംബങ്ങളിലൂടെയും ഗ്രാമീണാന്തരീക്ഷത്തിലൂടെയും ചുരുളഴിഞ്ഞു വിടർന്നു വരുന്ന ആ ആദ്യ കാല പ്രേമകഥകൾക്കുള്ള സ്വതസ്സിദ്ധമായ ചൈതന്യവും അവ ഉളവാക്കുന്ന അകൃത്രിമ ആനന്ദാനുഭൂതിയും മലയാളകഥാകുതുകികൾക്ക് അന്യമല്ല. സ്രഷ്ടാവും അനുകർത്താക്കളും ഇന്നെന്നതുപോലെ സാമൂഹ്യ-രാഷ്ട്രീയ-മാനസികശൈഥില്യങ്ങളിലും ഊരാക്കുടുകളിലും അകപ്പെട്ടു ഴലുന്ന ഒരു കാലഘട്ടത്തിലല്ല പൊറ്റെക്കാട്ടിന്റെ പ്രേമകാവ്യങ്ങളും കഥകളും രചിക്കപ്പെട്ടത്. അതുകൊണ്ടുതന്നെ അവ സൃഷ്ടിയേയും ആസ്വാദനത്തേയും തികച്ചും സ്വാഭാവികവും, അവക്രവും പീഡയറ്റതുമാക്കിത്തീർക്കുന്നു.

സമകാല രാഷ്ട്രീയ-സാമൂഹ്യപ്രശ്നങ്ങൾ ഈ കഥാകൃത്തിനെ അധികം അലോസരപ്പെടുത്താറില്ല എന്ന വസ്തുത നമുക്കറിയാം. ഒരു

രാഷ്ട്രീയ സംഹിതയുടെയും വക്താവോ, അനുയായിയോ അല്ല അദ്ദേഹം. ഏതു രാഷ്ട്രീയ കക്ഷിയിലും അദ്ദേഹത്തിന്ന് ആത്മസുഹൃത്തുക്കളുണ്ട്. ജീവിക്കുന്ന ഓരോ മനുഷ്യനും പൊറ്റെക്കാട്ടിനെ സംബന്ധിച്ചേടത്തോളം ഓരോ കലാശില്പമാണ്. താത്പര്യപൂർവ്വം അവരിലൊരാളെ തട്ടിയുണർത്തി, പൊടിതുടച്ചു മിനുക്കി വെടിപ്പാക്കി കഥാകൃത്ത് നമ്മുടെ മുമ്പിലവതരിപ്പിക്കുകയാണ്. മനുഷ്യന്റെ മഹത്ത്വം, സൗന്ദര്യം, കോമാളിത്തം, അല്പത്വം, ദീനത ഇവയെല്ലാം ഇവിടെ സ്ഫുടീകരിക്കപ്പെടുന്നു.

'കാക്കപ്പൂ പോലത്തെ കണ്ണുള്ള കോമളനായ ഗ്രാമീണബാലൻ. മല്ലിന്റെ കോടിഷർട്ടും, ടയർക്കഷണം കൊണ്ടുണ്ടാക്കിയ ചെരിപ്പും കണ്ണിനേക്കാൾ ചെറുതായ ഒരുകണ്ണടയും ധരിച്ചു വെടികൊണ്ടു ചത്തകടവാതിലിനെപ്പോലുള്ള ഒരു പഴയ ശീലക്കുട കക്ഷത്തിലും റൂൾവടിപോലുള്ള ഒരു പേനത്തണ്ടു ചെവിക്കുറ്റിയിലും തിരുകിവച്ചു നടക്കുന്നകോടതി ഗുമസ്തൻ, 'വെൺകൊറ്റക്കുട'യൊന്നുള്ളതു ഗ്രാമവാസികളെ അറിയിക്കാൻ സ്ക്കൂളിൽ വൈകിയെത്തുന്ന കുഞ്ഞാണ്ടി. തലകുത്തനെ നിന്നു ജീവിത വീക്ഷണം നടത്തുന്ന സായിപ്പ്, ഇവരൊക്കെ പൊറ്റെക്കാട്ടിന്റെ കഥാലോകത്തിലെ കൊച്ചു കൊച്ചു കൗതുകങ്ങളാണ്. തന്റെ സാധാരണ കഥാപാത്രങ്ങളുടെ മേൽ ദേശസ്നേഹം, സ്വാതന്ത്ര്യദാഹം, മോഹത്തകർച്ച എന്നിങ്ങനെ അമൂർത്തങ്ങളായ ആശയങ്ങൾ വച്ചു കെട്ടുന്നതിൽ അദ്ദേഹത്തിന്നു താത്പര്യമില്ല. ഇവിടെ മനുഷ്യർക്കാവേശം പകരുന്നത് ജീവിതം മാത്രമാണ്. അമൂർത്തമായതെന്തും അവർക്കു അപരിചിതവും ഭാരവുമാണ്. തന്റെ സമകാലിക സാഹിത്യകാരന്മാരുടേതിൽ നിന്നും വ്യത്യസ്തമായ ഒരു നിലപാടാണ് എസ്.കെ.യുടേത്. വേനലിലെ മിന്നൽ പിണരുകളെന്ന പോലെ പൊറ്റെക്കാട്ടിന്റെ സാഹിത്യാന്തരീക്ഷത്തിന്റെ വിദൂര കോണുകളിൽ മിന്നിമറഞ്ഞ രാഷ്ട്രീയ ദ്യുതി ക്ഷണികമായിരുന്നു. 'മൂടുപടം' എന്ന നോവൽ ഇതിന്നുദാഹരണം. 'ഒരു ദേശത്തിന്റെ കഥ'യിലുമുണ്ട് നേർത്ത സൂചനകൾ.

രണ്ടു പ്രാവശ്യം തെരഞ്ഞെടുപ്പിൽ മത്സരിക്കുകയും അഞ്ചു വർഷക്കാലം എം.പിയായിരിക്കുകയും ചെയ്ത പൊറ്റെക്കാട്ട് ഒരു രാഷ്ട്രീയ ഭിക്ഷാംദേഹിയായിരുന്നില്ല. 'അനുഭവങ്ങൾ'ക്കുവേണ്ടി ഏഷ്യയിലും യൂറോപ്പിലും ആഫ്രിക്കയിലും ചുറ്റിക്കറങ്ങുന്നതിനിടയിൽ പാർലമെന്റ് മന്ദിരത്തിലും ചെന്നുപെട്ടു എന്നുമാത്രം. നോർത്ത് അവന്യൂവിന്റെ ചിത്രണത്തിൽ ജനകീയ ഇന്ത്യയുടെ പാപ്പരത്തത്തിന്റെ എന്തൊരു ശക്തമായ ഉദാഹരണമാണ് എം.പിയായി പാർലമെന്റ് ഹൗസിൽ എത്തിച്ചേരുന്ന ഗിരിവർഗ്ഗ പ്രതിനിധി അവതരിപ്പിക്കുന്നത്! ആ ഒരൊറ്റ കഥാപാത്രം നമ്മുടെ രാഷ്ട്രീയ ജീവിതത്തിന്റെ നേർക്ക് അതിനിശിതമായ വിമർശനാസ്ത്രം എയ്യുന്നു. എം.പി. ആയിരുന്ന കാലത്തെ തന്റെ ഭൗതിക നേട്ടം ഇന്നുമുള്ള ടെലഫോൺ ആണെന്ന് എസ്.കെ.പറയും. പിന്നെ വിലമതിയ്ക്കാനാവാത്ത കുറെ അനുഭവങ്ങളും.

വിദേശയാത്ര കേരളീയർക്കു പുത്തനല്ല. വെള്ളക്കാരുടെ ഭരണകാലത്ത് ഉപരിപഠനത്തിന് ബിലാത്തിക്കു പോകുന്ന ഒരു വിഭാഗം കുടുംബങ്ങൾ തന്നെ ഇവിടെ ഉണ്ടായിരുന്നു. തീർത്ഥാടനത്തിന്നും ചികിത്സയ്ക്കും നികുതിയില്ലാതെ വിദേശവസ്തുക്കൾ കടത്താനും സർക്കാറിന്റെ കണ്ണിൽ പൊടിയിടാനും വികസനപ്രവർത്തനങ്ങൾ കണ്ടുപഠിക്കാനും മറ്റും മറ്റുമായി എത്രയെത്ര പ്രമാണിമാർ ലോകപര്യടനം നടത്തുന്നു! ഗൈഡ്ബുക്കുകൾ വായിച്ച് സഞ്ചാരസാഹിത്യ രചന നടത്തിവരുന്ന കൂട്ടർക്ക് ഒരു കിഴുക്കാണ് പൊറ്റെക്കാട്ടിന്റെ യാത്രാവിവരണഗ്രന്ഥങ്ങൾ. അനുഭവങ്ങളെ യഥാർത്ഥ വിലയ്ക്ക് സ്വായത്തമാക്കാനുള്ള അത്തരം പര്യടനവേളകൾ കഥാകൃത്തിന്നു മുമ്പിൽ ബൃഹത്തായൊരു ലോകത്തിലേക്കുള്ള കവാടങ്ങൾ തുറന്നിട്ടു. അനുഭവിച്ചറിയുക, രസിക്കുക, രസിപ്പിക്കുക, അനുഭവിപ്പിക്കുക എന്ന നൈരന്തര്യ പ്രക്രിയയിലൂടെ അനുവാചകരുമായി ആശയവിനിമയം നടത്തുന്ന രീതിയാണ് എസ്.കെയുടേത്.

ആദി മദ്ധ്യാന്തങ്ങളൊപ്പിച്ച് മധുരോദാരങ്ങളും ചിന്താദ്യോതകങ്ങളുമായ കഥകൾ മെനഞ്ഞെടുക്കവെ, അനുവാചകരെ രൂപഭംഗി തികഞ്ഞൊരു ലോകത്തേയ്ക്കാനയിക്കുകയാണ് ഈ കഥാകൃത്ത്. അപൂർണ്ണതയിൽനിന്ന് പൂർണ്ണത, അവശിഷ്ടങ്ങളിൽനിന്ന് പൂർണ്ണരൂപം, വൈരൂപ്യത്തിൽനിന്നു സൗന്ദര്യം ഇവ സൃഷ്ടിച്ചെടുക്കലാണ് തന്റെ രചനയുടെ ലക്ഷ്യം എന്ന് തീർത്തും വിശ്വസിക്കുന്ന കഥാകൃത്താണ് പൊറ്റെക്കാട്ട്.

ഗുമസ്തൻ, അദ്ധ്യാപകൻ എന്നീ നിലകളിലുള്ള ആദ്യകാലതൊഴിലുകൾ ഉപേക്ഷിച്ച് സാഹിത്യരചന ജീവിതത്തിന്റെ പ്രധാനകർത്തവ്യമാക്കിയ പൊറ്റെക്കാട്ട് മലയാളസാഹിത്യകാരന്മാർക്ക് ധീരമായ ഒരു മാതൃകയാണ് കാഴ്ചവെച്ചത്. എഴുത്ത് ജീവനോപാധിയാക്കുക എന്നതിലുപരി, എഴുത്തിനെ മറ്റു പ്രവർത്തനങ്ങളേക്കാൾ മഹത്തായിക്കാണുക എന്ന മനോഭാവമാണിതിനു പിന്നിൽ. അതൊരു ജീവനോപാധികൂടിയായെങ്കിൽ, തന്റെ ജീവിതം അത്രയ്ക്കു മഹത്തരമായി എന്ന് പൊറ്റെക്കാട്ട് കരുതുന്നു.

കക്ഷത്ത് ഒരു കറുത്ത തുകൽ ബാഗ് ഒതുക്കിപ്പിടിച്ച് ജീവിതം തന്റെ കസ്റ്റഡിയിലാണെന്ന ഭാവത്തിൽ കോഴിക്കോട്ടെ 'രാജപാത'കളിലൂടെ, തെരുവുകളിലൂടെ, ഇടവഴികളിലൂടെ നടക്കുന്ന പൊറ്റെക്കാട്ട് സഹൃദയർക്കു മാത്രമല്ല, സാധാരണക്കാർക്കുകൂടി പരിചിതനാണ്.

എഴുത്തുകാരുടെ ഇടയിൽ 'വർഗ്ഗസ്നേഹം' എന്ന ഒന്നില്ലെന്ന് പലരും പറയാറും ഓർമ്മിക്കാറും ഉണ്ട്. എന്നാൽ എഴുത്തുകാരന്റെ സ്വാതന്ത്ര്യത്തേയും അവകാശങ്ങളേയും കുറിച്ച് ഇത്ര ബോധവാനായ മറ്റൊരു സാഹിത്യകാരൻ ഈ ഇടുങ്ങിയ കേരളത്തിലുണ്ടോ എന്നു സംശയം. അതദ്ദേഹം പരസ്യ പ്രസ്താവനകളിലൂടെ കൊട്ടിഘോഷിക്കാറില്ലെങ്കിലും!

❑

ആകാശത്തിന്റെ തുറസ്സിലേക്ക് തേരോടിച്ചുപോയ ഒരാൾ

വി.കെ.എന്നിനെ ഞാൻ കണ്ടത് അദ്ദേഹത്തിന്റെ 'വിവാഹപ്പിറ്റേന്നാ'ണ്. നാലുകെട്ടിന്റെ തളത്തിൽ തറയിൽ വിരിച്ച പുല്പായയിൽ ദീർഘകായനും സുമുഖനുമായ ഒരു യുവാവ്. അടുത്ത് അശുവായ ഒരു ബാലൻ. അളിയൻ പയ്യൻ. നടുക്ക് ഒരു ദോശക്കുന്ന്. രണ്ടു ചെറുപാത്രങ്ങൾ, കഥയും വരയും ഇന്നും മനസ്സിൽ തെളിഞ്ഞുനില്ക്കുന്നു. വികാരപേച്ചുകളൊന്നും കൂടാതെ, ആഹാരകാര്യത്തിലേക്കു നേരെ കാലെടുത്തു വയ്ക്കുന്ന ഒരു ദാമ്പത്യത്തിന്റെ ആദ്യകഥ, ഇത്തരമൊരു കഥ, മലയാളത്തിൽ മുമ്പും പിമ്പും കണ്ടിട്ടില്ല. ഇത് വി.കെ. എന്നിനു മാത്രം വഴങ്ങുന്ന ഒരു വിദ്യയാകുന്നു. സാഹിത്യരചന അക്ഷരക്കൂട്ടങ്ങളുടെ കവിടിനിരത്തൽ മാതമല്ല, പവിഴപ്പുറ്റുകൾ പോലെ ഉയരുന്ന ഒരു മഹാപ്രതിഭാസമാണ്. പുറ്റിന്റെ ഓരോ ശിഖരവും പവിഴത്തെ വിളയിച്ചെടുക്കുന്നു. ഭാഷയ്ക്കകത്ത് മറ്റൊരു ഭാഷയുടെ അനന്യമായ ആവിർഭാവം. സാഹിത്യത്തിലെ ഒറ്റയാന്മാർക്കെല്ലാം സ്വന്തമായൊരു ഭാഷയും തറവാടുമുണ്ട്. ഒട്ടനേകം പേർ അവരുടെ അനുകർത്താക്കളും സിൽബന്തികളുമാണ്. വി.കെ.എന്നിന്റെ ഭാഷാഗോപുരത്തിലേക്ക് നിങ്ങൾക്ക് താത്പര്യമനുസരിച്ചു പ്രവേശിക്കാം. അകത്തുള്ളതെല്ലാം നടന്നുകാണാം. പക്ഷേ, ഒരു കളിക്കോപ്പുപോലും പുറത്തുകൊണ്ടുപോയി സ്വന്തമാക്കാനാവില്ല. മലയാളത്തിൽ വി.കെ.എന്നിന്റെ ഭാഷയും ശൈലിയും അനുകരിക്കാൻ ശ്രമിച്ച രണ്ടുമൂന്ന് എഴുത്തുകാരുണ്ട്. പിന്നെയവർ അതു വേണ്ടെന്നു വച്ചു. അസാധ്യമായതിനെ കൈയൊഴിച്ചുകളഞ്ഞു. അങ്ങനെ വി.കെ.എന്നിന്റെ സൃഷ്ടികൾ അനനുകരണീയമായി, നമ്മുടെ വിലപ്പെട്ട പൈതൃകമായി തല ഉയർത്തി നില്ക്കുന്നു.

തുടക്കംമുതല്ക്കേ മെല്ലെ അടിവച്ചു പിന്നെ പൂർണമായും ഒരു പുതിയ ഭാഷയുടെ അടിസ്ഥാനം കുറിക്കുകയും കൈയടക്കുകയുമായിരുന്നു വി.കെ. എൻ. ഭാഷയെ ഒരങ്കത്തട്ടാക്കി മാറ്റുകയായിരുന്നു എന്നു പറയുകയാണ് കൂടുതൽ ശരി. പുഷ്പാസ്ത്രമെന്ന് പുറമെ തോന്നിക്കുകയും ആഗ്നേ

യാസ്ത്രമായി അനുഭവത്തിൽ വെളിപ്പെടുത്തുകയും ചെയ്ത ഒരു നിശിത ഭാഷാപ്രയോഗം. അതിനിരയായത്, കേരളീയരുടെ ക്ഷുദ്രമായ പൊങ്ങച്ച ങ്ങൾ, നാടുവാഴിത്ത വ്യവസ്ഥയുടെ ജീർണിച്ച കാല്പനികലോകം, ഭരണ സിരാകൂടത്തിന്റെ അരുതായ്മകൾ, കാലത്തിന്റെ കുടില തന്ത്രങ്ങൾ, വിഷ യേച്ഛയുടെ അൽപത്തങ്ങൾ, ഗ്രാമീണജീവിതത്തിന്റെ ആർജ്ജവമുള്ള രീതി കൾ, എല്ലാമെല്ലാം. ദില്ലിയുടെ തട്ടകത്തിൽ കുറേക്കാലം ചുറ്റിനടക്കുംമുമ്പ്, അദ്ദേഹം മലബാറിലെ ഒരു ദേവസ്വം ജീവനക്കാരനായിരുന്ന തിക്കോടിയൻ പറയാറുണ്ട്.

തലസ്ഥാന നഗരത്തിൽനിന്ന് സ്വന്തം നാട്ടിന്റെ ഉർവരതയിലേക്കു തിരിച്ചു പോന്ന വി.കെ.എൻ തന്റെ അകം കാഴ്ചകൾക്കു പറ്റിയ ഇടം പാലക്കാടൻ ഗ്രാമങ്ങളുടെ പുറംകാഴ്ചകളാണെന്നു വീണ്ടും കണ്ടെത്തുകയായിരുന്നു. മലയാളിയുടെ കാർഷികജീവിതത്തിന്റെ സാരള്യം ഇത്ര മനോഹരമായി ചിത്രീകരിച്ചത് മറ്റാരാണ്! മലയാളിയുടെ തന്ത്രവിദ്യ ഇത്ര കേമമായികണ്ടത് ആരാണ്! ഒരിക്കൽ വയലിൽ സ്വന്തം പോത്തുമായി വന്ന അന്തകനോട് ഒരു ദരിദ്ര കർഷകൻ പോത്തിനെ കടം ചോദിച്ചു. അന്തകൻ സൗജന്യം കാണിച്ചു. ഗ്രാമീണ കർഷകൻ പോത്തിനെ ചന്തയിൽ കൊണ്ടുപോയി വിറ്റു കാശാക്കി. ജനാധിപത്യ ഭരണകേന്ദ്രത്തിന്റെ ഉപശാലാരഹസ്യങ്ങൾ ഇത്ര സൂക്ഷ്മതയോടെ പഠിച്ച മറ്റൊരു കഥാകൃത്ത് നമുക്കില്ല.

ഭക്ഷണപ്രിയനായിരുന്നു വി.കെ.എൻ. കഥയിലും ജീവിതത്തിലും. ഒരു ഗ്രാമീണന്റെ ജീവിതശൈലി, ഒരു നാഗരികന്റെ ജീവിതദർശനം, ഒരു സ്രഷ്ടാ വിന്റെ ഉന്നത കലാബോധം, മൗലികത - ഇതെല്ലാം ചേർന്നൊരു വിശിഷ്ട എഴുത്തുകാരൻ. വി.കെ. എന്നിന്റെ രചനകൾക്ക് മലയാളത്തിൽ സമാനത കളില്ല. ഒരെഴുത്തുകാരൻ സ്വന്തമായൊരു ഭാഷയുടെ ശില്പഗോപുരം പണിതു യർത്തുന്നതെങ്ങനെ എന്ന് വായനക്കാർ അത്ഭുതത്തോടെ ചിന്തിക്കുന്നു. വാക്കുകളുടെ ശേഖരണത്തിലോ, സമന്വയത്തിലോ അല്ല, ശബ്ദസൃഷ്ടിയി ലാണ് തന്റെ വൈഭവമെന്ന് വി.കെ.എൻ കൃതികൾ പറയുന്നു. തർജ്ജമയ്ക്ക തീതമായ, ഒരു ഭാഷാസാമ്രാജ്യം. വി.കെ.എന്നിന്റെ കൃതികൾ വായിക്കു മ്പോൾ, അതിലെ പല പ്രയോഗങ്ങളും മുമ്പ് മലയാളത്തിൽ ഇല്ലാതിരുന്ന താണ് എന്ന് വായനക്കാരൻ അറിയുന്നേയില്ല. ചിരപരിചിതഭാഷ എന്നുതന്നെ തോന്നിക്കും. ഭാഷയുടെ അപരിചിതത്വം ഇല്ലായ്മ ചെയ്യൽ തന്നെയാണ് വിനിമയഭാഷയുടെ മഹത്ത്വം.

ഒരിക്കൽ വി.കെ.എൻ എന്റെയൊരു കൃതിയെച്ചൊല്ലി, കോഴിക്കോട് വിദ്യാഭ്യാസ ഡെപ്യൂട്ടി ഡയറക്ടർക്ക് ഒരൊറ്റ വാക്യത്തിൽ ഒരു വിമർശക്കത്ത് പരസ്യപ്പെടുത്തി. ഒരെഴുത്തുകാരന്റെ കരുത്ത് എന്തെന്ന് ഒരു ഉദ്യോഗ സ്ഥനെ ബോധ്യപ്പെടുത്താൻ ആ ഒരൊറ്റ വാക്യം മതിയായിരുന്നു. ജീവിത കാലം മുഴുവനും വി.കെ.എന്നിന്റെ ശ്രദ്ധയും നിരീക്ഷണവും ഇവിടുത്തെ സാമൂഹികവ്യവഹാരങ്ങളിൽ അടിഞ്ഞുകൂടിയ അനാചാരങ്ങളിലും

അരുതായ്മകളിലുമായിരുന്നു. നമ്മുടെ ജനാധിപത്യത്തിന്റെ പരിഹാസ്യമായ പരിണാമത്തെക്കുറിച്ച് അദ്ദേഹത്തിനുണ്ടായിരുന്ന ഉൾക്കാഴ്ച മിക്കവാറും കൃതികളിലെല്ലാം തുടിച്ചുനില്ക്കുന്നു. ഒരു ഗ്രാമീണർ വോട്ടർ തുടങ്ങി, രാജ്യാതിർത്തി കാക്കുന്ന പട്ടാളക്കമാൻഡർ വരെയുള്ളവർ ഒരെഴുത്തുകാരന്റെ നിശിത വിമർശനത്തിനിരയാവുമ്പോഴും ഉൺമകളെ, അതേപടി അംഗീകരിക്കുക എന്ന ഉന്നതമായൊരു മാനുഷികത അദ്ദേഹം കാത്തുസൂക്ഷിച്ചിരുന്നു.

മലയാളഭാഷയിൽ ജനിച്ചുപോയി എന്നതാണ് വി.കെ.എന്നിനെ ലോകപ്രശസ്തനാക്കാതിരുന്നത്. ഇവിടുത്തെ എല്ലാ ഭരണാധികാരികളും വി.കെ.എൻ. എന്ന എഴുത്തുകാരനെ അല്പം ഭയാശങ്കകളോടെയാണു വീക്ഷിച്ചിരുന്നത്. അവരോട് യാത്ര പറയുമ്പോഴും അദ്ദേഹം മന്ദസ്മിതം തൂകി. അവരുടെ അല്പത്തങ്ങളുടെ ആചാരവെടികളും അനുഷ്ഠാനങ്ങളും സ്വീകരിക്കാൻ നില്ക്കാതെ പച്ചമുളയുടെ പുതുമഞ്ചത്തിലേറി, തെളിഞ്ഞ വയലിലൂടെ, പട്ടുപുതച്ച്, മെലിഞ്ഞുനീണ്ട ഒരു ശരീരം ഉല്ലാസത്തോടെ അങ്ങേലോകത്തേക്കു പറന്നുപോയി. പക്ഷേ, അദ്ദേഹത്തിന്റെ ആത്മാവ് ഉയരങ്ങളിലിരുന്ന് നമ്മോട് ചോദിക്കും, എന്തിനാണെന്റെ പ്രിയജനങ്ങളെ എന്നെ യാത്രയാക്കാൻ തിടുക്കപ്പെട്ടത്? പക്ഷേ, സ്റ്റേറ്റിന്റെ കൃത്രിമമായ കെട്ടുകാഴ്ചകൾ ആ അന്ത്യയാത്രയെ അവഹേളിച്ചില്ല എന്നു സഹൃദയലോകത്തിന് അഭിമാനിക്കാം, ആശ്വസിക്കുകയുമാവാം.

❑

അസാധാരണനായ ഒരു അയല്ക്കാരൻ

1956ൽ ഞങ്ങളുടെ ഗ്രാമപ്രദേശത്ത് അസാധാരണനായ ഒരു മറുനാട്ടുകാരൻ കുടുംബസമേതം കുടിയേറി. അതുവരെ ഒരന്യദിക്കുകാരൻ ഞങ്ങളുടെ നാട്ടിൽ വന്നു താമസമാക്കിയിരുന്നില്ല.

ഞങ്ങളുടെ പാൽക്കാരിയാണ് വിവരം കൊണ്ടുവന്നത്.

മലയാളം പറയും. പക്ഷേ മലയാളക്കാരനാണെന്നു തോന്നുന്നില്ല. എല്ലാ കറികളിലും പഞ്ചാര ചേർത്തു കഴിക്കും. എരിവ് തീരെ പറ്റില്ല. ഏതു നേരവും വായനയും എഴുത്തും തന്നെ.

പാൽക്കാരി പറഞ്ഞ വിവരങ്ങൾ കേട്ടു സ്കൂൾ വിട്ടു കോളേജിലേക്കു കടക്കാനിരിക്കുന്ന ഞാൻ ഒരു തീരുമാനത്തിലെത്തി. ബംഗാളിയായിരിക്കും. മധുരം ചേർത്ത മത്സ്യക്കറി കഴിക്കുന്നവർ ബംഗാളികളാണല്ലോ. അനേകം ബംഗാളി നോവലുകളിൽ ഞാനതു വായിച്ചിട്ടുണ്ട്.

മറുഭാഷക്കാരനൊരാളെ കാണുകയെന്നത് ഒരു നല്ല കാര്യംതന്നെ.

പക്ഷേ ഈ പുതിയ കുടുംബവുമായി ഇണങ്ങിച്ചേരുക അത്ര എളുപ്പമായിരുന്നില്ല. ഒരു ജന്മിയുടെ അതിരുകാണാത്ത തെങ്ങിൻതോപ്പിന്റെ നടുവിൽ പണിയായുധങ്ങളുടെ സൂക്ഷിപ്പുപുരയിലാണ് അവർ വാടക കൊടുത്തു താമസിക്കുന്നത്. എന്റെ ഗ്രാമത്തിൽ അക്കാലത്തു വാടകവീടുകളേ ഉണ്ടായിരുന്നില്ല. ചില കുടികിടപ്പുകാർ ചില തെങ്ങിൻതോപ്പുകളിൽ താമസിച്ചിരുന്നു. ജന്മിക്കു വാടകയും കിട്ടി; ശമ്പളം കൊടുക്കേണ്ടാത്ത ഒരു കാവൽക്കാരനെയും കുടുംബസമേതം കിട്ടി.

വിപ്ലവപ്രസ്ഥാനത്തിൽ നീറി വളർന്ന മഹേന്ദ്രനാഥ് സത്യാർത്ഥി അങ്ങനെ ഒരു ജന്മിയുടെ പണിയായുധപ്പുരയിൽ വന്നു താമസമാക്കിയപ്പോൾ. ഒരു മഹാവ്യക്തിത്വത്തിന്നുടമയാണദ്ദേഹമെന്ന് നാട്ടുകാരാരും തിരിച്ചറിഞ്ഞതേയില്ല. മറിച്ചു പല കെട്ടുകഥകളും ഗ്രാമത്തിൽ അദ്ദേഹം അറിയാതെ പ്രചരിച്ചുകൊണ്ടിരുന്നു. ഏതോ കുറ്റം ചെയ്ത് ഒളിച്ചുപോന്ന ക്രിമിനലാണ്; കുടുംബകലഹം കൊണ്ടു ഭാര്യാസമേതം നാടുവിട്ടുപോന്ന ആളാണ്, തീവ്രവാദിയാണ്, അങ്ങനെയങ്ങനെ–

അദ്ദേഹം ഗ്രാമീണരുമായി വലിയ സമ്പർക്കം പുലർത്തിയിരുന്നില്ല. പാലിൽ വെള്ളം ചേർത്ത പാൽക്കാരിയെയെന്നല്ല, പാലെന്ന വസ്തുവിനെപ്പോലും എത്രയോ കാലത്തേക്ക് ജീവിതത്തിൽ നിന്ന് അകറ്റി നിർത്തി. ധാർമ്മികരോഷം അദ്ദേഹത്തിന്റെ ഉള്ളിൽ എന്നും അണയാതെ ജ്വലിച്ചുകൊണ്ടിരുന്നു.

എപ്പോഴോ കണ്ടുമുട്ടിയ ഒരു വേളയിൽ അദ്ദേഹം എന്നോടു പറഞ്ഞു.

കുട്ടീ, ഇതു വീട്ടിൽ കൊണ്ടുപോയി ഒന്നു വായിച്ചുനോക്കൂ. നാനൂറ് പേജ് ബൌണ്ട് ബുക്കിൽ വരകൾക്കിടയിൽ വടിവു കുറഞ്ഞ അക്ഷരങ്ങളുടെ അവസാനിക്കാത്ത നിരകൾ. അതു വിമൽമിത്രയുടെ 'വിലയ്ക്കു വാങ്ങാം' എന്ന നോവലിന്റെ മലയാള തർജ്ജമയായിരുന്നു. മലയാളഭാഷയിലേക്ക് അല്പമൊരു പരുങ്ങലോടെ കടന്നുവന്ന എം.എൻ. സത്യാർത്ഥിയുടെ നിരവധി കൃതികളുടെ കയ്യെഴുത്തു പ്രതികൾ വായിച്ച് എനിക്ക് അതിരറ്റ ആഹ്ലാദമായി.

പുസ്തകങ്ങൾ തിരിച്ചേല്പിക്കുമ്പോൾ അദ്ദേഹം ചോദിച്ചു.

വല്ല കുഴപ്പവുമുണ്ടോ?

എന്തു കുഴപ്പം മാഷെ?

പ്രയോഗത്തിൽ? മലയാളവുമായി എനിക്കു നേരിട്ടു ബന്ധമുണ്ടാകുന്നത് ഈയിടെയാണ്. ശുദ്ധ മലയാളിയായ പ്രിയതമ ജീവിതത്തിലേക്കു കടന്നുവന്ന നാൾ തുടങ്ങിയ ഭാഷാബന്ധമായിരിക്കണം. ഞാൻ വിചാരിച്ചു. ആയിടയ്ക്കു ചന്ദ്രമതിടീച്ചർ ജെ.ഡി.റ്റി. ഇസ്ലാം ഹൈസ്കൂളിലെ അദ്ധ്യാപികയായി ജോലിയിൽ പ്രവേശിച്ചു. സത്യാർത്ഥി എന്ന എഴുത്തുകാരൻ ഉപജീവനാർത്ഥം ജെ.ഡി.റ്റി.യിലെ തന്നെ ഉറുദു അദ്ധ്യാപകനുമായി. ആ ഉദ്യോഗം അദ്ദേഹത്തിന്റെ ജീവനോപായം ആയി ഭവിച്ചില്ല. ഒമ്പതുകൊല്ലം പ്രതിഫലം പറ്റാതെ അദ്ദേഹം കുട്ടികളെ പഠിപ്പിച്ചു. ഒരു തപസ്യ പോലെ. ജീവിതകർമ്മങ്ങളെല്ലാം ഒരു തപസ്യയാക്കി മാറ്റിയ വ്യക്തിയായിരുന്നു സത്യാർത്ഥി.

അങ്ങനെയാണ് അദ്ദേഹത്തിന്റെ പ്രയാണത്തിന്റെ കഥകൾ സൗഹൃദസംഭാഷണങ്ങളിലൂടെ ഇഴപിരിഞ്ഞുവന്നത്. സുഖ്ദേവിന്റെ കൂടെ സ്വാതന്ത്ര്യസമരത്തിൽ പങ്കെടുത്തത്., പഞ്ചാബിൽ നിന്നു നാടുകടത്തപ്പെട്ടത്, ജയിലിൽ കഴിഞ്ഞുകൂടിയത്, പ്രയാണങ്ങൾക്കിടയിൽ ബിരുദരേഖകളെല്ലാം നഷ്ടപ്പെട്ടുപോയത്-ഒമ്പതുകൊല്ലത്തെ രേഖയില്ലാത്ത അദ്ധ്യാപനം അവസാനിപ്പിച്ച് സത്യാർത്ഥി സാഹിത്യത്തിലേക്കു തിരിച്ചുപോന്നു. അതിൽത്തന്നെ നിഷ്ഠയോടെ തപസ്യ തുടർന്നു. അങ്ങനെയാണ് മലയാളസാഹിത്യത്തിന്നു ബംഗാളി നോവൽസാഹിത്യത്തിന്റെ സമ്പന്നത വരദാനമായി, ഒരു പ്രത്യേക കാലഘട്ടത്തിൽ കിട്ടിയത്.

'ഞാൻ ചെവിയോർത്തിരിക്കും', 'നെല്ലിന്റെ ഗീതം' (സാവിത്രിറോയ്), 'വിലയ്ക്കു വാങ്ങാം'(വിമൽ മിത്ര), 'പ്രതി ഹാജരുണ്ട്' തുടങ്ങിയ പല

ബംഗാളി നോവലുകളും, നിരവധി രാഷ്ട്രീയ ലേഖനങ്ങളും മലയാളത്തിന്നു ലഭിച്ചത്, സത്യാർത്ഥിയുടെ നിരന്തരസാഹിത്യസേവനത്തിലൂടെയാണ്.

കുറുക്കന്മാർ ഓരിയിടുന്ന വിസ്തൃതവും വിജനവുമായ തെങ്ങിൻ തോപ്പിലെ ഒറ്റ മുറി വീട്ടിൽ അർദ്ധരാത്രി കഴിഞ്ഞും ഒരു കൊച്ചു മണ്ണെണ്ണ വിളക്കെരിഞ്ഞുകൊണ്ടിരുന്നു. വർഷങ്ങളോളം. പിന്നീട് കഠിനാദ്ധ്വാനം കൊണ്ടു സ്വരൂപിച്ച പണംകൊണ്ട്, പട്ടണത്തിൽ നിന്നു പത്തു കിലോമീറ്റർ അകലെ ഒരു മൊട്ടക്കുന്ന് അദ്ദേഹം വിലയ്ക്കെടുത്തത് മറ്റൊരു തപസ്സിന്റെ സാദ്ധ്യതകൾ കണ്ടുകൊണ്ടായിരുന്നു. രണ്ടുപിഞ്ചു മക്കളുള്ള ഒരു കുടുംബം പുലർത്തണം. പേന പിടിക്കുന്ന അതേ ലാഘവത്തോടെ സത്യാർത്ഥി അതിരാവിലെ മൂന്നു കിലോമീറ്റർ നടന്നുപോയി. മുണ്ടിക്കൽ താഴത്തെ കുന്നു കയറി, തൂമ്പയെടുത്തു കിളച്ചു. വർഷങ്ങളോളം. മൊട്ടക്കുന്നിൽ തെങ്ങിൻ തൈകളും ഫലവൃക്ഷത്തൈകളും വച്ചു പിടിപ്പിച്ചു. സ്വയം കിളയ്ക്കുന്ന ഒരു കർഷകനായി മാറി അദ്ദേഹം. സാഹിത്യം കൊണ്ടു മാത്രം ഒരു കുടുംബം പുലർത്താൻ പറ്റുന്ന കാലമല്ലായിരുന്നു.

പ്രതിഫലം നോക്കിയല്ല, ആദർശത്തിന്റെ പേരിലാണ്, ചില പ്രത്യേക പ്രസിദ്ധീകരണങ്ങൾക്കു മാത്രം സത്യാർത്ഥിയുടെ കൃതികൾ നല്കിയത്. അക്കാലത്ത് എം.എൻ. സത്യാർത്ഥിയുടെ രചനകൾ ജനയുഗം വാരികയെ പ്രത്യേകിച്ചും സഹായിച്ചിരുന്നു. ജനയുഗം എഴുത്തുകാരന് സഹായങ്ങൾ വാഗ്ദാനം ചെയ്യുകയും നല്കുകയും ചെയ്തു പോന്നു. എം.എൻ. സത്യാർത്ഥി എന്ന എഴുത്തുകാരന്റെ ജീവിതം "ജനയുഗ"വുമായി ദൃഢ ബന്ധം പുലർത്തിപ്പോന്നിരുന്നു.

ഇടതുപക്ഷ രാഷ്ട്രീയത്തിന്റെ ഒരു തീപ്പൊരി എന്നും ഹൃദയത്തിൽ കൊണ്ടു നടന്ന എഴുത്തുകാരനായിരുന്നു സത്യാർത്ഥി. മരണംവരെ അത് അണഞ്ഞു പോയതുമില്ല. പ്രകടമായ രാഷ്ട്രീയ പ്രവർത്തനത്തിലും പ്രചാരണത്തിലും ഒരിക്കലും നിങ്ങൾ സത്യാർത്ഥിയെ ദർശിച്ചിട്ടുണ്ടാവില്ല. കാരണം രാഷ്ട്രീയത്തിന്റെ പ്രകടനാത്മകതയെ അദ്ദേഹം എന്നും വെറുത്തിരുന്നു. രാഷ്ട്രീയം ഉപജീവനമാർഗ്ഗമാക്കിയവരോട് ഒത്തുതീർപ്പില്ലാത്ത പരുഷത പ്രകടിപ്പിക്കുകയും ചെയ്തു. വിശ്വാസങ്ങളെ വിറ്റു തിന്നുന്നവരുടെ കൂട്ടത്തിൽ അബദ്ധത്തിൽ പോലും പെട്ടു പോകരുതെന്ന വാശിക്കാരനായിരുന്നു സത്യാർത്ഥി. ഇടത്താണോ, വലത്താണോ, തീവ്രവാദിയുടെ കൂടെയാണോ എന്നൊക്കെ ശങ്കിച്ചിരുന്നവർ ധാരാളമുണ്ട്. അദ്ദേഹവുമായി 'രാഷ്ട്രീയം' സംസാരിക്കാൻ പലർക്കും ഭയമായിരുന്നു. ഇടതുപക്ഷ പ്രസ്ഥാനത്തിന്റെ ഹൃദയത്തിലായിരുന്നു അദ്ദേഹം തന്റെ എളിയ സ്ഥാനം കണ്ടെത്തിയത്. എം.എൻ. സത്യാർത്ഥിയെന്ന ബുദ്ധിജീവിയെ ഇടതുപക്ഷപ്രസ്ഥാനം തിരിച്ചറിയുകയോ ഉപയോഗപ്പെടുത്തുകയോ ചെയ്തില്ല. അതൊരിക്കലും സത്യാർത്ഥിയുടെ നഷ്ടം അല്ലായിരുന്നു.

❑

ഒരു പ്രബന്ധകാരനെ കാത്ത്

മീനച്ചൂടിൽ എരിപൊരി കൊള്ളുന്ന ഒരു വടക്കൻ ഗ്രാമം. പീടിക മുകളിൽ ഇരുന്നൂറ് പേർക്കിരിക്കാൻ പറ്റുന്ന ഒരു ഹാളിൽ അഞ്ഞൂറിലധികം പേർ തിങ്ങിക്കൂടിയിരുന്നു. ഇടുങ്ങിയ പുറംവരാന്തയിലും ജനലോരത്തും ഇട തൂർന്നു നില്ക്കുന്ന സഹൃദയർ. മുകളിൽ ചുട്ടുപഴുത്ത ഓട്. നേരം പന്ത്രണ്ടര. നട്ടുച്ച.

കേഴ്‌വിക്കാരന്റെ മൂക്കിനോട് ചേർന്ന് മൈക്ക്. മൈക്ക് തൊട്ടുരുമ്മി എസ്.കെ. പൊറ്റെക്കാട്ട്. പിന്നെ ഞങ്ങൾ മൂന്നുനാലു പ്രാസംഗികർ. ഒരു ശവസംസ്കാരത്തിന്നുവേണ്ടി കാത്തിരിക്കുന്നവരുടെ മുഖഭാവമായിരുന്നു ഏതാണ്ടെല്ലാവർക്കും. രണ്ടു മണിക്കൂർ മുമ്പ് പൊറ്റെക്കാട്ടും ഞങ്ങളുംകൂടി കയറിവരുമ്പോൾ എല്ലാവരും ചിരിക്കുന്നുണ്ടായിരുന്നു. ജ്ഞാനപീഠം അവാർഡ് നേടിയ മഹാനായ കഥാകൃത്തിനെ ഒരു നോക്ക് കാണാനെത്തി യവർ. നർമ്മമധുരമായ ആ പ്രസംഗം ഒരിക്കൽ കൂടി ആസ്വദിക്കാനെത്തിയ വർ, ലോകസഭാമണ്ഡലത്തിലേക്ക് മത്സരിച്ച കാലത്ത് അദ്ദേഹത്തിനുവേണ്ടി രാവുപകൽ രാഷ്ട്രീയപ്രവർത്തനത്തിൽ മുഴുകിയിരുന്നവർ. പഴയ സഖാ ക്കൾ, ആവേശം പൂണ്ട യുവാക്കൾ.

വൈവിധ്യമാർന്ന സദസ്സ്, പൊറ്റെക്കാട്ട് അവർക്കു തന്റെ മധുരമായ ചിരി പകർന്നുകൊടുത്തു. സുഹൃത്തുക്കളെ ഒരിക്കലും മറക്കാത്ത അദ്ദേഹം പഴയ പ്രവർത്തകരോട് കുശലം ചോദിച്ചു. തെരഞ്ഞെടുപ്പു കഥകൾ അയവിറക്കി. പിന്നെ മൗനത്തിലാണ്ടു.

അദ്ദേഹം വിവശനായിരുന്നു. കാലത്ത് എട്ടു മണിക്ക് തലശ്ശേരി റെയിൽ വെസ്റ്റേഷനിൽവച്ച് പൊറ്റെക്കാട്ടിനെ കണ്ടപ്പോൾ എനിക്കു തോന്നി ഈ പൊതുപ്രവർത്തകർ ചിലപ്പോൾ ഇത്ര ഹൃദയശൂന്യരായി മാറുന്നതെന്തു കൊണ്ട്? കണ്ണില്ലാത്തത് ആരാധനയ്ക്കോ സ്വാർത്ഥത്തിന്നോ? കലാസമിതി കൾ, സ്കൂളുകൾ, വായനശാലകൾ, മഹിളാസമാജങ്ങൾ, ശിശു പരിപാലന കേന്ദ്രങ്ങൾ, പ്രത്യേക പോഷകാഹാര പരിപാടികൾ, പ്രതിരോധ കുത്തി വയ്പ് മേളകൾ, മിശ്രവിവാഹങ്ങൾ, സാഹിത്യസമാജങ്ങൾ, ശ്വാനപ്രദർശനം,

പൂക്കളമത്സരം—നാലാൾ കൂടുന്ന ഏതു പരിപാടിക്കും പൊറ്റെക്കാട്ട് വേണം --ഞങ്ങൾ കൊണ്ടുവരും അദ്ദേഹത്തെ! പ്രവർത്തകന്റെ വീരവാദം. അനുവാചകന്റെ നിർവൃതി. മഹാമനസ്കനായ പൊറ്റെക്കാട്ടിന് നിഷേധിക്കാനറിഞ്ഞുകൂടായിരുന്നല്ലോ. രണ്ടു വർഷങ്ങളായി വിളക്കണഞ്ഞുപോയ സ്വന്തം വീട്ടിലെ ഇരുട്ടിൽനിന്ന് രക്ഷപ്പെടാൻ അദ്ദേഹം സർവ്വപരിപാടികളും സസന്തോഷം കയ്യേറ്റു. ആരോഗ്യത്തെയോ, ഡോക്ടറുടെ വാക്കുകളെയോ പരിഗണിച്ചില്ല. ഉണർന്നിരിക്കുമ്പോഴും ഉറക്കത്തിലും അദ്ദേഹം യാത്രയിലായിരുന്നു. യാത്രയിൽ തന്നെ കുളി, ഭക്ഷണം, വായന, കത്തെഴുതാൻ മാത്രമാണ് അദ്ദേഹം പുതിയറയിലെ തന്റെ താവളത്തിലേയ്ക്ക് ഈയിടെ തിരിച്ചുവരാറുള്ളതെന്ന് എനിക്കു തോന്നിയിട്ടുണ്ട്.

ഇന്നും അതാണ് സംഭവിച്ചിരിക്കുന്നത്. അദ്ദേഹം മംഗലാപുരം മലയാളി സുഹൃത്തുക്കളുടെ സ്വീകരണയോഗത്തിൽ പങ്കെടുത്ത് ജയന്തിജനതയ്ക്ക് തലശ്ശേരിയിൽ വന്നിറങ്ങിയതാണ്. തലശ്ശേരിയിൽനിന്ന് പൊറ്റെക്കാട്ടിനെക്കൂട്ടി ഞാനും ഭർത്താവുംകൂടി ഈ ഗ്രാമത്തിലെത്തിച്ചേർന്നു. ഈയിടെ പല പരിപാടികളിൽനിന്നും ഞങ്ങൾ പൊറ്റെക്കാട്ടിനെ 'രക്ഷപ്പെടുത്തി'യിരുന്നല്ലോ!

ഞങ്ങളുടെ വീട്ടിലെത്തി, പിന്നീട് പൊറ്റെക്കാട്ടിനെ അന്വേഷിച്ച് അദ്ദേഹത്തിന്റെ വസതിയിലേക്ക് തിരിക്കുന്നവരോട് ഞങ്ങൾ പറയും,

—അദ്ദേഹം ടൂറിലാണ്.

—അദ്ദേഹം സുഖമില്ലാതെ കിടപ്പിലാണ്.

—അദ്ദേഹം തന്റെ കൃതി പൂർത്തിയാക്കുന്ന ബദ്ധപ്പാടിലാണ്!

ചിലർ മടങ്ങും. ചിലർ ഭാഗ്യപരീക്ഷണത്തിന്നിറങ്ങിയെന്നും വരും.

ഇക്കുറി അതു പറ്റിയില്ല. വായനശാലയുടെ ജൂബിലിയാഘോഷിക്കുന്നവർ പൊറ്റെക്കാട്ടിനെക്കണ്ട് കാര്യം ഉറപ്പിച്ചതിനുശേഷമാണ് എന്നെ സമീപിച്ചത്. മീനച്ചൂടിലെ യാത്രയെ ഞാൻ ഭയപ്പെട്ടിരുന്നു.

ഭർത്താവ് പറഞ്ഞു.

—സാരമില്ല പൊറ്റെക്കാട്ടുണ്ടല്ലോ. നമുക്കു പോകാം.

പരിപാടിക്ക് രണ്ടു ദിവസംമുൻപ് പൊറ്റെക്കാട്ട് മംഗലാപുരത്തേയ്ക്ക് യാത്രയാവുന്നു എന്നു പറഞ്ഞപ്പോൾ ഞാൻ ആശ്വസിച്ചു. രക്ഷപ്പെട്ടു!

അപ്പോഴാണ് നമ്മുടെ പ്രവർത്തകർ വന്നറിയിക്കുന്നത്, പൊറ്റെക്കാട്ട് മംഗലാപുരത്തുനിന്ന് തിരിച്ചുവരുംവഴി തലശ്ശേരിയിലിറങ്ങും. നിങ്ങൾ അദ്ദേഹത്തെ കൂട്ടി അങ്ങെത്തിയാൽ മതി.

ഒരു ദീർഘയാത്രയ്ക്ക് ശേഷം തലശ്ശേരി ടൗണിൽനിന്ന് ബദ്ധപ്പെട്ടൊരു പ്രാതൽ കഴിച്ച് ഇറങ്ങിയതാണ്. ഇപ്പോൾ ഈ ചൂളയിൽ കാത്തിരിക്കാൻ തുടങ്ങിയിട്ട് ഒന്നരമണിക്കൂർ കഴിഞ്ഞു.

ചൂട് സഹിക്കാനാവാതെ ചിലർ പുറത്തുപോയി. ക്ഷമയുടെ അവതാരങ്ങൾപോലെ ഹാൾ നിറയെ ആളുകൾ.

വേദിയിൽ ഒരു ചോദ്യചിഹ്നംപോലെ നിശ്ചലമായ ഫാൻ.

പൊറ്റെക്കാട്ട് ചോദിച്ചു;

—നമുക്ക് തുടങ്ങിക്കൂടെ?

—ആയിട്ടില്ല്യ. സംഘാടകപ്രമാണി പറഞ്ഞു.

—കറന്റു സപ്ലൈ പോയെങ്കിൽ പോകട്ടെ!

—അതുകൊണ്ടല്ല.

അവർ പ്രബന്ധകാരനെ കാത്തിരിക്കുകയാണ്. പൊറ്റെക്കാട്ടിന്നുള്ള സ്വീകരണച്ചടങ്ങെങ്കിലും അവർക്കു കഴിച്ചുകൂട്ടാമെന്നു തോന്നി. അതു പറ്റുമോ? പ്രബന്ധത്തെ മുൻനിർത്തി തുടർന്നൊരു സിംപോസിയമുണ്ട്. അതിന്നും പൊറ്റെക്കാട്ട് പങ്കെടുക്കണം. തലശ്ശേരി പട്ടണത്തിൽനിന്നും പ്രബന്ധകാരന്റെ അയൽപക്കത്തുനിന്നുപോലും ചർച്ചയിൽ പങ്കെടുക്കേണ്ട യുവസുഹൃത്തുക്കളെത്തിച്ചേർന്നുകഴിഞ്ഞിരുന്നു.

സമയം ഒന്നര! പ്രബന്ധകാരൻ അവതരിച്ചില്ല. പ്രബന്ധം വായിക്കാതെ സിംപോസിയം തുടങ്ങുന്നതു ശരിയോ? തെറ്റോ? അടക്കിപ്പിടിച്ച പിറുപിറുക്കലുകൾ. പ്രബന്ധത്തിന്റെ വിഷയം എഴുത്തുകാരന്റെ സാമൂഹ്യബോധവുമായി ബന്ധപ്പെട്ട ഒന്ന്; പ്രബന്ധകാരനാണെങ്കിൽ, 'സാമൂഹ്യബോധമുള്ളൊ'രു യുവനിരൂപകൻ, കോളേജ് ലക്ചറർ, ഏറെക്കുറെ പ്രശസ്തൻ. അരമണിക്കൂർ യാത്രകൊണ്ടിവിടെ എത്താം. പ്രമാണിമാർ വൈകിയെത്തണമല്ലോ!

മംഗലാപുരത്തുനിന്നു പല പരിപാടികൾക്കു ശേഷം വിവശനായി എത്തിച്ചേർന്ന മഹാനായ കഥാകൃത്ത് പ്രബന്ധക്കാരനെക്കാത്ത് രണ്ടു മണിക്കൂർ അപ്പക്കൂടുപോലെ പഴുത്ത ഹാളിന്നകത്ത് ക്ഷമയോടെ കാത്തിരിക്കുന്നു. അദ്ദേഹം പതിവിന്നു വിപരീതമായി, തികച്ചും നിശ്ശബ്ദനായിരുന്നു. അനങ്ങാതെ, ചൂടുകാറ്റു വീശുന്ന ഇലച്ചാർത്തുകളെ നോക്കിയിരിപ്പാണ്.

സഭയുടെ സാന്ദ്രത കുറഞ്ഞു. വിശപ്പിന്റെ ആക്രമണം കൂടിയായപ്പോൾ സഹികെട്ടവർ സ്ഥലം വിട്ടു. മര്യാദയോർത്താവണം, രഹസ്യമായാണ് പലരും ചോർന്നുകടന്നുകൊണ്ടിരുന്നത്.

പ്രബന്ധകാരന്റെ അയൽവാസിയായ പ്രാസംഗികനോട് പ്രവർത്തകർ ചോദിച്ചു:

—അദ്ദേഹം വരില്ലെന്നു പറഞ്ഞോ?

അരിശം പിടിച്ചുതുടങ്ങിയ യുവസുഹൃത്ത് മുരണ്ടു.

—ഞാൻ കണ്ടതേ ഇല്ല!

പൊറ്റെക്കാട്ട് എന്നോട് നന്നെപ്പതുക്കെ പറഞ്ഞു:

—വല്ലാതെ ഉഷ്ണിക്കുന്നല്ലോ.

അവസാനം പ്രബന്ധകാരനെ കാത്തിരിക്കേണ്ടതില്ലെന്ന് അംഗീകരിക്കപ്പെട്ടു.

പൊറ്റെക്കാട്ട്, സ്വീകരണത്തിന്നു മറുപടിയായി എഴുതപ്പെടാത്ത ഒരു പ്രബന്ധം അവതരിപ്പിച്ചു. മാന്യനായ അദ്ദേഹം കാത്തിരിപ്പിന്റെ ഗതികേടിനെക്കുറിച്ച് ഒരക്ഷരം സൂചിപ്പിച്ചില്ല. തുടർന്നുള്ള അഞ്ചു പ്രസംഗങ്ങൾ ശ്രവിച്ചുകൊണ്ട് അദ്ദേഹം അവസാനംവരെ ആ തീക്കുണ്ഡത്തിൽ കുത്തിയിരുന്നു. വരാന്തയിലും ഹാളിലും തിങ്ങിക്കൂടിയ സദസ്സ് പിരിഞ്ഞു.

പിന്നെ ഞങ്ങൾ ഉച്ചഭക്ഷണത്തിന്നുവേണ്ടി കുത്തിയിരിക്കാൻ അല്പമകലെ ഒരിടത്തേയ്ക്കു മാറി. സമയം മൂന്ന്. മരച്ചോട്ടിലെ സമൃദ്ധമായ നിഴലുണ്ട്. ഞങ്ങളുടെ കൺമുമ്പിൽ രാത്രി അരങ്ങേറാനിരിക്കുന്ന നാടകസ്റ്റേജിന്റെ കാലുകൾ നാട്ടാൻ തുടങ്ങിയിരുന്നു.

❑

ആയുസ്സിന്റെ സഫല ദൗത്യം

കേരളത്തിലെ ബഹുഭൂരിപക്ഷം എഴുത്തുകാരെയും അവരുടെ പാർട്ടിഭേദങ്ങൾ മറന്ന് എം. എൻ. കുറുപ്പ് വിവിധ ചർച്ചാ വേദികളിലേക്കാനയിച്ചു. കേമമായ സാഹിത്യസദസ്സുകൾ നടത്തി. ഇടതുപക്ഷ പ്രസ്ഥാനത്തിൽ ധാരാളം എഴുത്തുകാരും സഹൃദയരും ഉണ്ടായിരുന്നു. ജനത്തെ വശീകരിക്കാൻ എം.എൻ. കുറുപ്പിന് അസാധാരണമായൊരു വ്യക്തിവൈശിഷ്ട്യം ഉണ്ടായിരുന്നു. ഇച്ഛാശക്തിയായിരുന്നു അദ്ദേഹത്തിന്റെ ചാലക ഘടകം. നേതൃസ്ഥാനത്തിരിക്കുന്ന, എത്താനാഗ്രഹിക്കുന്ന ഏതു വ്യക്തിക്കും കാംക്ഷിക്കാവുന്ന സംഘടനാചാതുരിയും പ്രതിബദ്ധതയും കൂറും സമചിത്തതയും വിശാലമനസ്കതയും അദ്ദേഹത്തിനുണ്ടായിരുന്നു.

ഒരു കവിക്കേ അത്തരം വിശാലമായ മനസ്കതയും സമചിത്തതയും കന്മഷമില്ലാത്ത സ്നേഹവും ഉണ്ടാവൂ എന്നു കൂടി എം. എൻ. കുറുപ്പിന്റെ പ്രവർത്തനം സൂചിപ്പിക്കുന്നു. ദേശാഭിമാനി സ്റ്റഡി സർക്കിളിന്റെ സൂത്രധാരൻ അദ്ദേഹമായിരുന്നു. കേരളത്തിലെ കുഗ്രാമങ്ങളിലേക്ക്, യുവജനങ്ങളിലേക്ക് യഥാർഥകലയുടെ നീരോട്ടം എങ്ങനെ സാധിക്കുമെന്ന് സ്റ്റഡി സർക്കിളിന്റെ നേതൃത്വത്തിൽ നിരന്തരം നടന്നുവന്നിരുന്ന സാഹിത്യക്യാമ്പുകൾ പ്രത്യക്ഷോദാഹരണമായി. പാർട്ടിക്ക് കലാസാഹിത്യാദികളിൽ ഉണ്ടായിരുന്ന ഏകപക്ഷീയമായ അതിരുകൾ മായ്ച്ചുകളയണം. അതെങ്ങനെ സാധിക്കും എന്നു പ്രഗല്ഭനായ ഈ നേതാവ് നിരന്തരം പരീക്ഷിച്ചുകൊണ്ടിരുന്നു. അടിയന്തരാവസ്ഥക്കാലത്തെ വേലിയിറക്കത്തിൽനിന്ന് അദ്ദേഹം സഹൃദയരെ രക്ഷപ്പെടുത്തി. പ്രധാനധാരയിലേക്ക് ആനയിച്ചു. പൊതുപ്രവർത്തകന് മനുഷ്യഹൃദയത്തെ കവരാനുള്ള മന്ത്രശക്തി അദ്ദേഹത്തിനു വശമായിരുന്നു.

വൈലോപ്പിള്ളിയെ അഹോരാത്രം പരിശ്രമിച്ച് അനുനയിപ്പിക്കുകയും അദ്ദേഹത്തിന്റെ വാസസ്ഥലത്തു ചെന്ന്, കവിയുടെ ആത്മകഥ കവിവാക്കുകളിൽനിന്ന് സ്വന്തം അക്ഷരങ്ങളിലേക്കു പകർന്നെടുക്കുകയും ചെയ്താണ്, ദേശാഭിമാനി വാരികയിൽ കവിയുടെ ആത്മകഥ ഉയിർക്കൊണ്ടത്. വൈലോപ്പിള്ളിയെ അനുനയിപ്പിക്കൽ ക്ഷിപ്രസാധ്യമല്ല എന്ന് അദ്ദേഹത്തെ പരിചയ

മുള്ളവർക്കറിയാം. ഇതേ സമീപനമാണ് പി.കുഞ്ഞിരാമൻനായരുടെ കാവ്യ സപര്യയോടും ഈ പത്രാധിപർ പ്രകടിപ്പിച്ചത്. എം.എൻ. കുറുപ്പിനെ സംബ ന്ധിച്ച് പത്രാധിപത്യം ഒരു തൊഴിലെന്നതിലുപരി ആത്മസാക്ഷാത്ക്കാരത്തി നുള്ള മാർഗം കൂടിയായിരുന്നു. ഒരു നിര യുവ എഴുത്തുകാരെ രംഗത്തേ ക്കാനയിക്കാൻ കഴിഞ്ഞു എന്നത് അദ്ദേഹത്തിന്റെ നേട്ടമാണ്. ഇവരെല്ലാം 'പാർട്ടി എഴുത്തുകാർ' എന്ന വകുപ്പിൽ പെടുന്നവരല്ലെന്നും അദ്ദേഹത്തിന റിയാമായിരുന്നു.

എഴുത്തുകാരുമായി അദ്ദേഹം പുലർത്തിയ നിസ്സീമമായ വ്യക്തിബന്ധം മറ്റു പത്രാധിപന്മാരിൽ നിന്നും അദ്ദേഹത്തെ വ്യത്യസ്തനാക്കുന്നു. ഈ സൗഭാഗ്യം സിദ്ധിച്ച അനേകം യുവാക്കളുണ്ടായിരുന്നു. സാഹിത്യത്തിന്റെ ഉപയോക്താക്കളായിരുന്നു അവർ. അവരിൽ ഒട്ടനേകം എഴുത്തുകാരും സഹൃദയരും ഇപ്പോഴും സജീവമായി രംഗത്തുണ്ട്. എഴുത്തിന്റെ അനശ്വര മായ കരുത്ത് തെളിയിക്കുന്നവരായിട്ടുതന്നെ.

എം.എൻ. കുറുപ്പ് കോഴിക്കോട്ടെ പത്രാധിപജോലി ഉപേക്ഷിച്ചുപോയ കാലഘട്ടത്തിൽ ഇവിടെ ഉണ്ടായിരുന്ന ഇടതുപക്ഷ സാഹിത്യസദസ്സുകൾ ശോഷിച്ചത് നാം നേരിൽ കണ്ടതാണ്.

സഫലമായ ഒരായുസ്സിന്റെ ദൗത്യം നിർവഹിച്ചാണ് അദ്ദേഹം കടന്നു പോയത്.

❑

അറിയപ്പെടാത്ത കഥാകാരൻ

വിനയൻ എന്ന കഥാകൃത്തിനെ, മലയാള സാഹിത്യവുമായി ബന്ധമുള്ള യുവാക്കളാരും ഓർമിക്കുന്നില്ല. ജീവിച്ചിരിക്കെ, ഒരു മികച്ച കഥാകൃത്ത് വിസ്മൃതിയിലേക്ക് തള്ളപ്പെടുക എന്നത് ഈ കാലഘട്ടത്തിന്റെ സവിശേഷതയായി കണക്കാക്കാം. ഇതര ഭാഷകളിൽ, പ്രത്യേകിച്ച് വിദേശരാജ്യങ്ങളിൽ, വാർധക്യത്തിലും ശ്രദ്ധിക്കപ്പെടുന്ന, കൊണ്ടാടപ്പെടുന്ന ധാരാളം എഴുത്തുകാരുണ്ട്. അവർ എല്ലാവരും എന്നും സാഹിത്യരചനയിൽ ഏർപ്പെടുന്നില്ല. മലയാളികളുടെ നിരവധി സ്വഭാവവൈചിത്ര്യങ്ങളിൽ ഒന്നാണിതും - പല വിശിഷ്ടസംഭാവനകൾ സമൂഹത്തിനു നൽകിയവരെ ജീവിച്ചിരിക്കെത്തന്നെ മറവിയിൽ മുക്കിക്കളയുക എന്നത്. അതുകൊണ്ടാണ് പത്രമാധ്യമങ്ങളിൽ പ്രവർത്തിക്കുന്ന യുവാക്കൾ പോലും വിനയനെപ്പോലൊരു നല്ല കഥാകൃത്തിനെ അറിയാത്തത്. അറിയുന്നതുതന്നെ സിനിമാരംഗത്തെ രണ്ടു ശ്രദ്ധേയ കലാകാരന്മാരുടെ പിതാവ് എന്ന നിലയിൽ പരിചയപ്പെടുത്തുമ്പോഴാണ്. യൗവനത്തിന്റെ മാത്രം സംസ്കാരമാണ് ഇന്ന് ഉലകം ഭരിക്കുന്നത്. പ്രതിഭാസമ്പന്നരും രംഗത്തേക്ക് ഇടിച്ചുകയറാറില്ല. ഇടിച്ചുകയറുന്നവരുടെ കാലമാണിത് എന്ന് സാധാരണക്കാർ സമാശ്വസിക്കുന്നു.

വിനയനെന്ന കഥാകൃത്തിനെ കണ്ടെത്തിയ രണ്ടു വിശിഷ്ട പത്രാധിപന്മാർ ഉണ്ടായിരുന്നു- എൻ.വി. കൃഷ്ണവാരിയരും എം. ഗോവിന്ദനും. മാതൃഭൂമി ആഴ്ചപ്പതിപ്പിലും മറ്റു പ്രസിദ്ധീകരണങ്ങളിലും വിനയന്റെ നോവലുകളും കഥകളും തുടർച്ചയായി പ്രത്യക്ഷപ്പെട്ട ഒരു കാലമുണ്ടായിരുന്നു. സഹൃദയർ സ്നേഹിക്കുകയും ആദരിക്കുകയും ചെയ്തു, വിനയനെ.

'നാവിക കഥ'കളുമായിട്ടാണ് വിനയൻ മലയാളസാഹിത്യത്തിൽ കടന്നുവന്നത്. മേല്പറഞ്ഞ പത്രാധിപന്മാർക്ക് അങ്ങനെയൊരു കൗതുകമുണ്ടായിരുന്നു- അസാധാരണ ജീവിതചിത്രങ്ങളുമായി കടന്നുവരുന്ന കഥാകൃത്തുക്കളേയും കവികളേയും അംഗീകരിക്കൽ. അവർക്ക് അർഹമായ സ്ഥാനം നൽകി, ഇതാ ഒരു കവി, ഒരു കഥാകൃത്ത് എന്ന് സഹൃദയർക്കു പരിചയപ്പെടുത്തിക്കൊടുക്കൽ. ഇന്ന് അത്തരം പരിചരണത്തിനു സ്ഥാനമില്ല. പുതിയ

തലമുറ നെഞ്ഞൂക്കോടെ കയറിവരുന്നു. സ്വയം പ്രഖ്യാപിക്കുന്നു. ഇടംപിടിച്ചെടുക്കുന്നു. വ്യാവസായിക -മുതലാളിത്ത ലോകത്തിന്റെ രീതി അതാണ്. ആരും ആരേയും കുറ്റം പറയേണ്ടതില്ല. തന്റെ തലയിൽ ചൂടാനുള്ള കിരീടം തന്റെ കൈയിൽത്തന്നെയാണിരിക്കുന്നത് എന്ന് പുതുതലമുറയ്ക്കു ബോധ്യമുണ്ട്. വേണമെങ്കിൽ സഹായികളെ നിഷ്പ്രയാസം ഉണ്ടാക്കിയെടുക്കാനും ആവും.

ഇത്തരം കോലാഹലങ്ങളെ ഭയപ്പെട്ടിരുന്ന ശാന്തനും സമാധാനപ്രിയനും സ്നേഹസമ്പന്നനും പ്രതിഭാധനനുമായ ഒരു കഥാകൃത്താണ് വിനയൻ. 1924-ൽ ജനിച്ച വിനയൻ (ശരിയായ പേർ വലിയ മുറ്റത്ത് നാരായണപ്പണിക്കർ) പക്ഷേ, ഇന്നത്തെ നടപ്പും പെരുമാറ്റവും അനുസരിച്ച് കഴിഞ്ഞ യുഗത്തിൽ ജനിച്ചൊരാളാണ്. സഹൃദയരടക്കം അദ്ദേഹത്തെ മറന്നതിൽ അത്ഭുതമൊന്നും ഇല്ലെന്നർത്ഥം.

പക്ഷേ, കഥാകുതുകികൾ, സ്നേഹിതർ, വിനയനെ ഓർക്കുന്നു. വിനയന്റെ പുത്രന്മാർ കലാകാരന്മാരണെന്നതിൽ സന്തോഷിക്കുകയും അഭിമാനിക്കുകയും ചെയ്യുന്നു.

'തീയുണ്ടകൾക്കും തിരമാലകൾക്കും ഇടയിൽ' എന്ന നോവലും അക്കാലത്തുതന്നെ രചിക്കപ്പെട്ട കഥകളുമാണ് വിനയനെ മലയാളത്തിലെ ശ്രദ്ധേയനായ കഥാകൃത്താക്കിയത്. മാതൃഭൂമി, മലയാളമനോരമ, ചന്ദ്രിക, ദേശാഭിമാനി തുടങ്ങിയ പ്രസിദ്ധീകരണങ്ങളിലെല്ലാം പ്രത്യക്ഷപ്പെട്ട നോവലുകളും കഥകളും സഹൃദയർ താത്പര്യത്തോടെ വായിച്ചുപോന്നു.

ഒരു നാവികന്റെ ജീവിതാനുഭവങ്ങൾ പകർന്നു തരുന്ന മലയാളകഥകൾ വിനയനെ വ്യത്യസ്ത കഥാകാരനാക്കി. 1943-58 കാലത്ത് വിനയൻ ഇന്ത്യൻ നേവിയിലായിരുന്നു. ഏറ്റവും മികച്ച കഥകൾ അക്കാലത്തെ അനുഭവങ്ങളിൽ നിന്നു പിറന്നതാണ്. തീയുണ്ടകൾക്കും തിരമാലകൾക്കും ഇടയിൽ, യാത്ര, കടലും കഞ്ഞിയും, സമരം കഴിഞ്ഞു, കൂവളം വീണ്ടും തളിർത്തു എന്നിവ.

പിന്നീട് ആകാശവാണിയിലെ കലാകാരനായി. ആകാശവാണിപോലുള്ള നിക്ഷിപ്ത കലാകേന്ദ്രങ്ങൾ കലാകാരന്മാരെ ഉണ്ടാക്കുകയോ ഇല്ലാതാക്കുകയോ ചെയ്യാം. സ്വയം ബന്ധിതനായ വിനയനു പക്ഷേ വലിയ പരിക്കൊന്നും ഏറ്റില്ല. തിരക്കിന്നിടയിലും അദ്ദേഹം നല്ല കഥകൾ രചിച്ചു.

ഏറ്റവും അവസാനം പ്രസിദ്ധീകരിക്കപ്പെട്ട (1999-ൽ) 'ട്ട്യാരു മീത്തൽ തറവാട്' എന്ന നോവലിന്റെ മുഖക്കുറിപ്പ് ഇങ്ങനെയാണ് "...... എന്റെ പട്ടാള ജീവിതകാലത്തും അതിന്നുശേഷമുള്ള ഔദ്യോഗിക ജീവിത കാലത്തെ തിരക്കുകൾക്കിടയിലുമാണ് എനിക്ക് എഴുതാനുള്ള ത്വര ഉണ്ടായതും കുറേയൊക്കെ എഴുതിയതും. ജോലിയിൽ നിന്നു വിരമിച്ച ശേഷം സ്വസ്ഥതയും സ്വാതന്ത്ര്യവുമുണ്ടായപ്പോൾ എഴുത്തെവിടെയോ മുടങ്ങി. ഒരു തരം മടി. "

മടി, വിനയന്റെ അന്തർമുഖത്വത്തിന്റെ മുദ്രയാണ്. നന്നേ കുറവ് സുഹൃത്തുക്കൾ. സ്നേഹം സത്യസന്ധമായിരുന്നു. തിരിച്ചു കിട്ടുന്നതിനെപ്പറ്റി അദ്ദേഹം ചിന്തിച്ചതേയില്ല. "ട്ട്യാരു മീത്തൽ തറവാട്" എഴുതിക്കഴിഞ്ഞ് എത്രയോ കൊല്ലങ്ങൾക്കുശേഷമാണ്, (സുഹൃത്തുക്കളുടെ പ്രേരണകൊണ്ടാവാം) പ്രസിദ്ധീകരിക്കപ്പെട്ടത്. പണത്തിന്റെയോ പ്രശസ്തിയുടെയോ പുറകെപ്പോകാത്ത ഒരാൾ ഇരുപത്തിമൂന്നു ഗ്രന്ഥങ്ങൾ രചിച്ചു എന്നത്, സാഹിത്യത്തോട് അദ്ദേഹത്തിനുണ്ടായിരുന്ന പ്രതിജ്ഞാബദ്ധതയേയും സ്വതസ്സിദ്ധമായ പ്രതിഭയേയുമാണ് കാണിക്കുന്നത്. ഹൃദയത്തിന്റെ ഭാഷയിൽ മാത്രമാണ് അദ്ദേഹം എന്നും സംസാരിച്ചത്.

വിനയന്റെ അവസാനകൃതി, 'ട്ട്യാരു മീത്തൽ തറവാട്' സാമാന്യം വലിയൊരു നോവലാണ്. കോഴിക്കോട് ജില്ലയിലെ കൊയിലാണ്ടിക്കടുത്ത സ്വന്തം ഗ്രാമത്തിലേക്കുള്ള ഒരു തിരിച്ചുവരവാണത്. എഴുതിക്കഴിഞ്ഞിട്ടും പ്രസിദ്ധീകരിക്കാതെ കുറെനാൾ കാത്തിരുന്ന കൃതി. സ്വന്തം വേരുകളിലേക്കുള്ള ഈ അന്വേഷണത്തോടെ തന്റെ ദൗത്യം പൂർത്തിയായി എന്നു കഥാകൃത്ത് കരുതിയിട്ടുണ്ടാവാം.

സാഹിത്യ സമ്മേളനങ്ങളുടെ വാതിൽപ്പുറങ്ങളിൽ മാത്രം ഇടയ്ക്ക് തല കാണിച്ചിരുന്നു. ഒരു ശ്രോതാവും, കാണിയും മാത്രമായി ഒതുങ്ങിക്കഴിഞ്ഞ ഈ കഥാകാരന്റെ കൃതികൾ വായനക്കാരുടെ ഉള്ളിലേക്ക് അതിരുകൾ മറികടന്നു ചെല്ലുന്നവയാണ്.

വിനയൻ 2003 ജൂൺ 12ന് എൺപതാം വയസ്സിൽ അന്തരിച്ചു.

❑

സമ്പന്നമായ ഒരു ഭൂതകാലം

ആധുനിക മലയാളസാഹിത്യത്തിന്റെ (സിനിമയടക്കമുള്ള മറ്റു കലകളുടേയും) സുവർണ്ണകാലമായിരുന്നു അറുപതുകളും തുടർന്നു വന്ന രണ്ടു ദശകങ്ങളും എന്നു ഞാൻ വിചാരിക്കുന്നു. സർഗ്ഗാത്മകതയുടെ പ്രത്യക്ഷ ചലനവും ചൈതന്യവും ഉൾക്കൊണ്ട ഒരു കാലഘട്ടം. കലാകാരന്റെ കൈമുതൽ സത്യസന്ധതയും അർപ്പണബോധവുമാണെന്ന് ഉറച്ചു വിശ്വസിച്ച ഒരു കാലം. വ്യക്തി, സമൂഹത്തിന്റേയോ എസ്റ്റാബ്ലിഷ്മെന്റിന്റേയോ ദാസനല്ലെന്നും, ഒരു വ്യക്തിയെന്ന നിലയിൽ കലാകാരൻ സ്വന്തം സാമ്രാജ്യത്തിന്റെ അധിപനാണെന്നും തെളിയിക്കപ്പെട്ട ഒരു കാലം. പ്രസ്ഥാനത്തിന്നു വേണ്ടി വ്യക്തി ബലി കഴിക്കണം എന്ന ചിന്താപദ്ധതിക്ക് ഏറ്റ വലിയൊരു അടിയായിരുന്നിത്. സ്ഥാപനവത്ക്കരിക്കപ്പെട്ട ഒരു ആശയസംഹിത, വ്യക്തിയുടെ ആത്മാവിനേയും ആത്മബന്ധങ്ങളേയും അംഗീകരിക്കുന്നില്ലെന്നു മാത്രമല്ല, വ്യക്തിയെ നിലംപരിശാക്കി ചതഞ്ഞ ചിന്തയും ധിഷണയും സർഗ്ഗാത്മകതയും ഉള്ളവനാക്കിത്തീർക്കുകയും ചെയ്യുന്നു. ഈ അറിവാണ് അറുപതുകൾ തൊട്ടുള്ള കാലഘട്ടത്തെ ക്ഷോഭിക്കുന്ന യുവതലമുറയുടേതാക്കിയത്. പരമ്പരാഗത കാല്പനികതയുടെ മാലിന്യത്തിൽ കുളിച്ചു നിന്ന സാഹിത്യകലാദികൾക്ക് പുതിയ ഉറവു ജലത്തിന്റെ പരിശുദ്ധി ആവശ്യമായിരുന്നു. ഇക്കാലത്തെ കലാകാരന്മാരാണ് നാം വച്ചുപുലർത്തുന്ന കപടനാട്യങ്ങളുടെ മുഖംമൂടികൾ പിച്ചിക്കീറിയത്. ജീവൽസാഹിത്യം ഉപജീവന സാഹിത്യമായി മാറിയതും ഇവർ കണ്ടെത്തി. ജീർണ്ണതയുടെ നിരാകരണത്തിൽ നിന്നേ പുതുമുളകൾ വിരിയുകയുള്ളൂ. ഈ നവമുകുളങ്ങളെ കണ്ടെത്താനും വെളിച്ചത്തിലേക്കു നയിക്കാനും പറ്റിയ പത്രാധിപന്മാരും പ്രസാധകരും അന്നുണ്ടായിരുന്നു.

ഈ ദിശയിൽ ഉരുത്തിരിഞ്ഞ കലാസൃഷ്ടികളെ അറിയാനും അവയുമായി നിശ്ശബ്ദസംവാദം നടത്താനും ഒരു വലിയ ആസ്വാദകലോകം ഉണ്ടായി. പ്രകടനാത്മകതയില്ലാത്ത ഇത്തരം സംവാദങ്ങൾ ഇന്നു കലാരംഗത്തു കാണപ്പെടുന്ന ആകാശവെടികളിൽ നിന്നും കെട്ടു കാഴ്ചകളിൽ

നിന്നും തീർത്തും വ്യത്യസ്തവും ഗൗരവാത്മകവും അന്തസ്സുറ്റതും ആയിരുന്നു. നവഭാവുകത്വം ഒരു കൂട്ടം മികച്ച കലാകാരന്മാരേയും ആസ്വാദകരേയും വെളിച്ചത്തു കൊണ്ടു വന്നു എന്നതാണ് ഇക്കാലത്തെ നേട്ടം.

കാല്പനികതയ്ക്കെതിരെ ഉയർന്നു വന്ന ജീവൽസാഹിത്യപ്രസ്ഥാനത്തിന്റെ ദയനീയമായ അന്ത്യത്തിനു പുറകെയാണ് ഈ പുതിയ വരവ് എന്നതു ശ്രദ്ധേയമാണ്. വിശക്കുന്ന മനുഷ്യന് ചോറ് മാത്രമല്ല വേണ്ടത്, കലയും വേണം. വിശപ്പ് അവന്റെ സൗന്ദര്യബോധത്തെ കശാപ്പ് ചെയ്യുന്നില്ല എന്ന അറിവ് മനുഷ്യസംസ്കാരത്തെ പുരോഗതിയിലേക്കു നയിക്കുന്നു.

മലയാളകഥയിൽ അറുപതുകൾക്കു മുമ്പുതന്നെ ഉറൂബ് രചിച്ച കൃതികളിൽ വ്യക്തമായ ഒരു വ്യതിയാനം ഉണ്ടായിരുന്നത് വിദ്യാർത്ഥിയായിരുന്ന എന്നെ ആകർഷിച്ചിരുന്നു. ജീവിതത്തിന്റെ കപടനാട്യങ്ങൾക്കു നേരെയുള്ള സൗന്ദര്യാത്മകമായ ആക്രമണം യഥാർത്ഥത്തിൽ തുടങ്ങിവച്ചത് ഉറൂബാണെന്ന് ഞാൻ അന്നും ഇന്നും വിശ്വസിക്കുന്നു. ഒരു കാലവർഷം പോലെ സമൃദ്ധവും സമ്പന്നവുമായി കടന്നുവന്ന ആ കാലഘട്ടം മലയാളത്തിന്റെ കാവ്യശേഖരത്തിന്നു മുതൽക്കൂട്ടാണ്.

എഴുത്തുകാരന്റെ ദർശനത്തിൽ വന്ന മാറ്റം സാമൂഹികമായ പ്രതികരണങ്ങൾ ഉണ്ടാക്കി എന്നത് വലിയൊരു കാര്യമാണ്. സാഹിത്യ-കലാ രംഗങ്ങളിലെ ഒരു തീവ്രകാലമായി ഇതിനെ കാണുന്നു. ഒ.വി. വിജയൻ, എം.ടി., വി.കെ.എൻ, പത്മനാഭൻ, പട്ടത്തുവിള, കാക്കനാടൻ, മുകുന്ദൻ തുടങ്ങിയ കഥാകാരന്മാരും അയ്യപ്പപ്പണിക്കർ, അക്കിത്തം, കക്കാട്, വൈലോപ്പിള്ളി, ഇടശ്ശേരി തുടങ്ങിയ കവികളും പണിതുയർത്തിയ സാഹിത്യഗോപുരങ്ങളും, നവസിനിമ ഉണ്ടാക്കിയ ആന്ദോളനങ്ങളും ചിത്രകലയിലുണ്ടായ അഭൂതപൂർവ്വമായ തിളക്കവും, ചിന്താരംഗത്തുണ്ടായ നവീകരണവും കേരളത്തിന് എന്നും അഭിമാനകരമായിരിക്കും. കലാസൗന്ദര്യത്തിന്റെ തട്ടകം വൃദ്ധചിന്തകളുടേയും കല്പനകളുടേയും അല്ലെന്നും നിത്യയൗവ്വനമാർന്നതാണെന്നതും ആസ്വാദകരെ അത്ഭുതസ്മിതരാക്കി.

രാഷ്ട്രീയസ്വാതന്ത്ര്യം എന്നത്, ഏതതിക്രമവും കാണിച്ച് അധികാരം കയ്യാളാനും അനീതിയും ദുർഭരണവും അജണ്ടയാക്കി വാണരുളാനും ഉള്ളതെന്നു തെറ്റിദ്ധരിച്ച ഒരു ജനകീയഭരണക്രമത്തിന്നെതിരെയുള്ള എതിർപ്പിന്റേതുകൂടിയാണ് ഈ കാലഘട്ടം.

പ്രതികരിക്കാൻ ഒരു സ്ത്രീയായ എനിക്കു കഴിയുമോ എന്നത് ഞാൻ നേരിട്ട ഒരു വെല്ലുവിളിയായിരുന്നു. കോൺവെന്റിലെ ഉപരിവിദ്യാഭ്യാസം അതിന്റെ ദോഷഫലങ്ങളൊന്നും തന്നെ എന്നിൽ അടിച്ചേല്പിച്ചില്ല എന്നത് ആശ്വാസകരമായിരുന്നു. എന്റെ പ്രിൻസിപ്പൽ മദർ ഗേബ്രിയേൽ ഇടയ്ക്കിടെ കോളേജ് അസംബ്ലിയെ അഭിസംബോധന ചെയ്തു പറയുമായിരുന്നു: 'കുട്ടികളേ, ഒരു കാര്യം തീർച്ചയായും നിങ്ങൾ കമ്മ്യൂണിസത്തിൽ നിന്നും പഠിക്കണം. മാർച്ച് ഫോർവാഡ്!' എന്തിലേക്ക് എന്ന് ഞാനാലോചിച്ചു.

കോളേജ് ലൈബ്രേറിയൻ സിസ്റ്റർ ജെയിൻ മേരി, എന്റെ മുമ്പിൽ തുറന്നിട്ട സമ്പന്നമായ ലൈബ്രറിയുടെ കതകുകൾ എനിക്കു ബാലപാഠങ്ങളായി.

തോമസ് ഹാർഡിയും വിക്ടർ യൂഗോവും ഇബ്സനും സ്റ്റെഫാൻ സ്വൈഗും ചെഖോവും ടോൾസ്റ്റോയിയും ഷൊളോഖോവും രബീന്ദ്രനാഥ ടാഗോറും സി.വി. രാമൻപിള്ളയും കാരൂരും പൊറ്റേക്കാടും ബഷീറും ഉറൂബും കക്കാടും അക്കിത്തവും ജിയും ഇടശ്ശേരിയും വൈലോപ്പിള്ളിയും - എത്ര നല്ല കാലം!

ഞാൻ കേരളത്തിലെ ഒരു യാഥാസ്ഥിതിക മദ്ധ്യവർത്തി കുടുംബത്തിലെ ഒരു പെൺകുട്ടിയാണെന്നും, ഇഷ്ടമുള്ളത് വായിക്കാൻ പോലും രഹസ്യ മൂലകൾ കണ്ടെത്തേണ്ടവളാണെന്നും ഉള്ള യാഥാർത്ഥ്യം എന്നെ ഒരു വഴിത്തിരിവിലെത്തിച്ചു. ആദ്യം എന്റെ സ്വാതന്ത്ര്യം. അതിന്റെ മാർഗ്ഗം ഞാൻ തന്നെ വെട്ടിത്തെളിയിക്കേണ്ടതുണ്ട്. സ്വാതന്ത്ര്യത്തിലേക്ക് ഞാൻ കണ്ടെടുത്ത എന്റെ വഴി സാഹിത്യത്തിന്റേതായിരുന്നു. എന്റെ ചെറിയ വഴിയും ഞാനും. അതു മതി. മനുഷ്യരേയും പ്രകൃതിയേയും സ്നേഹിക്കാനുള്ള ഒരാദിമചോദന എന്നിലുണ്ട്. അതിനാലാണ് തോമസ് ഹാർഡിയേയും ടോൾസ്റ്റോയിയേയും ഇടശ്ശേരിയേയും മറ്റും ഞാൻ ഗാഢമായി ആരാധിച്ചത്. ടോൾസ്റ്റോയ് എസ്റ്റേറ്റിലൂടെയും, വേർഡ്സ്വർത്തിന്റെ ഗ്രാമശേഖരങ്ങളിലൂടേയും 'ആരണ്യകി'ലൂടെയും നടത്തിയ സ്വപ്നാടനങ്ങൾ ഇന്നും പച്ച പിടിച്ചു നില്ക്കുന്നു.

അറിയപ്പെടാത്തവന്റെ ഹൃദയം കാണുക, ചവിട്ടാത്ത ഭൂമികൾ താണ്ടുക, കന്യാവനങ്ങളിലൂടെ യാത്ര ചെയ്യുക എന്നതെല്ലാം എന്റെ സാഹസികതയുടെ ലക്ഷ്യങ്ങളായിരുന്നു. ഇപ്പോഴും ആണ്.

മറ്റൊരാൾ കാണിച്ചുതരുന്ന ചിന്താപദ്ധതി എനിക്കു സ്വീകാര്യമല്ല. വിട്ടുവീഴ്ചയില്ലാത്ത ഒരു പ്രസ്ഥാനവും എന്നെ ആകർഷിക്കുന്നില്ല. വ്യക്തികൾക്കുവേണ്ടിയാവണം ഏതു പദ്ധതിയും എന്നു ഞാൻ വിശ്വസിക്കുന്നു. അപ്പോൾ മാത്രമേ മൂല്യങ്ങൾ സംരക്ഷിക്കപ്പെടൂ. സ്ഥാപനവത്ക്കരിക്കപ്പെട്ട രാഷ്ട്രീയത്തിന്റെ ഏകലക്ഷ്യം അധികാരലബ്ധിയാണ്. മാർഗ്ഗം ഏതു തരത്തിലുമാവാം എന്ന ബുദ്ധി ദുഷ്ടമാണ്. അധികാരത്തിന്നു മുന്നിൽ മാനുഷികത എപ്പോഴും നിസ്സാരമായി ഭവിക്കുന്നു. കമ്മ്യൂണിസം കേരളത്തിലിന്ന് ഒരു വ്യവസ്ഥാപിത മതം മാത്രമാകുന്നു. അത്തരം മതങ്ങൾക്കുള്ള എല്ലാ സ്വഭാവവും കുറവുകളും അതിന്നുണ്ട്. വ്യവസ്ഥാപിത ആശയസംഹിതയ്ക്കു കീഴെ കലാകാരനു വളർച്ചയില്ല. കുറെ ബഹുമതികളും സ്ഥാനമാനങ്ങളും ലഭിക്കുകയെന്നത് കലാകാരന്റെ ലക്ഷ്യമല്ല. അങ്ങനെ കലാകാരന്മാരെ നിശ്ശബ്ദരാക്കാൻ കഴിയുമെന്നാണ് ഭരണത്തിൽ വരുന്ന എല്ലാ രാഷ്ട്രീയകക്ഷികളും ഇന്നു വിശ്വസിക്കുന്നത്. അവർ കയ്യടക്കിവച്ചിരിക്കുന്ന വലിയ പാരിതോഷികങ്ങളും അംഗീകാരങ്ങളും കലാകാരന്റെ സ്വാതന്ത്ര്യവാഞ്ഛയെ

ചൂണ്ടലിട്ടു പിടിക്കുന്നു. കാരണം, ചിന്താശേഷിയും പ്രതിഭയുമുള്ള കലാകാരന്മാരെ ഏതുകാലത്തും ഭരണാധികാരികൾ ഭയപ്പെടുന്നു.

ഇന്ന് മലയാളി ജീവിതത്തിൽ കലയില്ല. കലയുടെ പതിനാറടിയന്തരത്തിന്റെ വേളയിൽ നടക്കുന്ന വെടിവെട്ടങ്ങളേയുള്ളൂ. അത്തരം സന്ദർഭങ്ങളിലാണ് എം.വി. ദേവനെപ്പോലുള്ളവർ ഒരു ഭാഷയിലെ ഏറ്റവും മികച്ചതും വലുതുമെന്ന് കരുതപ്പെടുന്ന സമ്മാനങ്ങൾ വാങ്ങുന്നത്. എം.ടിയെപ്പോലുള്ള പ്രതിഭാധനന്മാരെ സമശീർഷകരായും ചിലപ്പോൾ വെറും "ബോയി" മാരായും കാണുകയും അവരുടെ ഗുരുസ്ഥാനത്ത് സ്വയം വാഴിക്കുകയും ചെയ്യുമ്പോൾ ദേവൻ നേടുന്നത് ആർത്ഥികലാഭവും, അസൂയാലുക്കളായ ഒരു പറ്റം ആളുകളുടെ കയ്യടിയും മാത്രമാണ്.

സക്കറിയ പറഞ്ഞു, ദേവനൊരു വ്യാജനാണ്, ചിത്രകലയിലെന്ന്. സാഹിത്യത്തിലെ ഉന്നത സമ്മാനങ്ങൾ അടിക്കടി മേടിക്കുന്നതിൽ വിരുതനായ ദേവൻ സാഹിത്യത്തിലും ഒരു വ്യാജനല്ലേ? എം. ഗോവിന്ദന്റെ ചിന്തകളുടെ ഒരു വാഹകൻ മാത്രമല്ലെ, ദേവൻ? കമ്മാളർക്ക് വേണ്ടി വേദികൾ തോറും പ്രസംഗിക്കുന്ന ദേവൻ ഭാവഹാവങ്ങളിൽ ഒരു സെമീന്ദാരല്ലേ? കമ്മാളരും ആദിവാസിയും ഇക്കോസിസ്റ്റവുമെല്ലാം ഇന്ന് ഗ്ലാമർ വിഷയങ്ങളാണ്. അവയുടെ ആത്മാവ് നമുക്കൊരു വിഷയമല്ല. തെരുവിലലയുന്ന തെയ്യക്കാരനും പിക്കിൾസിന്റെ വീര്യം വിതരണം ചെയ്യുന്ന കഥകളിക്കാരനും മലയാളി മനസ്സിന്റെ പൊങ്ങച്ചങ്ങളും കാപട്യങ്ങളും വെളിച്ചത്തുകൊണ്ടുവരുന്നു. സംസ്ക്കാരത്തിന്നു ചവിട്ടി ഉഴിച്ചിലും സുഖചികിത്സയും നടത്തുന്ന നമ്മുടെ ടൂറിസ്റ്റ് വ്യവസായം മലയാളിയിൽ ശേഷിച്ചിരിക്കുന്ന നാണത്തേയും മാനത്തേയും കെടുത്തിക്കളയുന്നു.

ഈ അവസരത്തിലും ഇവിടെ കുറെ കലാകാരന്മാരും കവികളും കഥാകൃത്തുക്കളും ചുവടുറപ്പിച്ചുനില്ക്കുന്നുണ്ട്. ഇവരുടെ മുമ്പിൽ ബിഗ്ബിസിനസ്സ് നടത്തുന്ന വലിയ കൊമ്പന്മാർ പരിഹാസ്യരാണ്. പണക്കൊഴുപ്പിന്റെ വലിയഘോഷയാത്രയ്ക്കു സമാന്തരമായി മുന്നോട്ടുപോകുന്ന യുവതലമുറ, തങ്ങൾക്ക് മുൻഗാമികളോടു കടപ്പാടില്ല എന്ന് ഉദ്ഘോഷിക്കുമ്പോഴും പഴയ ചങ്ങലയുടെ പുതിയ കണ്ണികൾ മാത്രമാകുന്നു അവർ. പാരമ്പര്യത്തിന്റെ വേരുകളില്ലാതെ ഒരു കലയും പുതിയ തെഴുപ്പുകൾ ഉത്പാദിപ്പിക്കുന്നില്ല.

മലയാളഭാഷ മുങ്ങിച്ചാവുകയാണ് എന്നു ഭയപ്പെടുന്നവർ ഓർക്കേണ്ട ഒരു കാര്യം നമ്മുടെ ജനലക്ഷങ്ങളിൽ നന്നെച്ചെറിയൊരു ശതമാനം മാത്രമാണ് മലയാളത്തെ വിട്ട് ഇംഗ്ലീഷിനു പുറകെ പോകുന്നത്. വായനക്കാരും ആസ്വാദകരും എന്നും ഇടത്തരക്കാരിൽ നിന്നാണ് ഉത്ഭവിച്ചിട്ടുള്ളത്. സ്തുതിപാഠകരും ആത്മപ്രശംസകരും മേലെ അടരുകളിൽ നിന്നും സാധാരണ ജനങ്ങളുടെ വായനാശീലവും കൗതുകങ്ങളുമാണ് നമ്മുടെ നാട്ടിലെ എഴുത്തുകാരെ നിലനിർത്തുന്നത്.

ഇവിടുത്തെ ഉയർന്ന സാക്ഷരതയും വളർന്നു പന്തലിച്ച ഗ്രന്ഥശാലാപ്രസ്ഥാനവും പുസ്തകപ്രസാധനത്തെ പ്രചോദിപ്പിച്ചിട്ടുണ്ട്. രാസവളവും കീടനാശിനികളും പോലെ പുസ്തകം എന്ന 'ചരക്കും' പഞ്ചായത്തുസഭകളുടെ ചുമലിൽ കെട്ടിയേല്പിക്കപ്പെടുന്നു. സ്വകാര്യവായനക്കാരും, കുട്ടികളെ സ്നേഹിക്കുന്ന മാതാപിതാക്കളും പുസ്തകങ്ങൾ വാങ്ങുന്നു. സാഹിത്യവും ഭാഷയും നിലനില്ക്കണമെങ്കിൽ പുതിയ തലമുറയിലെ എഴുത്തുകാർ കുറേക്കൂടി ഗൗരവത്തോടെ ജീവിതത്തേയും രചനയേയും സമീപിക്കേണ്ടതുണ്ട്. അധികാരത്തിന്റേയും പ്രസിദ്ധിയുടേയും പുറകെ ഓടുന്നവരെ നാം വെറുതെ വിടുക.

പോയ തലമുറയിലെ എഴുത്തുകാരുടെ ജീവിതത്തിലെ ഇരുണ്ട ഗർത്തങ്ങൾ തിരയുന്നതിന്നു പകരം സ്വന്തം കൃതികളിലെ ചതിക്കുഴികളെക്കുറിച്ചു ചിന്തിക്കുക. അഹങ്കാരത്തിന്റെ കൊടുമുടിയേറി നിന്ന് ഒരെഴുത്തുകാരൻ പ്രലപിക്കുമ്പോൾ സഹൃദയന്റെ ഒന്നു തല തിരിച്ചുനോക്കുമായിരിക്കും. അവനെന്തു തന്നു എന്നതിലാണ് വായനക്കാരന്റെ നോട്ടം. എന്തു പറയുന്നു എന്നതിലല്ല.

❑

ഭാഗം മൂന്ന്

എഴുത്തിന്റെ നിയോഗം

ഗുരുകുലത്തിന്റെ ഓർമ്മകൾ

വിദ്യാലയം ഒരു വീടായിത്തീരുക എന്നത് നമ്മുടെ നാട്ടിൽ അത്ര എളുപ്പ മല്ല. ഗവൺമെന്റ് ടീച്ചർ ട്രെയിനിംഗ് ഇൻസ്റ്റിറ്റ്യൂട്ട് ഫോർ വിമൻ, ശരിക്കും ഒരു വീടായിരുന്നു. അധ്യാപക-വിദ്യാർത്ഥികൾക്കും അവരെ പഠിപ്പിക്കുന്ന വർക്കും എന്റെ ഔദ്യോഗിക ജീവിതത്തിൽ, ഹൃദയൈക്യത്തിന്റേയും സ്വാതന്ത്ര്യത്തിന്റേയും അനുഭവകാലം. അഞ്ചുവർഷം കഴിഞ്ഞതറിഞ്ഞില്ല. ധാരാളം ജോലിയുണ്ടായിരുന്നു. പലയിനം. ആ ഒന്നും ജോലിയായി തോന്നി യിരുന്നില്ല. അധ്യാപകരും കുട്ടികളും പരിശീലനത്തിനു വരുന്നവരുമെല്ലാം ഒരു കുടുംബത്തിലെന്നപോലെ കഴിയാൻ കാരണമെന്തെന്ന് ഞാൻ പല പ്പോഴും ആലോചിച്ചിട്ടുണ്ട്.

ഒരു തരം ഗുരുകുല വിദ്യാഭ്യാസത്തിന്റെ അന്തരീക്ഷം. നിറയെ പൗരാ ണിക വൃക്ഷങ്ങൾ, കിളികൾ, കുഞ്ഞുകുട്ടികൾക്ക് താമസിക്കാനൊരു കൊച്ചു ഭവനം, കുഞ്ഞുകുട്ടികൾക്കൊരു ശിശുവാടി. പ്രൈമറിസ്ക്കൂൾ, ട്രെയിനിംഗ് ക്ലാസ്സുകൾ, പലതരം കോഴ്സുകൾ, ഉറുദു, അറബി, മലയാളം, റ്റി.റ്റി.സി, പ്രി-പ്രൈമറി ട്രെയിനിംഗ് സൗകര്യങ്ങൾ. ഈ വൈവിദ്ധ്യവും തന്മൂലം ഉള വായ മാനസികോല്ലാസവുമാണ് എനിക്കു പ്രിയങ്കരമായത്.

ഒരു വ്യത്യസ്തയും പാലിക്കാത്ത പല വിഭാഗം അധ്യാപകർ. അവരുടെ വീടുകളിലെ വിശേഷങ്ങൾ. എല്ലാം എല്ലാവരുടേതുമായിരുന്നു. പിരിഞ്ഞു പോയ ഹെഡ്മാസ്റ്റർ ശിവദാസ് രാജയെ ഞാൻ സ്നേഹത്തോടെ, ദുഃഖ ത്തോടെ അനുസ്മരിക്കുന്നു. പിരിഞ്ഞിട്ടും അദ്ദേഹം ഇടയ്ക്കിടെ ഞങ്ങളെ കാണാൻ വന്നു.

എന്റെ പൂർവ്വ മലയാള അദ്ധ്യാപികയും, പിന്നീട് ഈ പരിശീലന കേന്ദ്രത്തിന്റെ പ്രധാനാധ്യാപികയും ആയിരുന്ന ശ്രീമതി മീനാക്ഷി പൊതുവാൾ ഒരു ദിവസം എന്റെ മുമ്പിലെത്തി. പഴയ പ്രൗഢിയോടെ. അതേ മുഴങ്ങുന്ന സ്വരം. ഞാൻ നിമിഷ നേരത്തിൽ അവരുടെ പഴയ ശിഷ്യ യായി. എന്നെ കഥയും ലേഖനവും കവിതയും എഴുതാൻ അവർ അന്ന് പരോക്ഷമായി പ്രേരിപ്പിച്ചിരുന്നു. ഞാൻ ഹൈസ്ക്കൂളിൽ പഠിക്കുന്ന കാലം

ഇതേ സ്ഥാപനത്തിന്റെ സഹോദരസ്ഥാപനത്തിൽ സംസ്കൃതത്തിൽ പാണ്ഡിത്യമുള്ള അവരുടെ പ്രൗഢമായ സംഭാഷണരീതിയും, ശുദ്ധിയുള്ള വചനങ്ങളും എന്നെ വല്ലാതാകർഷിച്ചു. എട്ടിലും ഒമ്പതിലും പത്തിലും പഠിക്കുമ്പോൾ അവർ സ്ക്കൂൾ അലമാരയിലെ അനേകം ക്ലാസ്സിക് കൃതികൾ നിർല്ലോഭമായി വായിക്കാനെടുത്തു തന്നു. മലയാള സാഹിത്യവുമായി എന്നെ ബന്ധിപ്പിച്ച ആദ്യത്തെ പ്രബല കണ്ണി അവർ തന്നെ. വിശേഷ ദിന ങ്ങളിൽ സ്ക്കൂൾ അസംബ്ളി സ്റ്റേജിൽ കയറി ജി. ശങ്കരക്കുറുപ്പിന്റെ കവിത യെക്കുറിച്ച് ഞാൻ എഴുതിയ ഒരു ലേഖനം വായിക്കാൻ അവർ എന്നോടാ ജ്ഞാപിച്ചു. എനിക്ക് പറ്റിയില്ല. അധൈര്യം. പിന്നീട് ഞാനെഴുതിയ ഒരു കവിത ചൊല്ലാൻ എന്നെ നിർബന്ധിച്ചു. ഞാൻ ഭയന്നു പോയി. ശബ്ദം എന്നെ വെടിഞ്ഞു. മുമ്പിലെ സദസ്സിൽ, ടീച്ചർ ട്രെയിനികളും, ഹൈസ്ക്കൂളിലെ വിദ്യാർത്ഥിനികളും, അനേകം പണ്ഡിത ഗുരുക്കളും.

ഞാൻ കവിത ചൊല്ലിയില്ല. എന്റെ ക്ലാസ് ലീഡർ സ്റ്റേജിൽ കയറി ചൊല്ലി. പക്ഷേ അത്ഭുതകരമായ കാര്യം, പൊതുവാൾ ടീച്ചർ എന്നെ ശകാരി ച്ചില്ലെന്നതാണ്.

അവരുടെ ഗാംഭീര്യം തുളുമ്പുന്ന സ്വരം ഇപ്പോൾ എന്നോടാജ്ഞാപിച്ചു.

ഞാൻ ജീവനോടെയിരിക്കുന്നു എന്നൊരു സർട്ടിഫിക്കറ്റ് തരണം വത്സല. ട്രഷറിയിൽ ഹാജരാക്കി പെൻഷൻ വാങ്ങാനാണ്.

നിയമത്തിന്റെ ഒരു ക്രൗര്യം.

പിന്നീട് പലപ്പോഴും പല ആപ്പീസ് ആവശ്യങ്ങൾക്കും അവർ എന്നെ സമീപിച്ചു. ഈ വിദ്യാലയം അങ്ങനെയൊരു സൗകര്യം, എന്റെ പ്രിയ ഗുരു നാഥയെ കാണാനുള്ള സന്ദർഭം, ഉണ്ടാക്കിത്തന്നതിൽ എന്റെ സന്തോഷം ഇവിടെപ്പറയുന്നു എന്നേയുള്ളൂ.

ഒരനുഭവം, ഇതിന്നകത്തുള്ള കുട്ടികളുടെ ഹോസ്റ്റലുമായി ബന്ധപ്പെട്ട താണ്. ഒരു കൊട്ടാരം കെട്ടിലമ്മയ്ക്കായി രാജാവ് (സാമൂതിരി ആവാം) പണി കഴിപ്പിച്ച മാളികയിലാണ് ഹോസ്റ്റൽ നടക്കുന്നത്. കനത്ത ഇരട്ടക്കെട്ടു ഭിത്തികൾ, ഉറപ്പേറിയ കാതൽ മരം കൊണ്ടു പണിത കതകുകളും ജാലക ങ്ങളും കോണിപ്പടികളും, പൗരാണിക തറയോട്, ഇതെല്ലാം പൊളിച്ചു വിറ്റാൽ ലാഭകരമായിരിക്കുമെന്നു കരുതി അതിന് അനുവാദം നൽകിയ ഉദ്യോഗ സ്ഥനും പറ്റിയൊരു പി.ഡബ്ലിയു.ഡി. എൻജിനീയറും അന്നുണ്ടായിരുന്നു. ഒരു നാൾ ഉദ്യോഗസ്ഥനെ കൂടാതെ, എൻജിനീയറും ദല്ലാളും കൊട്ടാരക്കെട്ട് കാണാനെത്തി. വെക്കേഷൻ കാലമായതിനാൽ അന്തേവാസികളില്ല. അവർ ചുറ്റും നടന്നു നോക്കി. കത്തി കൊണ്ട് കുമ്മായം ചുരണ്ടി, ഇഷ്ടികച്ചുമരു കളുടെ മൂല്യം കണ്ടെത്തി. ജാലകങ്ങളും കതകുകളും കണ്ടു. ഒരു കറവ പ്പശുവിനെ, അറവുമാടാക്കുന്ന അവരുടെ മനോഭാവം പൊടുന്നനെ എന്റെ ജന്മവാസന എന്നെ അറിയിച്ചു.

ഇതെന്താണിത്?

ഈ കെട്ടിടം പൊളിച്ചു വില്ക്കാൻ ഓർഡറായിരിക്കുന്നു.

ടി.ടി.ഐ.കൾക്ക് ഇപ്പോൾ ഹോസ്റ്റൽ സൗകര്യം വേണ്ടെന്നു സർക്കാർ നിശ്ചയിച്ചിരിക്കുന്നു.

വേണം! ഇവിടെ ദൂരദിക്കിൽ നിന്നു വരുന്ന പെൺകുട്ടികളാണ് പാർക്കുന്നത്. ലക്ഷദ്വീപുകളിൽ നിന്നും കർണ്ണാടക അതിർത്തിയിൽ നിന്നും വന്നു താമസിക്കുന്നവരുണ്ട്. വയനാട്ടിലേയും, നാട്ടിൻ പുറങ്ങളിലേയും കുട്ടികളുണ്ട്.

"ഇത് ഓർഡറാണ്."

അറക്കാൻ മുദ്രയടിച്ചു എന്ന്.

പറ്റില്ല. ഞാൻ പറഞ്ഞു.

അന്നു തന്നെ സ്വന്തം കൈകൊണ്ട് ഞാൻ ഡി.പി.ഐയ്ക്കും, വിദ്യാഭ്യാസ സെക്രട്ടറിക്കും ഡി.ഡി.ഇക്കും നിവേദനങ്ങളയച്ചു. കെട്ടിടം പൊളിക്കാനനുവദിക്കരുത്. പെൺകുട്ടികൾ വിഷമത്തിലാവും.

അടുത്ത ചോദ്യം അവരുടെ വക.

"കുക്ക്, കാവൽക്കാരൻ, മേട്രൻ ഇവരുടെ തസ്തികകൾ നിർത്തലാക്കിയതിനാൽ, ഇപ്പോൾ നിയമത്തിന്റെ ദൃഷ്ടിയിൽ ഈ സ്ഥാപനം നിലനിൽക്കുന്നില്ല."

"തസ്തികയില്ലായിരിക്കാം. അന്തേവാസികളുണ്ട്. പൊളിക്കാനേ പാടില്ലെന്ന് അപേക്ഷിക്കുന്നു."

അങ്ങനെ ഹോസ്റ്റലിന്റെ ജീവൻ തിരിച്ചു കിട്ടി. കോഴിക്കോട്ടു നഗരത്തിൽ പതിനേഴിനും പതിനെട്ടിനും ഇടയിൽ പ്രായമുള്ള പെൺകുട്ടികളെ ഒരു മേട്രണിന്റെ അസാന്നിദ്ധ്യത്തിൽ സംരക്ഷിക്കുന്നതെങ്ങനെ എന്നു ഞാൻ ചിന്തിച്ചു. കുടുംബമില്ലാത്ത ഒരദ്ധ്യാപികയെ, എന്റെ പഴയ സഹപ്രവർത്തകയെ ഞാൻ തേടിപ്പിടിച്ചു. അവർ സന്തോഷത്തോടെ എന്റെ അഭ്യർത്ഥന സ്വീകരിച്ചു. ഒരു പ്രതിഫലേച്ഛയുമില്ലാതെ. റീത്താഗ്രസിൽഡയെ ഞാൻ നന്ദിയോടെ ഓർക്കുന്നു. ഞാൻ പ്രതീക്ഷിച്ചതിനേക്കാൾ എത്രയോ മിടുക്കുള്ള ഒരു മേട്രണായി അവർ വന്നു. ഒപ്പം അടുത്ത വിദ്യാലയത്തിൽ അവരുടെ അധ്യാപനവൃത്തി തുടർന്നു.

ഉത്തരവാദിത്തമുള്ള ഒരു ജോലിയിലിരിക്കുമ്പോൾ നമുക്ക് ഒരുപാട് നല്ല കാര്യങ്ങൾ ചെയ്യാൻ കഴിയും. അപ്പോൾ നാം നിയമങ്ങളെ വിശകലനം ചെയ്യരുത്. നിയമം നമ്മുടെ വഴിക്ക് വരും. സത്യമാണ് പ്രധാനം. ഹോസ്റ്റൽ ഇന്നും നിലനില്ക്കുന്നു എന്നത് എനിക്ക് ആനന്ദം നൽകുന്നു.

സ്ക്കൂളിലെ ഓണാഘോഷം, വർഷാന്ത ക്യാമ്പുകൾ, യാത്രകൾ, ഡിബേറ്റുകൾ, എല്ലാം സജീവമായിരുന്നു. സ്ക്കൂൾ ഒരു വീടും വിജ്ഞാന കേന്ദ്രവും

ആയി മാറുകയായിരുന്നു. വൈകി രാത്രിയാകും വരെ ജോലിയിൽ പങ്കാളികളാകാൻ ആപ്പീസിലെ രാഘവൻ നായരും ലക്ഷ്മിയും സരോജിനിയും ബേബി ടീച്ചറും രവീന്ദ്രൻ മാസ്റ്ററും ഐപ്പ് സാറും ആന്റണി മാസ്റ്ററും. ഞങ്ങളുടെ സ്ഥാപനത്തിന് പുറത്തുള്ളവർ എന്ന് നിയമം അനുശാസിക്കുന്ന പ്രീ പ്രൈമറി സ്ക്കൂളിലെ അധ്യാപികമാരും മറ്റനേകം പേരും പി.ടി.എ. പ്രസിഡന്റ് ശ്രീ മൊയ്തീൻ കോയയുമെല്ലാം ഒരേ കുടുംബത്തിലെ അംഗങ്ങളായിരുന്നു. സി. രാധാകൃഷ്ണൻ, സുകുമാരൻ മാസ്റ്റർ, ഗഫൂർ മാസ്റ്റർ, അബ്ദുൾ മജീദ് എല്ലാവരേയും സ്മരിക്കാനിടയില്ലെങ്കിലും വിഭാഗീയതയും സ്വാർത്ഥതയും തീണ്ടാത്ത ഒരു ചെറിയ, വലിയ ലോകം.

ഗാന്ധിജി നിരൂപിച്ച മട്ടിൽ, പഴയ ഗുരുകുല സമ്പ്രദായം തിരിച്ചു വരണമെന്ന് ഇവിടെ വച്ച് പലപ്പോഴും ഞാൻ ആഗ്രഹിച്ചു. അതിന്നു പറ്റിയൊരിടമാണിത്. ഒരു വർഷമെങ്കിലും ഇതിനകത്തു ശരിക്കു ജീവിച്ചവർ അതു മറക്കില്ല.

❑

'രോമൻനായരു'ടെ മകൾ

ഒമ്പതാം ക്ലാസ്സിൽ പഠിക്കുന്ന പെൺകുട്ടികൾക്ക് ചരിത്രവിഷയത്തിൽ അരക്കൊല്ലപരീക്ഷയുടെ ഉത്തരക്കടലാസുകൾ വിതരണം ചെയ്യുകയായിരുന്നു ഞാൻ. ചരിത്രം അന്നും ഇന്നും അത്ര പ്രധാന വിഷയമായി അധികമാരും കണക്കാക്കുന്നില്ല. മലയാളിക്ക് ചരിത്രബോധം കഷ്ടിയാണ് എന്ന പൊതുതത്ത്വം ഇതിന്റെ പിന്നിലുണ്ടാവാം. കുറേപ്പേർ പാസാകും. ചിലർ തോല്ക്കും. അതാണ് ചരിത്രം.

കൂട്ടത്തിലൊരു പേപ്പറിൽ, രമണിയുടെ, ധാരാളം ചുവന്ന വരകൾ. നോട്ടത്തിനിടയിൽ എന്റെ ചുവന്ന പേന ശീലംകൊണ്ട് കോറിപ്പോയതാണ്. ഒരു പ്രത്യേക പദത്തിനു ചോടെയാണ് വരകൾ. കൂട്ടത്തിൽ അതത്ര ഗൗനിച്ചില്ലെങ്കിലും ഇപ്പോൾ കാര്യമെന്ത് എന്ന് ഞാൻ പരിശോധിച്ചു. വര കിടക്കുന്നത്, ഒരു സത്യഗ്രഹിയെപ്പോലെ, രാജാ കോശവദാസ് എന്ന പദത്തിന്റെ പടിക്കലാണ്. ഞാൻ ഒരിക്കൽകൂടി പടിക്കുമേലെ നിലയുറപ്പിച്ചിരിക്കുന്ന പദം (പദങ്ങൾ) വായിച്ചു. വായന തെറ്റിയിട്ടില്ല.

ഞാൻ ഉത്തരക്കടലാസിന്റെ അവകാശിയെ പേരെടുത്തു വിളിച്ചു.

'രമണീ'.

അവൾ ഉൽസാഹത്തോടെ ചാടിയെണീറ്റു. ചരിത്രവിഷയത്തിൽ അവൾ എഴുതീട്ടുള്ള ഒരു നെടുങ്കൻ ഉപന്യാസത്തിന്റെ മുമ്പിലാണ് ഞാനെന്ന് അവൾ കണ്ടുപിടിച്ചു. അടുത്തേക്കു വന്നു. കൈനീട്ടി.

തരാം. സീറ്റിലേക്കു മടങ്ങു.

അവൾ ബെഞ്ചിനും ഡെസ്കിനുമിടയിൽ, അനുസരണയുള്ള ഒരു പശുക്കുട്ടി തൊഴുത്തിലെന്നപോലെ ചെന്നു നിന്നു. ആകാംക്ഷയോടെ എന്റെ കൈയിലേക്ക് ഉറ്റുനോക്കുന്നു.

-എന്താണ് നിന്റെ മുഴുവൻ പേര് ?

- ആർ. രമണി.

– ആർ. എന്താണ്?

– അച്ഛന്റെ പേര്.

– എന്താണച്ഛന്റെ പേര് ?

– രാമൻനായർ

– ശരി. അച്ഛന്റെ പേര് ബോർഡിലെഴുതിയാലും !

ഞാൻ ചോക്കുകഷ്ണം അവളുടെ കൈയിൽ വച്ചുകൊടുത്തു.

അവൾക്കൊരു ലജ്ജ. ഇത് ബോർഡിലെഴുതീട്ട് എന്തുവേണം ഈ സോഷ്യൽസയൻസ് അധ്യാപികയ്ക്ക് എന്ന മട്ടിൽ.

വേഗമാകട്ടെ, അവസാനത്തെ പീരിയേഡാണ്. എല്ലാം കൊടുത്തുകഴിഞ്ഞേ നിങ്ങൾക്ക് വീട്ടിൽ പോകാനൊക്കു.

രമണി നല്ല ഉയരമുള്ള കുട്ടി. ബോർഡിന്റെ മേൽഭാഗത്തുതന്നെ, തന്റച്ഛനോടുള്ള പൂർണ്ണ ബഹുമാനത്തോടെ അവൾ എഴുതി. 'രോമൻ നായർ'.

ആദ്യത്തെ ഒരു സെക്കന്റിനുശേഷം ഒരു പെൺകുട്ടി പൊട്ടിച്ചിരിച്ചു. പിന്നെ അമ്പത്തൊന്നുപേരുടെ ചിരിയാൽ നാലുമണിയുടെ മൌഢ്യം ഒഴുകിപ്പോയി.

വായിക്കൂ.

രാമൻനായർ.

ഒന്നുകൂടി വായിക്കൂ.

രാമൻനായർ.

എന്നാൽ ശ്യാമള വായിക്കൂ.

ഉത്തരം കേട്ട് ക്ലാസിൽ കൂട്ടച്ചിരിയുടെ വെള്ളച്ചാട്ടം. ഹെഡ്മിസ്റ്റ്റസ് ഒന്നെത്തി നോക്കി. കണ്ടോട്ടെ എന്ന് ഞാൻ വിചാരിച്ചു. തൊട്ടടുത്ത മുറിയാണ് അവരുടേത്.

ഭാഗ്യത്തിന് അവർ വന്നുനോക്കിയാലോ? ഞാൻ ലജ്ജിച്ചു ചുരുങ്ങി. ഒമ്പതാംക്ലാസിലെത്തിയ ഈ പെൺകുട്ടിയെ പലരും മലയാളം പഠിപ്പിച്ചിട്ടുണ്ട്. ഇംഗ്ലീഷുപോലും മലയാളത്തിൽ പഠിപ്പിക്കുന്ന കാലം. മലയാളം മീഡിയം. രാമൻനായരെ രോമൻനായരും ഉത്തരക്കടലാസിൽ മയങ്ങിക്കിടക്കുന്ന രാജാ കേശവദാസ് എന്ന മഹാവ്യക്തിയെ, ചരിത്രപുരുഷനെ 'രാജാ കൊശവദാസും' ആക്കിയത് രമണി മാത്രമല്ല, അവളെ ഭാഷ പഠിപ്പിച്ചവരും ഭാഷയിൽ മറ്റു വിഷയങ്ങൾ പഠിപ്പിച്ചവരും (ഞാനടക്കം) ആണ്.

ലജ്ജകൊണ്ട് കുനിഞ്ഞത് എന്റെ മനസ്സാണ്. പിന്നീട് രമണിയെക്കാണുമ്പോഴെല്ലാം ഞാനീ സംഭവം ഓർക്കും.

ടീച്ചറുദ്യോഗവും വിദ്യാഭ്യാസവും തമ്മിലൊരു ബന്ധവുമില്ലെന്നു തോന്നിപ്പോയ ഒരു ദിവസം.

ഞാൻ കാൽനൂറ്റാണ്ടുകാലം പഠിപ്പിച്ച പെൺപള്ളിക്കൂടത്തിൽ ചില വർഷങ്ങളിൽ രണ്ടായിരത്തിൽപരം കുട്ടികളും നൂറിലധികം അധ്യാപകരും ഉണ്ടായിരുന്നു. എല്ലാവരും മലയാളത്തിൽ ജനിച്ചുവളർന്നവർ. ഭാഷ പഠിപ്പിനു വഴങ്ങില്ല. ജീവിതത്തിനേ വഴങ്ങൂ എന്നു ഞാൻ മനസ്സിലാക്കി.

അവിടെ മുന്നിൽ വിടർന്നുകിടന്ന ജീവിതം എന്റെ എഴുത്തിനു വ്യക്തമായൊരു ദിശാബോധം നൽകി എന്നാണു തോന്നുന്നത്. ജീവിതം മലർക്കെത്തുറന്നിട്ട ഒരിടം. നാട്യങ്ങളില്ല. കെട്ടുവേഷങ്ങളില്ല. പട്ടിണിയിലും ദുഃഖങ്ങളിലും പുഷ്പിക്കുന്ന ജീവിതകേദാരം. കടലോരത്തെ കൗമാരക്കാരികളായിരുന്നു, ബഹുഭൂരിപക്ഷവും. വൃത്തിയും സുരക്ഷിതത്വവും ഉള്ള ഒരിടംതേടി വരുന്നവരാണവർ. പാഠപുസ്തകത്തിലെ 'ജ്ഞാനം' അവരെ സംബന്ധിച്ച് അജ്ഞാനവും അറുബോറും ആയിരുന്നു.

അവർ ജീവിതത്തിൽ എങ്ങുമെത്തില്ല എന്ന് അധ്യാപകരും, ഭരണാധികാരികളും ഊഹിച്ചു. അവർ അത്ര മോശക്കാരല്ലെന്ന് അന്നേ ചിലർക്കു തോന്നി. ഇപ്പോഴും ആ സത്യം തിളങ്ങുന്നു.

ഒരിക്കൽ ഒരു പെൺപോലീസ് ട്രാഫിക്ക് ഐലന്റിൽ നിന്നു.

'നമസ്കാരം ടീച്ചർ'. അവൾ തന്റെ അധികാരപീഠത്തിൽ നിന്ന് ഇറങ്ങി വരുമോ എന്ന് ഞാൻ ഭയന്നു.

കോഴിക്കോട്ട് നഗരസഭയിൽ എന്റെ ശിഷ്യകൾ (ഏഴകളെന്ന് മുദ്രകുത്തപ്പെട്ടവർ) കൌൺസലർമാരായി. അവർ 'പദവി' കുറഞ്ഞ തൊഴിലുകളിലേർപ്പെട്ടു, തൊഴിലിന്റെ മഹത്ത്വവും തങ്ങളുടെതന്നെ ജീവിതവും മെച്ചപ്പെടുത്തി.

നഴ്സുമാരും അധ്യാപികമാരും വക്കീലന്മാരും ഡോക്ടർമാരും പ്രൊഫസർമാരുമൊക്കെ ആയി. ഭാര്യമാരും ശപിക്കപ്പെട്ട ഹതഭാഗ്യകളുമായി. ചിലർ ഭർത്തൃപുത്രാദികൾക്കൊപ്പം അഭിമാനത്തോടെ അടുത്തുവരുന്നു.

പരന്നുകിടക്കുന്ന ജീവിതത്തിൽ വലുപ്പം മനുഷ്യനു മാത്രമേയുള്ളൂ, പദവിക്കില്ല എന്നൊരറിവ് അവർ എനിക്ക് പകർന്നുതരുന്നു. സ്നേഹമാണ് ഏറ്റവും വലുതെന്നും സ്നേഹത്തിനുമുമ്പിൽ മനുഷ്യകൃതമായ ഏതു പ്രസ്ഥാനവും നിസ്സാരമാണെന്നും അവർ മനസ്സിലാക്കുന്നു. ഇതിൽപരം അസംസ്കൃതവസ്തുക്കൾ, ഒരെഴുത്താൾക്ക് മറ്റെവിടെ ലഭിക്കും? എന്നെ സംബന്ധിച്ച് അധ്യാപനം ഒരു തൊഴിലായിരുന്നില്ല. ഒരു ജീവിതത്തിന്റെ ചാലകശക്തിയായിരുന്നു. ഒരധ്യാപികയാവാൻ ഒരിക്കലും ഇഷ്ടപ്പെട്ടിട്ടില്ലാത്ത ഞാൻ ഒരു വെല്ലുവിളിയോടെ മുപ്പത്തിനാലു വർഷം അതുമായി ഒത്തുതീർപ്പിലെത്തി.

എന്നാലും അധ്യാപനവൃത്തിക്ക് ചില ദോഷങ്ങളുണ്ടെന്ന് ഞാനിന്നു കണക്കാക്കുന്നു. മണിയൊച്ചയാൽ ചിട്ടപ്പെടുത്തപ്പെട്ട ഒരു ജീവിതം. വിലക്കുകളുടെ ഒരു കാരാഗ്രഹം. പുറംലോകത്തേക്ക് പാസ്പോർട്ട് കിട്ടാൻ വിഷമമുള്ള ഒരു ജീവിതമേഖല കഴുത്തിലെപ്പോഴും ഒരു നുകം. ഭാഷയുടെ ധ്വനിസാധ്യതകളിൽ ഞാൻ അഭയം തേടാൻ ശീലിച്ചതങ്ങനെയാണ്.

❑

പിശുക്ക്

രാവിലെ പത്തുകഴിഞ്ഞ് എന്റെ വാതിലിൽ ഒരു മുട്ട്. ഞായറാഴ്ചയാണ്. തപാൽക്കാരനല്ല. മകനും അച്ഛനും അകത്തുണ്ട്.

കതക് തുറന്നു. ഒരു ബൈബിൾ പ്രചാരകനെയാണ് ഞാൻ പ്രതീക്ഷിച്ചത്. അല്ലെങ്കിൽ ഒരു വഴിവാണിഭക്കാരി - കൊക്കൊക്കോലയുടെ താവഴിയിൽ. രണ്ടും എനിക്കാവശ്യമില്ലാത്ത 'പ്രോഡക്ട്സ്, ഇക്കാലത്ത് അതാണല്ലോ വിനിമയ വാക്കിൽ പ്രധാനി.

പെൺകുട്ടിയെ ഞാൻ എളുപ്പം തിരിച്ചറിഞ്ഞു. തെലുങ്കത്തി വരദേശ്വരി.

അവർ കുളിച്ച്, സുന്ദരിയായി നനഞ്ഞ മുടി സമൃദ്ധമായി പുറകിൽ പരത്തിയിട്ടിരിക്കുന്നു. എന്നല്ല എണ്ണ പുരട്ടി തിളങ്ങുന്ന, ചുരുണ്ട മുടി, ഇന്നാട്ടു വേഷത്തിലല്ല. കണ്ടിക്കാത്ത മുടി അരക്കെട്ടു കവിഞ്ഞ്. കൊള്ളാം നല്ല പെൺകുട്ടി. ഞാനെങ്കിൽ വിവാഹപ്രായമായ ഒരാൺകുട്ടിയുടെ അമ്മ. വരദേശ്വരിയുടെ മലയാളി ലുക്ക് ആണ് എന്നെ ആദ്യം ആകർഷിച്ചത്.

ഞാനൊരു ദിവസം, എന്നു പറഞ്ഞാൽ കഴിഞ്ഞാഴ്ച, സായാഹ്ന സവാരി കഴിഞ്ഞ് വില്ലേജ് റോഡിൽ നിന്ന് വീട്ടുവളപ്പിലേക്കു കടക്കുമ്പോൾ മിന്നൽപോലെ എതിരെ വന്ന പെൺകുട്ടി. ദൂരെ വല്ലപ്പോഴും വരുന്ന ഒരേയൊരു ബസ്സിന്റെ മുരൾച്ച. അതു പിടിക്കാനുള്ള ഓട്ടമാണ്.

ബസ്സ്സ്റ്റോപ്പിനടുത്ത്, എന്റെ തൊട്ടുമുമ്പിൽ അവൾ നിന്നു.

എന്നിലെ വീട്ടമ്മ ഞാനറിയാതെ ചോദിച്ചു,

"സന്ധ്യയ്ക്ക് തനിച്ച് എങ്ങോട്ട്?" പിന്നെയാണ് ഓർത്തത്. ഇത് കേരളമല്ല. അമേരിക്കയിലെ ഒരു നഗരപ്രാന്തമാണ്. ഡിക്ഷനറിയിലില്ലാത്ത വാക്കുകളാണ് പുറത്തെടുത്തത്.

അവൾ ക്യാരിബാഗ് ഞാത്തിയിട്ട കൈവീശിപ്പറഞ്ഞു. വോൾ-മാർട്ടിലേക്ക്. തിരിച്ച് ഒരു ലിഫ്റ്റ് കിട്ടിയേക്കും. ബസ്സില്ല.

സംസാരിച്ചത് ഇംഗ്ലീഷിലാണ്. അതിനാൽ സംശയം ശേഷിച്ചു. മലയാളിയോ, അതോ - ഏതു ദക്ഷിണേന്ത്യക്കാരിക്കും ചേരുന്ന മുഖച്ഛായ. അല്ലെങ്കിലൊരു ഇന്ത്യൻ തനിമുഖം. അവൾ ഫ്ളാറ്റിന്റെ നമ്പർ പറഞ്ഞു. ഞങ്ങളുടെ തൊട്ടടുത്ത ബ്ലോക്കിലാണല്ലോ എന്ന് ഞാൻ വിചാരിച്ചു. വീണ്ടും കാണാം. ആറുമാസം മുമ്പിലുണ്ട്.

ഒരാഴ്ച കഴിഞ്ഞു. അവൾ.

എങ്ങനെ കണ്ടെത്തി, ഈ വീട്? ഞാൻ ചോദിച്ചു.

ഊഹിച്ചു. ഒരു ധൈര്യത്തിൽ വന്നുമുട്ടി. തെറ്റിയെങ്കിൽ ക്ഷമ ചോദിച്ച് ഇറങ്ങിപ്പോകാമല്ലോ.

ഇവിടെ വന്നതിനുശേഷം ആദ്യത്തെ അതിഥി. ഞാൻ സന്തുഷ്ടയായി. കതക് മലർക്കെ തുറന്നു. ചെരിപ്പൂരി പുറത്തിട്ട് അവൾ എന്റെ പിറകെ വന്നു. കതകടഞ്ഞു. കുറച്ചു കൂടി തുറന്നു കിടന്നിരുന്നെങ്കിൽ എന്ന് ഞാനാഗ്രഹിച്ചു. എ.സി. വീടിനകത്ത് കാറ്റില്ല. തണുപ്പേയുള്ളൂ. കതകും ജനലും ആരും തുറന്നിടുന്നതു കാണപ്പെടുന്നില്ല.

ഞാൻ ചോദിച്ചു.

കുടിക്കാനെന്താ വേണ്ടത്? കാപ്പി? ചായ? ജ്യൂസ്?

കാപ്പി മതി. അതിനാ ഞാൻ കേറിവന്നത്. ഇവിടെ ഞാനാരെയും ഇതുവരെ പരിചയപ്പെട്ടിട്ടില്ല. അങ്ങനെയങ്ങ് എല്ലാ വീട്ടിലും പോവുകയുമില്ല!

നല്ലത്. പെൺകുട്ടികൾ അങ്ങനെ വേണം, എന്ന് ഞാൻ പറഞ്ഞില്ല. അവളോട് സ്നേഹം വർധിച്ചു.

ഞാൻ കാപ്പിയുണ്ടാക്കി. വാൾ-മാർട്ടിൽ നിന്ന് മേടിച്ച ഒരു ബാംഗ്ലൂർ പലഹാരമുണ്ട്. താമരമുത്തുകൾ വറുത്തുചേർത്ത മിക്സ്ചർ. ഓരോ മുത്തിനും പൊന്നിന്റെ വില മതിക്കും.

കാപ്പി കഴിച്ച് അവൾ സന്തോഷത്തോടെ പറഞ്ഞു. എത്ര നാളായി ഒരു നല്ല കാപ്പി കഴിച്ചിട്ട്!

എനിക്കതിശയമായി. വാൾ-മാർട്ടിൽ അച്ഛനുമമ്മയുമല്ലാത്തതെന്തും മേടിക്കാൻ കിട്ടും. ക്രെഡിറ്റ് കാർഡുമായി പോയാൽ മതി. ചെരിപ്പുമുതൽ വീടുവരെ വിലകൊടുത്തു മേടിച്ചുകൊണ്ടു പോരാം. എല്ലാം അതിനൊത്ത പാക്കറ്റുകളിൽ. നിങ്ങൾക്ക് സ്വന്തമായൊരു തുണ്ട് ഭൂമിയുണ്ടെങ്കിൽ പാക്കറ്റ് അഴിച്ചു വീട് അസംബിൾ ചെയ്യാം. അതിനകത്ത് വേണ്ടുന്ന മുറികളുണ്ടാക്കാം. ഫർണിച്ചർ തട്ടിക്കൂട്ടാം. അടുക്കള നിർമ്മിക്കാം. പലവ്യഞ്ജനങ്ങൾ പാത്രങ്ങളിലടക്കാം. ജീവിതം അങ്ങു തുടങ്ങുകയേ വേണ്ടൂ.

ഇപ്പോൾ പെൺകുട്ടിയോട് ഞാൻ ചോദിക്കുന്നു.

ഒരു പാക്കറ്റ് കാപ്പി മേടിച്ച് ഫ്രിഡ്ജിൽ സൂക്ഷിച്ചുകൂടേ?

അവൾ തലയാട്ടി. നഷ്ടമാണ്. എത്രകാലം കൊണ്ടാണ് ഞാനൊരു പാക്കറ്റ് കാപ്പി കുടിച്ചുതീർക്കുക! വീട്ടിലായിരുന്നപ്പോൾ മുത്തശ്ശിയുണ്ടാക്കുന്ന കാപ്പി കുടിച്ച ഓർമയാണിപ്പോൾ പുറത്തുവന്നത്. അവൾ കുറേനേരം വർത്തമാനം പറഞ്ഞിരുന്നു. ഇന്ന് ഞായറാഴ്ച അവധി. തിരക്കുപിടിച്ച പ്രോജക്ട് ഒന്നും ഇല്ല.

പുറത്തു പോയ്ക്കൂടെ?

കാറില്ല!

ഈ ഗ്ലെയ്ഡ്സ് ഗ്രാമത്തിൽ (നമ്മുടെ ഭാഷയിൽ ഹൗസിംഗ്കോളനി) കാറില്ലാത്ത ഒരേയൊരു വ്യക്തി. എനിക്ക് പുതിയ അത്ഭുതങ്ങൾ പകർന്നു തരുന്ന ഒരു പെൺകുട്ടി.

കാറില്ലാത്തതിന്റെ കാരണം അവൾ പറഞ്ഞു - ഹൈവേയുടെ തൊട്ടപ്പുറത്താണ് ഞാൻ ജോലി ചെയ്യുന്നിടം. രണ്ടുവേലികൾ, എട്ടുനിര റോഡ് ട്രാക്സ് - ഇവ നൂണ്ടുകടക്കുകയാണ് എളുപ്പം. കാറിൽ പോകാൻ മൂന്നു കിലോമീറ്റർ ചുറ്റണം. ഇതാ ഇവിടെ നോക്കിയാൽ കാണാം. ഒരു പ്രഭാതത്തിൽ ഞാൻ കണ്ടു, ഇരതേടി പറക്കുന്ന ഒരു പ്രാവിനെപ്പോലെ, ആദ്യത്തെ വേലി നൂണ്ട്, തെക്കോട്ടുള്ള നാലുവരിപ്പാത മുറിച്ച്, ഡിവൈഡറിൽ ഒരിട നിന്ന്, വീണ്ടുമൊരു പറക്കൽ, ഒരു കമ്പിവേലി, പുൽത്തകിടി നടന്നുകേറിയാൽ ഒരു നിര മൾട്ടിനാഷനൽ കമ്പനിക്കെട്ടിടങ്ങൾ - അതിലൊന്നിലാണ് അവളുടെ ആപ്പീസ്.

പിന്നെയവൾ പറഞ്ഞു,

ഞാൻ ഒരു പാട് പണം സമ്പാദിച്ചിട്ടുണ്ട്. വളരെ സന്തോഷം. എന്താണ് വിവാഹം കഴിക്കാത്തത് എന്നു ചോദിച്ചില്ലെങ്കിലും അവൾ പറഞ്ഞു. എന്റെയത്ര ശമ്പളം മേടിക്കുന്ന ഒരിന്ത്യൻ പയ്യനെ, ഒരു ദക്ഷിണേന്ത്യനെ, കഴിയുമെങ്കിൽ ഒരു ആന്ധ്രക്കാരൻ ബ്രാഹ്മണനെ ഞാനിതുവരെ കണ്ടെത്തീട്ടില്ല.

ആപ്പീസിലെ പാർട്ടിക്ക് അവൾ എന്റടുത്തുനിന്ന് ഇഡ്ഡലിത്തട്ട് കൊണ്ടുപോയി.

എത്രയെണ്ണം ഉണ്ടാക്കണം ആന്റീ?

എത്ര പേരുണ്ട്.

എന്റെ സെക്ഷനിൽ ഒരു മുപ്പത്.

അത്രയും എണ്ണം വേണ്ടിവരും.

വേണ്ട. എന്നെപ്പോലെ ഓരോ ഐറ്റം എല്ലാവരും കൊണ്ടുവരും.

ഇഡ്ഡലി, എല്ലാവരും ഓരോന്നെടുത്താലോ? ഇന്ത്യൻ ഇഡ്ഡലി, ഇവിടത്തെ ഇന്ത്യൻ മാളിൽ നല്ലപോലെ ചെലവാകുന്നുണ്ടെന്ന് -

അതിന് വിദ്യയുണ്ട്. ഓരോന്നും നാലായി മുറിച്ച് പ്ലേറ്റിൽ വെക്കാം. ഞാൻ പത്തെണ്ണമേ ഉണ്ടാക്കൂ. നല്ല ഇഡ്ഡലിയുണ്ടാക്കാൻ ഒന്നുരണ്ടു കഷ്ണം ബ്രെഡ്, വൈറ്റ്, ഞരടിച്ചേർക്കാമെന്ന് ഞാനൊരു പാചകപാഠം പറഞ്ഞു. കാരണം, ഇവിടത്തെ ഊഷ്മാവിൽ മാവ് ഫെർമന്റ് ചെയ്യില്ല. പരീക്ഷിച്ചറിഞ്ഞ പാഠം.

അതിനിപ്പോ രണ്ടു പീസിനുവേണ്ടി ഞാനൊരു മുഴുവൻ ബ്രഡ് മേടിക്കേണ്ടേ? ബാക്കി എന്തു ചെയ്യും?

ബ്രഡിവിടെയുണ്ട്. ഞാൻ തരാം. ദക്ഷിണേന്ത്യൻ ബ്രാഹ്മണ പെണ്ണിന്റെ പിശുക്ക് സപ്തസമുദ്രം കടന്നാലും കഴുകിപ്പോവില്ലെന്ന് എനിക്കു ബോധ്യമായി.

❑

ഒരു സ്വർണ്ണവാച്ച്

വാച്ച് സ്വർണമായിരുന്നു എന്നുതന്നെയാണു ഞാനിന്നും വിശ്വസിക്കുന്നത്. എന്റെ കുട്ടിക്കാലത്ത് അത് എന്റെ അച്ഛന്റെ കൈത്തണ്ടയിലെ ചുരുണ്ട രോമങ്ങൾക്കിടയിൽ പറ്റിച്ചേർന്ന് എന്റെ വീട്ടിലേക്കു വന്നു ചേർന്നു. റിസ്റ്റ് വാച്ച് അന്ന് അത്ര അപൂർവവസ്തുവൊന്നും ആയിരുന്നില്ല. ആണുങ്ങളുടെ ഏക ആഭരണം അതായിരുന്നു. ചവറുപോലെ കിട്ടുന്ന ഒരു അലങ്കാരവും ആയിരുന്നില്ല. ഇപ്പോ എവിടെ നോക്കിയാലും വാച്ച്. അല്പായുഷ്മാക്കൾ. ഒരു വാച്ച് ഉപേക്ഷിക്കണോ, അതിന്റെ ഹൃദയമിടിപ്പു കൂട്ടുന്ന ബാറ്ററിക്കുള്ള കാശ് മുടക്കണോ എന്നു ചോദിച്ചാൽ ഞാൻ പറയുക, ഞാൻ വാച്ചിന്റെ ഉപ യോഗം നിർത്തി എന്നാണ്. പലരും അങ്ങനെ പറയുകയോ ചിന്തിക്കുകയോ ചെയ്യുന്നുണ്ടാവും എന്ന് എനിക്കറിയാം.

എല്ലാവരുടെ മേശവലിപ്പിലും പുറത്തും ആഭരണപ്പെട്ടിയിലും അലമാരി യിലും പഴയ കുപ്പിവളകളുടെ ഇടയിൽപ്പോലും അനാഥവാച്ചുകൾ കിടപ്പുണ്ട്.

ഞാൻ പറയുന്നത് എന്റെ കുട്ടിക്കാലത്തെ കഥ. വാച്ച് വിലപ്പെട്ട ഒരു ആഭരണമായിരുന്ന കാലത്തെ ആൺകുട്ടികൾ, ആണായി എന്നു ചിന്തിക്കാൻ തുടങ്ങുമ്പോഴേ, ഒരു വാച്ചു വേണം എനിക്ക് എന്ന് അമ്മയോടു പറയുക യായി. അല്ലെങ്കിൽ വിവാഹിതയായ ചേച്ചിയോട്. അവസാനകൈക്ക് അച്ഛ നോടോ അമ്മാവനോടോ ചെറിയച്ഛനോടോ സൗകര്യംപോലെ.

അവധിക്ക് അച്ഛൻ വന്നപാട്, കൈയിൽ തൂങ്ങിയ എന്റെ വിരലിൽ തട ഞ്ഞത് അപൂർവസുന്ദരമായ ആ വാച്ച് ആയിരുന്നു. ഞാൻ തന്നെ അതഴി ച്ചെടുത്തു.

നിലത്തു വീഴ്ത്തരുത്, വിലപിടിച്ചതാണ്.

എനിക്ക് അദ്ഭുതമായി . അച്ഛനെന്തു മേടിച്ചാലും - ഒരു കുട, കുട്ടി കൾക്ക് ഉടുപ്പ്, അമ്മയ്ക്കു സാരി, മൂക്കുത്തി, ചോളിത്തുണി, ബെഡ്ഷീറ്റ്, പശു, കസേര-എന്തു തന്നെ ആയാലും അതു മേത്തരം ആവണമെന്നു നിർബന്ധമായിരുന്നു. കീശയിൽ പണമില്ലെങ്കിൽ വേണ്ടെന്നുവയ്ക്കും. എന്നാലും വില കുറച്ചുകാണാൻ, ഒന്നിനെയും അച്ഛനു സമ്മതമായിരുന്നില്ല.

അങ്ങനെയിരിക്കെയാണ് അച്ഛൻ ഈ വാച്ച് വാങ്ങിക്കൊണ്ടുവന്നിരിക്കുന്നത്. കോഴിക്കോട്ടങ്ങാടിയിൽ പേരുകേട്ടൊരു വാച്ചുകടയും കണ്ണടക്കടയും അന്നുണ്ടായിരുന്നു.

അമ്മ ചോദിച്ചു: എന്തു വിലയായി?

അച്ഛൻ വളരെ വിലപ്പെട്ട തന്റെ പുഞ്ചിരി പൊടിതുടച്ചെടുത്തു.

വില അറിയേണ്ട. നന്നോ?- എന്നോടു ചോദിച്ചു.

ഒന്നാന്തരം!

നിന്റെ കൈയിൽ കെട്ടണോ?

വേണ്ട!

സ്കൂളിൽ എന്റെ ക്ലാസിലെ ഒരു കുട്ടിക്കും റിസ്റ്റ്‌വാച്ചില്ല. എന്റെ കൈയിലൊന്നു കണ്ടാൽ അവർ കളിയാക്കിച്ചിരിക്കും.

അല്ലെങ്കിലും ഇത് ആണുങ്ങളുടെ വാച്ചാണ് - അമ്മ പറഞ്ഞു: നിന്റെ എല്ലൻ കൈത്തണ്ടയിൽ രണ്ടു ചുറ്റു ചുറ്റിയാലും വാച്ച് ഒതുങ്ങുകയില്ല.

നിരാഡംബരനും തനിക്കു സ്വന്തമായി വിലപിടിച്ചതൊന്നും വാങ്ങാറില്ലാത്ത ആളുമായ എന്റെ അച്ഛന്റെ വടിക്കാത്ത, മുള്ളുതുറയ്ക്കുന്ന കവിളിൽ ഞാനൊരു ഉമ്മ കൊടുത്തു. വാച്ച് കൈയിൽ കെട്ടിക്കൊടുക്കവെ അച്ഛൻ പറഞ്ഞു:

അമ്മയോടു പെട്ടിയിലടച്ചു മേശപ്പുറത്തു വയ്ക്കാൻ പറ.

അമ്മയത് അച്ഛന്റെ തലയണച്ചോട്ടിൽ വച്ച് അടുക്കളയിലേക്കു പാഞ്ഞു.

ഞാൻ സ്വകാര്യമായി അതിനെ കൈയിലെടുത്ത് ഓമനിച്ചു. എന്തു തിളക്കം! സ്വർണത്തിന്റെയും വെള്ളിയുടെയും ഇടയ്ക്കുള്ള മനോഹര വർണം. തനിത്തങ്കമോ? അക്കങ്ങളില്ല. തത്സ്ഥാനത്തു വൈരക്കല്ലുകൾ, അല്പം നീണ്ട്, കുറിതൊട്ട പോലെ ഒരു വൃത്താകാരക്കല്ല്. അതിന്റെ സ്ട്രാപ്പ് തോലിന്റെയായത് എനിക്കു പിടിച്ചില്ല. കടുംബ്രൗൺ നിറത്തിലൊരു വീതി കുറഞ്ഞ പട്ട. അതും സ്വർണമാകേണ്ടതായിരുന്നു. ഔചിത്യമില്ലാത്തവരാണ് വാച്ച് നിർമിച്ചിരിക്കുന്നത്.

ഊണു കഴിക്കുമ്പോൾ അച്ഛൻ അമ്മയോടു പറഞ്ഞു:

കുഞ്ഞുണ്ണിനായർ, കച്ചവടത്തിൽ ലാഭം കിട്ടിയതിന്റെ വകയായി എനിക്കൊരു സമ്മാനം തന്നതാണ്!

അമ്മയുടെ മിഴി വിടർന്നു. മുതലാളി ജീവനക്കാരനു നൽകിയ സമ്മാനം. അങ്ങനെയും സംഭവിക്കുമോ?

കുഞ്ഞുണ്ണിനായര്, അച്ഛനു മുതലാളിയായിരുന്നില്ല, അവർ വിശ്വസ്ത സുഹൃത്തുക്കളായിരുന്നു. അച്ഛനും കുഞ്ഞുണ്ണിനായരും ചില വേളകളിൽ കോലായയിലിരുന്നു ദീർഘനേരം സംസാരിക്കുന്നതു കണ്ട് ഞാനദ്ഭുതപ്പെട്ടിട്ടുണ്ട്. സ്വതവേ ഗൗരവക്കാരനും അല്പഭാഷിയുമായ അച്ഛന്റെ മറ്റൊര

വതാരം. നാട്ടിലേക്കു പോകുന്ന വഴി, അച്ഛനെ വീട്ടിൽ വിടാൻ കുഞ്ഞുണ്ണി നായരുടെ ജീപ്പ് ഞങ്ങളുടെ ഇടവഴിത്തുമ്പു വരെ വന്നു നില്ക്കും. ഇപ്പൊ വരാമെന്നു പറഞ്ഞ് ഡ്രൈവറെ ഇരുത്തിയിട്ടാണ്, വരാന്തയിലെ സൗഹൃദ സംഭാഷണം.

എന്നെക്കാണുമ്പോൾ ചോദിക്കും നല്ലോണം പഠിക്കുന്നുണ്ടല്ലോ!

ഉം.

അച്ഛൻ പൊൻവളയൊന്നും വാങ്ങിത്തരാറില്ലേ?

ഇല്ല.

കുട്ടികൾ കുപ്പിവളയാണ് ഇടേണ്ടത്.

കുപ്പിവളയിട്ടാൽ പൊട്ടിച്ച് കൈ മുറിക്കുമെന്നും ഇവൾക്ക് ഇരുമ്പു വളയോ മറ്റോ വേണ്ടിവരുമെന്നും അച്ഛൻ. പുറമേ പഞ്ചാര തൂവിയ വലിയ ബിസ്കറ്റുകളുടെ ഒരു പാക്കറ്റ് എന്റെ കൈയിൽ വച്ചു തന്നു കുഞ്ഞുണ്ണി നായർ പറയും:

തലശ്ശേരിയിലെ ബേക്കറിക്കാർ ഉണ്ടാക്കുന്നതാണ്. ഇംഗ്ലീഷ് ബിസ്കറ്റ്.

നല്ല രുചി.

വാച്ച് തൂവാലകൊണ്ടു തുടച്ചുമിനുക്കി, അതിന്റെ പ്രത്യേക സഞ്ചിയിലാക്കി ചുവരലമാരയിൽ വച്ചു ഞാൻ മനമില്ലാമനസ്സോടെ പോകും.

ഒരു വാച്ചിന്റെ ആയുസ്സെത്രയാണെന്നു കുട്ടിക്കാലത്ത് ഞാൻ പലപ്പോഴും ആലോചിച്ചിട്ടുണ്ട്.

ക്ലോക്കിന് മനുഷ്യനേക്കാളധികം ആയുസ്സുണ്ട്, തീർച്ച. എന്റെ അഞ്ചാം ക്ലാസിന്റെ വടക്കേ ചുമരിൽ ഉയരത്തിൽ, തെക്കുഭാഗത്തിരിക്കുന്ന പണിക്കർ മാഷിനു കാണാൻപാകത്തിൽ ഒരു കുടത്തലയൻ ക്ലോക്കുണ്ട്; തുറുകണ്ണുകൾ. സ്കൂളിൽ മാഷന്മാരിൽ വച്ച് ഉയരം കൂടിയ രാമന്നായരുമാഷ് തിങ്കളാഴ്ച രാവിലെ വന്ന് അതിനു കീ കൊടുക്കും, ആഴ്ചയിലൊരിക്കൽ. അപ്പോൾ അതിന്റെ മുഖം കൂടുതൽ തിളങ്ങും; കണ്ണുകൾക്കു തെളിച്ചം കൂടും. മണിയൊച്ച മധുരതരമാകും.

അച്ഛന്റെ റിസ്റ്റ്വാച്ചിനും കീ കൊടുക്കണം, അല്ലെങ്കിൽ ചത്തുപോകും. പുലർച്ചെ എഴുന്നേറ്റു വിളക്കു കൊളുത്തിയാൽ അതിന്റെ മുന്നിലെ ചാരു കസേരയിലിരുന്ന് അച്ഛൻ വാച്ചിനു കീ കൊടുക്കും. പിന്നെ മടക്കിയ കസേര കൈയിൽ ഇരിക്കുന്ന കട്ടൻകാപ്പി കുടിക്കും.

കുറേക്കൊല്ലം കഴിഞ്ഞു. ഞാൻ കോളേജിൽ പഠിക്കുന്ന അവസരം. അച്ഛന്റെ വാച്ചിന് എന്തോ രോഗം. നടക്കുന്നില്ല. ചെവിയിൽ ചേർത്തുവച്ചു. ഇല്ല, ശബ്ദവുമില്ല. അച്ഛൻ ഒഴിവുദിവസം നോക്കി പട്ടണത്തിലെ ഒരു പേരു കേട്ട വാച്ചുകടയിൽ കൊണ്ടുപോയി.

അവർ പറഞ്ഞു.

അടുത്ത പതിനഞ്ചാം തീയതി വന്നു വാങ്ങാം.

എന്തിനാ ഇത്ര കാലം? ഒരു വാച്ചു നന്നാക്കാൻ മൂന്നാഴ്ചയോ! അങ്ങനെയും ഒരു കാലമുണ്ടായിരുന്നു. സമയത്തിനു വിലയില്ലാത്ത കാലം. പിന്നെങ്ങനെ വാച്ചിനു വിലയുണ്ടാവും!

മറ്റനേകം വാച്ചുകളുടെ കൂട്ടത്തിൽ ഒരലമാരത്തട്ടിൽ മോർച്ചറിയിലെന്ന പോലെ കിടക്കുന്ന വാച്ച് മനസ്സിൽക്കണ്ടു ഞാൻ ദുഃഖിച്ചു.

പതിനഞ്ചാം തീയതി വന്നു അമ്മ ഓർമ്മിപ്പിച്ചു.

വാച്ച് വാങ്ങാൻ പോണ്ടേ?

പോകാം–അച്ഛൻ തണുത്ത മട്ടിലായി.

പതിനഞ്ചാം തീയതി എന്റെ പരീക്ഷയ്ക്കു പണമടയ്ക്കേണ്ട ദിവസമായിരുന്നു. പേഴ്സിൽ നിന്നു പണം എണ്ണിത്തന്നിട്ട് അച്ഛൻ പറഞ്ഞു.

കളഞ്ഞുപോകണ്ട, സ്കൂളിലെത്തിയാലുടനെ ടീച്ചറുടെ പക്കൽ കൊടുക്കണം.

അച്ഛൻ വാച്ചു കടയിലേക്കു വരുന്നില്ലേ?

അടുത്ത ബസ്സിനു വന്നോളാം. നിയ്യ് പോയ്ക്കോ.

വാച്ച് വീട്ടിലെത്തീട്ടില്ല.

അടുത്ത മാസത്തെ ശമ്പളം കിട്ടിയപ്പോൾ, ട്യൂഷൻ ഫീസ് അടയ്ക്കണം. അങ്ങനെ മാസങ്ങൾ കഴിഞ്ഞു. സ്കൂളടച്ചാലെങ്കിലും അച്ഛന്റെ കീശയിൽ കാശ് കിടക്കും. ഞങ്ങൾ ആറുമക്കൾക്കു ഫീസ്, വസ്ത്രം, ബസ്സു കൂലി, ഡിക്ഷ്നറി, ഇൻസ്ട്രുമെന്റ് ബോക്സ്, വിശേഷദിനങ്ങൾ, വിശേഷവസ്ത്രങ്ങൾ, വീട്ടിലെ വിരുന്നുകാർ– എന്തിനും ചെലവാക്കാൻ പണമുണ്ട്. റിപ്പയർ കഴിഞ്ഞ സ്വർണവാച്ച് വാങ്ങാൻ മാത്രം പതിനഞ്ചുറുപ്പിക അച്ഛനു മിച്ചംവയ്ക്കാനാവുന്നില്ല.

അമ്മ വാച്ചിനെക്കുറിച്ച് ഓർമ്മിപ്പിക്കാതായി. ഒരിക്കൽ അവസാനവാക്കു പറഞ്ഞു.

നല്ല വാച്ചായിരുന്നു. അവരതു നല്ല വിലയ്ക്കു മറിച്ചു വിറ്റുകാണും.

അച്ഛൻ മറുപടി പറഞ്ഞില്ല.

എനിക്കു സങ്കടമായി. എന്റെ ചുവരലമാരയിൽ മനോഹരമായ ഒരു ഷഡ്കോൺ ഡബ്ബയുണ്ടായിരുന്നു. മുഖം കീറിയ ഒരു കുഞ്ചി. ഒറ്റയുറുപ്പികകൾ കിട്ടുമ്പോഴെല്ലാം ഞാനതിൽ നിക്ഷേപിച്ചു. അത് ഏതാണ്ടു നിറഞ്ഞിരിക്കുന്നു. ചെറുതെങ്കിലും അമ്പതിനോടടുത്തു രൂപ കാണും. ഞാൻ അത് അച്ഛന്റെ പക്കൽ കൊടുത്തിട്ടു പറഞ്ഞു.

ഇതു പൊളിച്ചുതരണം. കത്തികൊണ്ടേ പറ്റൂ. അടപ്പു ചേർന്നുപോയി.

എന്തിനാണിപ്പൊ?

അച്ഛൻ തുറന്നുതാ.

പണത്തിന് ആവശ്യം വരുമ്പോ തുറക്കാം.

ഇപ്പം വേണം.

വേണ്ട!

വേണമച്ഛാ.

കാര്യം പറയ്.

അച്ഛന്റെ വാച്ച് വാങ്ങണം.

വാച്ചോ? ഏത് വാച്ച്?

അച്ഛൻ റിപ്പയർ ചെയ്യാൻ കൊടുത്ത വാച്ച്. സ്വർണ വാച്ച്!

അതോ.... അതിപ്പോ.....

അച്ഛൻ ഡബ്ബ മേശമേൽ വച്ചു പുറത്തുപോയി.

കഞ്ഞി കുടിക്കുമ്പോൾ അമ്മ പറഞ്ഞു:

അച്ഛൻ ആ വാച്ച് വിറ്റൂന്ന്!

എനിക്ക് കരച്ചിലടക്കാൻ കഴിഞ്ഞില്ല.

അല്പം കമാനാകൃതി പൂണ്ട്, ദീർഘചതുരത്തിലുള്ള ആ വാച്ച് അച്ഛന്റെ കൈയ്ക്ക് ചന്തമേകിയിരുന്ന ഏക ആഭരണമായിരുന്നു

പിന്നീടൊരിക്കലും, കൈയിൽ കാശു വന്നപ്പോഴും അച്ഛനൊരു വാച്ച് വാങ്ങിക്കെട്ടിയില്ല. വാൾക്ലോക്ക് നോക്കി സമയം കാണും. അല്ലെങ്കിൽ മുറ്റത്തിറങ്ങി നില്ക്കുന്ന പടിഞ്ഞാറ്റയുടെ നിഴൽ.

❑

വേനലിന്റെ വിരുന്നുകാർ

വനവൃക്ഷങ്ങൾ മുടിയഴിച്ചാടുന്നേരം ആരാണ് എന്റെ വീടിനുമുമ്പിലെ പാട വരമ്പത്തൂടെ, വെളുത്ത ഉടുമുണ്ട് കാറ്റിലുലച്ച് നടന്നുവരുന്നത്. കാടും മലയും ഇറങ്ങി, തോടു കടന്ന്, വീതികുറഞ്ഞ വരമ്പിന്റെ മൂക്കുപാലത്തിലൂടെ.

തുണിയേ ഇളകി വീശുന്നുള്ളൂ. അതിന്റെ തുമ്പ് അച്ഛന്റെ കൈയിൽ ഉടക്കിയിരിക്കുന്നു.

എന്റെ അച്ഛൻ! രണ്ടര ദശവർഷത്തിനുശേഷം, എന്റെയീ ഇടത്താവള ത്തിലേക്ക്!

ആകാശവാതിലുകൾ തുറന്ന് മഴക്കാറുകൾ മിന്നൽക്കണ്ണുകളുമായി എത്തിനോക്കുന്നു.

ഞാൻ ഒറ്റമുറി വീടിന്റെ വരാന്തയിറങ്ങി, ചെറിയ കോലായയിൽ ഇരി ക്കുന്നു. മഴപ്പൊടി എന്റെ തലയിലും മുഖത്തും ചുവന്ന ഇഷ്ടിക പതിച്ച കോലായയിലും വീണപ്പോൾ ഞാൻ എണീറ്റു നിന്നു. നടന്നെത്തിയ അച്ഛൻ എവിടെ കയറിപ്പോയി. അതാ വീണ്ടും വരുന്നു; വീണ്ടും വീണ്ടും. ഇപ്പോൾ അച്ഛന്റെ രൂപം മങ്ങുകയും അല്പം കനത്ത കാറ്റിൽ വെളുത്ത പുടവത്തുമ്പു പോലെ മഴത്തുണി ശക്തിയായി ഉലയുകയും ചെയ്യുന്നു.

ഞാൻ അകത്തുകയറി. ജനലുകൾ തുറന്നിട്ടു.

ഞാൻ മാത്രം. അച്ഛനില്ല. അപ്പോൾ ഞാൻ അച്ഛനെ തെരഞ്ഞ് ഒരുപാടു ദൂരം, വന്ന വഴിക്കു തിരിച്ചുപോയി.

അമ്മ, വീടിന്റെ മുമ്പിലെ വിശാലമായ മുറ്റത്ത് ഉണക്കാനിട്ടിരുന്ന നെല്ല് വാരി ചാക്കിൽ നിറയ്ക്കുന്നു; വേലക്കാരി ഓടിനടക്കുന്നു. ചിറകു കൂമ്പിയ കാക്കയും വണ്ണാത്തിപ്പുള്ളും, പുരകെട്ടിയോ എന്ന് ആവർത്തിച്ച് ആരായുന്ന വേനൽ മൈനയും സ്വരം മാറ്റി മഴയ്ക്ക് തോറ്റം ചൊല്ലുന്നു. വലിയ ചെമ്പോ ത്തുകൾ പടർമാവിന്റെ ഇലക്കൂട്ടിലൊളിച്ച് അന്വേഷണത്തിലാണ്.

നെല്ല് നീങ്ങിയ മുറ്റത്ത് മഴയുടെ മുല്ലപ്പൂവർഷം. അത് നനഞ്ഞ മണ്ണ് മണക്കുന്നു. വറമണ്ണിന്റെ ആശ്വാസ നിശ്വാസം. വാതിലുകളും ജനലുകളും

തുറന്നിട്ട് മണ്ണിന്റെ മണത്തെ, അകത്തളത്തിലേക്ക് ആവാഹിക്കുന്നു. നനഞ്ഞ മണ്ണിന്റെ പുതുഗന്ധം, കുടിയിരിപ്പിനു വന്ന ഒരു പുത്തൻ പെണ്ണിനെപ്പോലെ അകത്തു പരുങ്ങിക്കളിക്കുന്നു. എവിടെയിരിക്കണം? എങ്ങനെ നില്ക്കണം? എങ്ങനെ മിണ്ടണം? ആരോട്?

അപ്പോഴേക്കും മഴ ആർത്താർത്തു പെയ്യുകയും കിഴക്കൻ മലയുടെ പന്തലിനു മീതെ തീക്കണ്ണു മിഴിച്ചും ദംഷ്ട്രവളച്ചും വെള്ളിവാൽ കിലുക്കിയും ആടിത്തിമർത്തിരുന്ന ഇടിമിന്നലുകൾ പിൻവാങ്ങി.

താഴ്‌വരയിൽ ഒരു തെങ്ങിന്റെ തുമ്പ് പന്തം കത്തിച്ചു.

ഇതാണ് മുറ്റത്തിറങ്ങി മഴ നനയാനുള്ള അവസരം. ഇനി ഇടിയും മിന്നലും ഇല്ല. ഞങ്ങൾ പല കുട്ടികളുണ്ട്. വീട് നിറയെ കുട്ടികൾ പൂത്തുനിന്നിരുന്ന കാലം. എല്ലാവരുടേയും ദേഹത്ത് മാങ്ങാച്ചുന പൊള്ളിച്ച പാടും പുറമെ പൂഴിത്തരി പോലെ വേനൽക്കുരുക്കളും ഉണ്ടായിരുന്നു. മഴയാണ് ഔഷധം.

മുത്തശ്ശി ഉമ്മറത്തു കാത്തുനിന്ന്,

'മതി മഴയിൽ കുളിച്ചത്, തോർത്തി ഉടുപ്പു മാറ്റുവിൻ'

മുത്തശ്ശിയുടെ കല്പനയെ മഴയെടുത്തു കുടഞ്ഞു. അവസാനം മുത്തശ്ശി മുറ്റത്തിറങ്ങുമെന്നായി.

ഞങ്ങൾ കേറിപ്പോന്നു.

നടുമുറ്റത്തെ മഴ, ഭൂമിയുടെ ദാഹം തീർക്കാൻ പെയ്തുകൊണ്ടേയിരുന്നു. മഴക്കുഴലുകളിലൂടെ, ഓടുകൾ പൂത്തുണങ്ങിപ്പൊടിഞ്ഞ കറുപ്പ് കലങ്ങിയൊഴുകി. കുഴലുകളുടെ ഗദം മാറ്റാൻ ആരോ ഒരു കമ്പെടുത്തു. പിന്നെ ശാന്തം. തെളിനീർ പറമ്പിലേക്കു കടന്നുപോയി.

പണിക്കാരി അമ്മയോടു പറഞ്ഞു:

'നമുക്കിന്ന് മങ്കുരുപ്പലാരം ഉണ്ടാക്കാം.'

അവൾ മണ്ണെണ്ണ വിളക്കു കൊളുത്തി, കലവറയുടെ ഇരുട്ടിലേക്കു നടന്നു. ഒരു നരിച്ചീറ് എതിരെ പാറിപ്പോയി.

പാവം!

'അതെന്താ? അതിന്റെ വീടല്ലല്ലോ ഇത്?'

'അതെ, കല്യാണീ. എന്നും അത് ഇതിന്നകത്താ കെടന്നുറങ്ങുന്നത്!' ഞാൻ പറഞ്ഞു.

'അങ്ങനെയിപ്പം മടിപിടിച്ചു പകലുറങ്ങേണ്ട.'

അവൾ ഒരു കോരികയും കിണ്ണവുമായി, കലവറമുറിയുടെ കോണിലെ കൊച്ചുമൺകുന്നിനടുത്തേക്കു നടന്നു.

മണ്ണു പുതച്ചുറങ്ങുന്ന ചക്കക്കുരുമകൾ പിടഞ്ഞെണീറ്റു. അവ കിണ്ണത്തിൽക്കേറി.

ചക്കക്കുരു വറുത്തുപൊടിച്ചു. ചക്കരയും തേങ്ങയും ചേർത്തിടിച്ചുണ്ടാക്കിയ പലഹാരത്തോട് കുട്ടികൾക്കു വലിയ ആർത്തിയൊന്നും ഉണ്ടായിരുന്നില്ല.

പകരം കശുവണ്ടി വറുത്തുതല്ലി, പരിപ്പെടുത്തിരുന്നെങ്കിൽ എന്ന് വാസുദേവേട്ടൻ പറഞ്ഞു.

'വടക്കൊറത്തെ മുറ്റത്ത് കശുവണ്ടി വറക്കുന്നതെങ്ങനെയാ? മഴ നിന്നിട്ടു വേണ്ടേ!'

പിന്നെ മഴ നിന്നത്, മൂന്നു രാവും രണ്ടു പകലും മുഴുക്കെ നിരങ്ങനെ പെയ്തുകൂട്ടിയതിനു ശേഷമാണ്.

പുലരാൻ കാത്തിരുന്നു, ഞങ്ങൾ.

ഇന്നെന്തായാലും പാതാളക്കിണറ്റിൽ വെള്ളം നികന്നിരിക്കും. കുറെ പൊന്തിയുമിരിക്കും. കിണർ ദാരിദ്ര്യം ബാധിച്ച് മൂന്നുമാസമായി പട്ടിണിയായിരുന്നു. കൊട്ടക്കോരിയും എമ്പാടും നീണ്ട കയറും ചുരുണ്ടു മടങ്ങി, കുളിമുറിയുടെ മേലെ മച്ചിൽ വിശ്രമത്തിലായിരുന്നു. അച്ഛൻ അവനെ തട്ടിയുണർത്തി കഴുത്തിൽ വടം കെട്ടിക്കൊടുത്തു. നനഞ്ഞ കപ്പി പഴന്തുണിയിൽ തോർത്തി, നല്ല കൊഴുത്ത നല്ലെണ്ണ കുടിപ്പിച്ചു.

തൊട്ടി ശരോ..... ന്ന് പാതളത്തിലേക്കു കൂപ്പുകുത്തി. ഏറെ താഴും മുമ്പ് ജലവിതാനത്തിൽ ശ്വാസം കഴിച്ചു നിന്നു.

ഞങ്ങൾ മുത്തശ്ശിയും അച്ഛനും കാണാതെ എത്തിനോക്കി.

കിണർ, മുപ്പത്തിനാലു കോലാഴം ഉള്ള കുന്നുമ്പുറത്തെ പറമ്പിലെ കിണർ, അരയ്ക്ക് മേൽ നീലപ്പൂവാട ധരിച്ച് ഗമയിലങ്ങനെ നില്ക്കുന്നു. പാതാളത്തിലെ നീർക്കുഴി ഇനി അടുത്ത വേനലിലേ ആകാശം കാണൂ.

'ഇതാണ് ദൈവത്തിന്റെ ഒരു കളി!'

കുളിമുറിയിൽ വലിയ ചെമ്പുകൾ രണ്ടെണ്ണം നിരത്തി മുത്തശ്ശി കല്യാണിയോടു പറഞ്ഞു.

വെള്ളം കോരി നിറച്ചോ! ചൂടു പൊങ്ങി ചൊറിഞ്ഞുകൊണ്ടു നില്ക്കുന്ന കുട്ട്യോളെല്ലാം ഒന്ന് കുളുർക്കെ കുളിക്കട്ടെ! അവർ വാതംകൊല്ലി ഇലപറിക്കാൻ നനഞ്ഞുകുതിർന്ന പറമ്പിലേക്കിറങ്ങി. അപ്പോഴും മരം പെയ്തു. മഴക്കാറ്റു ചുറ്റിക്കളി തുടർന്നു. മാമ്പഴം പെയ്തു. പെറുക്കിക്കൊണ്ടുവന്ന പഴങ്ങൾ വലിയ കുട്ടകത്തിലെ ജലത്തിൽ നീന്തി.

❑

ദേശാടനത്തിന്റെ വർണ്ണോത്സവം

ഒരു കുഞ്ഞു കൈകാൽ കുടയുന്നു. ഒറ്റയ്ക്കു കിടന്നു ചിരിക്കുന്നുമുണ്ടത്. അച്ഛനമ്മമാർ വിചാരിക്കും അവരുടെ ശ്രദ്ധയാകർഷിക്കാനാണ്, മുലപ്പാലിനാണ് എന്നൊക്കെ. അതിനൊന്നുമാവില്ല. ചിലപ്പോൾ ജീവന്റെ സന്തോഷവും പ്രകാശനവുമാവാം അത്. പിന്നെ പിച്ചവച്ചും വീണും ഇളം വാക്കുകൾ ചൊല്ലിപ്പഠിച്ചും...

കുറച്ചു പ്രായംചെന്നാൽ, കുട്ടികൾ ഗൗരവസമ്പൂർണ്ണ മനുഷ്യരാവുകയാണല്ലോ. നമ്മൾ ചെയ്യുന്നതെല്ലാം അങ്ങേയറ്റം ഷെയർമാർക്കറ്റ് കാര്യങ്ങൾ. കണക്കുകൂട്ടൽ. ക്ഷീണംപറച്ചിൽ. ആരും മനസിലാക്കുന്നില്ലെന്ന പരാതി. ജോലിസ്ഥലത്തും വീട്ടിലും വിഷമം.

മനുഷ്യൻ അവന്റെ ഉള്ളിൽത്തന്നെ ചതഞ്ഞുചതഞ്ഞ്... എവിടെപ്പോയി ആ പഴയ പ്രസാദവും നിറഞ്ഞ ചിരിയും? 'ഹായ്, പൂയ്' എന്ന അപാരമായ സൗഹൃദവും. ബന്ധങ്ങളിലുമതുതന്നെ, പരസ്പരം പുതുക്കിയില്ലെങ്കിൽ ഒന്നിലുമൊരു രസമില്ലാതെയാവും. നമ്മളും മറ്റുള്ളവരും പഴഞ്ചന്റെ പഴഞ്ചൻ. നമുക്ക് നമ്മളെത്തന്നെ ജീർണത മണക്കും.

ഈയവസ്ഥയിൽ യാത്ര ഒരു സ്വപ്നമാണ്. എന്തുതന്നെ സംഭിവിച്ചുകൂടാ? പുതിയൊരാളായാണ് മടങ്ങിവരവ്. ആനന്ദവും വിനോദവും പിന്നെ ചിട്ടകളിൽ നിന്നെല്ലാമുള്ള സ്വാതന്ത്ര്യവും. മനസ്സും ശരീരവും പ്രകൃതിയോടു ചേർന്ന് ഒന്നു ചലിപ്പിക്കുകയാണ്. വന്നപാടെ കിടക്കാനും കിടന്നാൽ പിന്നെ ഉണരാനും മടി... ഒരേ മട്ടിൽ ക്ഷീണിച്ച ജീവിതത്തിൽ നിന്നെല്ലാമുള്ള ഉണർത്തുപാട്ടാണ്, യാത്ര. സ്ഥലകാലങ്ങളിലൂടെയും തന്നിലൂടെയും മുന്നോട്ടും പിന്നോട്ടും യാത്ര. ജീവിതത്തിന്റെ പതിവു പരിപാടികളിൽ നാം ശരിക്കും ആഹ്ലാദിക്കുന്നത്, എപ്പോഴെല്ലാമാണ്...?" ഒന്നിനും സമയം കിട്ടിയില്ല" എന്ന് അവസാനം പരിതപിച്ചിട്ടെന്ത്? ഒടുവിൽ സ്ഥലപ്പരപ്പിലും സ്നേഹത്തിന്റെ ഓർമ്മകളിലും നിറയുന്ന യാത്രകളല്ലേ, ശേഷിക്കൂ..

കെട്ടുപാടുകളിൽ നിന്നുള്ള കുഞ്ഞിന്റെ കൈകുടച്ചിൽ, വൃദ്ധനും മോഹിക്കുന്നുണ്ട്. തീർച്ചയായും!

യാത്രചെയ്തില്ലെങ്കിൽ നമ്മൾ വെറും കൂപമണ്ഡൂകങ്ങളാണ്. സ്വന്തം കിണറിനപ്പുറം ലോകമില്ലതന്നെ.

ഓരോ യാത്രയും പുതിയൊരു അനുഭവകവാടമാണ് തുറന്നു തരുന്നത്.

നഗരങ്ങൾ കാണാൻ എനിക്കത്ര ഇഷ്ടമില്ല. എല്ലാ നഗരങ്ങളും ഏതാണ്ട് ഒരുപോലിരിക്കും. പക്ഷേ, കോഴിക്കോട്ടു പോലൊരു ചെറുപട്ടണത്തിനു തനിമയുണ്ട്. കൽക്കട്ടയും എനിക്കിഷ്ടമാണ്..

മലയാളികൾ യാത്ര ചെയ്യുന്നതു പലപ്പോഴും റ്റി.എ, ഡി.എ. ഓർത്തിട്ടാവും. സ്വന്തംപോക്കറ്റിൽ നിന്നു പണം ചെലവാക്കി യാത്ര ചെയ്യാൻ മലയാളിക്കു പരമസങ്കടമാണ്. ഇന്ത്യയിൽ സമ്പാദിക്കണം എന്ന് ഇത്രയധികം ചിന്തയുള്ളവർ മലയാളികളെപ്പോലെ മറ്റാരുമില്ല. അവനവന്റെ ജീവിതത്തെ വല്ലാതെ കെട്ടിപ്പിടിച്ചിരിപ്പാണ് മലയാളി."

യാത്ര ചെയ്യാൻ കാശില്ലാഞ്ഞിട്ടല്ലേ?

"വീടു വയ്ക്കാനും സ്ഥലം വാങ്ങാനും മക്കൾക്കു പൊന്നു വാങ്ങാനും കാശുണ്ടല്ലോ? കുടുംബം, ഭാര്യ, മക്കൾ.. വിദ്യാഭ്യാസം ഉണ്ടായിട്ടും നമുക്കു മാനസികവികാസം ഉണ്ടാവുന്നില്ല." കേരളത്തിന്റെ സങ്കുചിതത്വത്തിൽ വത്സലയ്ക്കു രോഷം.

"ഉത്തരേന്ത്യൻ സ്ത്രീകൾക്ക് ആഭരണത്തിലും വസ്ത്രത്തിലും ഇത്രയേറെ കമ്പമില്ല. രണ്ടുവർഷം മുമ്പ് ഞങ്ങൾ മദ്ധ്യപ്രദേശ്, മഹാരാഷ്ട്ര തുടങ്ങിയ സംസ്ഥാനങ്ങളിൽ യാത്ര ചെയ്തിരുന്നു.

ഗ്രാമങ്ങളിലെ ജീവിതം ഇപ്പോഴും നൂറ്റാണ്ടുകൾ പിറകിലാണ്. ഒരു ഗ്രാമത്തിൽ ചെന്നപ്പോൾ അവിടുത്തെ വീട്ടമ്മ തളികയിൽ വെള്ളവുമായി വന്നു കാൽകഴുകി ചുമലിൽ നിന്നു തുണിയെടുത്തു തുടച്ചു. അതു കഴിഞ്ഞു 'ഝര' എന്ന മദ്യം തന്നു. ജീവിതത്തിലതുവരെ മദ്യം കഴിക്കാത്ത ഞാൻ ഒരൗൺസു കുടിച്ചു. മഹുവാപുഷ്പങ്ങളിൽ നിന്നെടുക്കുന്ന ഒരു തരം മദ്യമാണത്. കയ്പാണ്. നാടൻ കള്ളിന്റെ മണവും. അവരുടെ അതിഥിപൂജ അങ്ങനെയാണ്. പെട്ടെന്നുതന്നെ നാം പ്രാചീനമായ ഒരന്തരീക്ഷത്തിൽ എത്തുന്നു.

അവരിൽ പലരും ക്രിസ്തുമതം സ്വീകരിച്ചവരായിരുന്നു. എന്നിട്ടും പരമ്പരാഗതമായ ആചാരങ്ങൾ ഉപേക്ഷിച്ചിരുന്നില്ല. അന്നൊരു വിജയദശമി രാത്രിയായിരുന്നു. പൗർണമി. കാമദേവനെ ആരാധിക്കാൻ പുലരുംവരെ നൃത്തം ഉണ്ടായിരുന്നു. ഇന്ത്യയെ അറിയാൻ ഇന്ത്യയുടെ ഗ്രാമങ്ങളിൽ തന്നെ പോകണം.

"യാത്രകളിൽ എന്റെ ഭർത്താവും ഉണ്ടാവും. മൂപ്പർക്ക് യാത്ര ഇഷ്ടമാണ്. ഹിന്ദി അറിയാം. കേരളത്തിലാണെങ്കിൽ, നഗരങ്ങൾ ഇത്ര അടുത്തടുത്തല്ലേ?

ഗ്രാമങ്ങൾ കാണാനിഷ്ടം എന്നറിഞ്ഞപ്പോൾ, സ്നേഹിതനായ ബിഷപ്പ്, ഞങ്ങളെ ഒരു ആദിവാസി ഗ്രാമത്തിലേക്കയച്ചു. അവിടുത്തെ വികാരിയച്ചൻ, സഹായത്തിനുണ്ടായിരുന്നു. മൈനി നദിയിലൂടെ കുറെ നടന്നു, ഞാനും മറ്റൊരു സിസ്റ്ററും. ബാക്കിയുള്ളവരെ അച്ചൻ ബൈക്കിൽ കയറ്റി പള്ളിയിലേക്കു കൊണ്ടുപോയി.

നടക്കുമ്പോൾ, സ്ഥലപ്പരപ്പിൽ വിജനതയും, വിശാലതയും എന്തെന്നറിഞ്ഞു. നടന്നു സന്ധ്യയായി. രണ്ടു സ്ത്രീകൾ ഗ്രാമത്തിലൂടെ നടക്കുകയാണ്. ഭയം തോന്നിയില്ല. അവിടെയും നാലുകെട്ടിന്റെ ശൈലിയിൽ ചില വീടുകൾ കണ്ടു.

പിന്നെ ലോഹർ ഭഗ എന്ന ഗ്രാമത്തിൽ പോയി. ഗ്രാമങ്ങളിപ്പോഴും പട്ടിണിയിലാണ്. പക്ഷേ, പട്ടിണി അവർ വിധിയായി കാണുന്നു. ഗവൺമെന്റുകൾ ഗ്രാമങ്ങളുടെ വളർച്ചയ്ക്ക് ഒന്നും നല്കിയിട്ടില്ല.

റാഞ്ചിയിലെ സന്താൾ, മൊണ്ട ആദിവാസി സമൂഹങ്ങളെ പരിചയപ്പെട്ടു. കേരളത്തിലെ ആദിവാസികളെക്കാൾ നല്ല നിലയിലാണവർ. സ്വന്തം ഗ്രാമങ്ങളും സ്ഥലവുമുണ്ട്. കേരളത്തിൽ ആദിവാസിക്ക് ഇപ്പോഴും നാലു ദിവസത്തിലധികം കണക്കു മനസ്സിൽ നില്ക്കില്ല. ജന്മിമാർ ഇപ്പോഴും അതു ചൂഷണം ചെയ്യുന്നു. കാട്ടിലെ ജോലിയെടുത്ത്, മദ്യപിച്ച്, പട്ടിണി കിടന്ന്...

ആദിവാസികളുടെ സംഗീതം ഏറെ ഹൃദ്യമായി. പെരുമ്പറ. അതു കേട്ടാൽ ശരിക്കും യുദ്ധരംഗത്തു നില്ക്കുകയാണെന്നു തോന്നും. സ്കൂളുകളിൽ ഇപ്പോഴും പരമ്പരാഗതമായ സംഗീതം പഠിപ്പിക്കുന്നുണ്ട്.

ബീഹാറിലെ ഗ്രാമങ്ങൾ സന്ദർശിച്ചപ്പോൾ, മറ്റൊരു കാര്യം കൂടി എനിക്കു ബോദ്ധ്യപ്പെട്ടു. ആദ്യം പോയത് ഒരു മുസ്ലീം ഗ്രാമത്തിലാണ്. അവിടെ ചെറുപ്പക്കാരായ സ്ത്രീകളും വൃദ്ധരും കുട്ടികളും മാത്രമേ ഉണ്ടായിരുന്നുള്ളൂ. ഭർത്താക്കന്മാർ പാക്കിസ്ഥാനിലോ മറ്റു നാടുകളിലോ പണിയെടുക്കുന്നു. തൊട്ടടുത്തു ഹിന്ദുഗ്രാമം. ഞാൻ ഗ്രാമീണരോടൊക്കെ സംസാരിച്ചു. ലാളിത്യവും നിഷ്കളങ്കതയും നിറഞ്ഞൊഴുകുന്നതുപോലെ തോന്നി. ദൈവമേ, പിന്നെ ആരാണ് ഇവരിൽ വർഗീയത ആരോപിക്കുന്നത്. രാഷ്ട്രീയക്കാർ തന്നെയെന്ന് ഞാൻ കണ്ടുപിടിച്ചു. ബോംബെ കലാപങ്ങളിലും നഷ്ടപ്പെട്ടതു സാധാരണക്കാർക്കാണല്ലോ. രാഷ്ട്രീയക്കാർ സാധാരണ മനുഷ്യരെ വർഗീയതയിലേക്കു വലിച്ചിഴയ്ക്കുകയാണ്. അവർ മനുഷ്യരെ കാണുന്നില്ല. വോട്ടുബാങ്കുകളെ മാത്രം.

സമൂഹത്തിന്റെ ദൗർബല്യങ്ങളെ ചൂഷണം ചെയ്തു കലാപങ്ങളിലൂടെ കാലാകാലം രാഷ്ട്രീയകക്ഷികൾ പേരെടുക്കാൻ ശ്രമിക്കുകയാണ്. ഇതൊന്നും പത്രം വായിച്ചാൽ മനസ്സിലാവില്ല. യാത്രയിലൂടെ അറിയുകയാണ്.

യാത്രകൊണ്ട് നമ്മുടെ ശാഠ്യങ്ങൾ മാറിക്കിട്ടുന്നു. ഉച്ചയ്ക്ക് ഊണു വേണം. രാവിലെ ചായ വേണം തുടങ്ങിയ ശീലങ്ങൾക്കു രക്ഷയില്ല. ദൈനം ദിനജീവിതത്തിന്റെ വിരസതയിൽ നിന്നുള്ള മോചനമാണ്, ഓരോ യാത്രയും. യാത്ര കഴിഞ്ഞു തിരിച്ചുവരുമ്പോൾ, മനസ്സ് ഊഷ്മളമാവുന്നു.

എഴുതാൻ വേണ്ടി ഞാൻ യാത്ര ചെയ്യാറില്ല. പക്ഷേ, പിന്നീടു പലതും എഴുതാറുണ്ട്. ആദിവാസി വികാരിയച്ചനെക്കുറിച്ച് ഒരു കഥയെഴുതി - ദാരു പിസയിലെ വികാരി.

ഗ്രാമങ്ങളിലെ ജീവിതം മറ്റൊരിടത്തും കാണില്ല. ബന്ധങ്ങൾ ഗാഢമാണ്. ഓഫീസിൽ സഹപ്രവർത്തകരോടു ചിരിക്കുന്നുണ്ടെങ്കിൽ, ജോലിയിൽ അവർ മറ്റു ശല്യമൊന്നും ഉണ്ടാക്കാതിരിക്കാനാണ്.

തിരുനെല്ലിയിൽ കാടിനു നടുവിൽ ചെറിയൊരു വീടുണ്ട്. ഇടയ്ക്കിടെ ഞാൻ കാട്ടിൽപ്പോവും. നമ്മൾ അനങ്ങാതിരുന്നാൽ ലക്ഷക്കണക്കിനു പക്ഷികളുടെ ശബ്ദം കേൾക്കാം. പ്രാചീനമായ പല സ്മരണകളും അപ്പോൾ മനസ്സിൽ വരും. ❑

ആഘോഷം

അമേരിക്കയിലെ ഫ്ളോറിഡയിൽ ഓണസ്സദ്യ കഴിഞ്ഞ് ഓഡിറ്റോറിയത്തിൽ വെടി പറഞ്ഞിരിക്കുന്നേരം, പാതി അമേരിക്കയായിക്കഴിഞ്ഞ ഒരു മലയാളി വനിത എന്റെ മുന്നിൽ വന്നിരുന്നു. മുടി ബോബ് ചെയ്തു കറുപ്പിച്ചിരിക്കുന്നു. നല്ല കനത്ത തലമുടി. മുഖത്ത് മെയ്ക്കപ്പ്. ചുളിവുകളില്ല. ഒപ്പം സഹോദരനും കുടുംബവുമുണ്ട്. അവർ അമേരിക്കൻ പൗരത്വം ഉള്ളവരാണെന്നു തോന്നുന്നു. പക്ഷേ, പെങ്ങൾ വന്നിട്ട് പത്തു വർഷമായിട്ടില്ല.

നമ്മുടെ മലപ്പുറം ജില്ലയിലെ ഒരു സർക്കാർ ഹൈസ്കൂളിലെ ഹെഡ്മിസ്ട്രസ് ആയി വിരമിച്ച മിസ്സിസ്സ് അന്നാമ്മ. ഇപ്പോൾ അവർ ഇവിടെ അമേരിക്കയിലൊരു ഹൈസ്കൂളിന്റെ തലപ്പത്താണ്. നല്ലത്. അഭിമാനകരം തന്നെ, രാഷ്ട്രീയക്കളരിയിലിറങ്ങാതെ, വിദ്യാഭ്യാസ രംഗത്തുതന്നെ ഉറച്ചുനിന്നുവല്ലോ. തീർത്തും ഒരു കമ്മിറ്റഡ് ഹെഡ്മിസ്ട്രസ്.

സഹോദരൻ ജോസഫും കുടുംബവും മുന്നിലുണ്ട്. അവരുടെ സവിധത്തിൽ നിന്ന് അന്നാമ്മ ടീച്ചർ കരഞ്ഞു. ഓണസ്സദ്യയുടെ സമൃദ്ധിക്കുമേൽ ഒരു കരച്ചിൽ . അവർ പറഞ്ഞു.

ഇന്ന് ഞാനെന്റെ ജോലി രാജി വെച്ചു. എപ്പോഴെങ്കിലും അതുവേണ്ടി വരുമെന്ന് എനിക്കുറപ്പായിരുന്നു. ഇത്ര നല്ലൊരു രാജ്യത്തിലെ, സർവ സൗകര്യങ്ങളും തികഞ്ഞൊരു വിദ്യാലയത്തിലെ ഹെഡ്മിസ്ട്രസിന്റെ ഉന്നത പദവി രാജി വെയ്ക്കുകയോ!

സഹോദരൻ ജോസഫ് പെങ്ങളുടെ (മൂത്ത)നേർക്ക് അനുതാപത്തോടെ നോക്കി.

ഓണത്തിനുമേൽ ഒരു കദനകഥ കേൾക്കേണ്ടിയിരുന്നു എന്ന് എനിക്കു തോന്നി. അവസാനം അവർ പറഞ്ഞ കഥ:

നോക്കൂ നമ്മുടെ മലപ്പുറത്തെ സ്കൂൾ എന്തു മനോഹരം! ഒരു സ്വർഗമായിരുന്നു. കിളിമാനൂർക്കാരിയായ എന്നെ അവർ പൂവും താലവുമേന്തി സ്വീകരിച്ചു. കാരണം മലമൂട്ടിലെ ആ സ്കൂളിലേക്ക് പ്രൊമോഷനായി

തിരുവിതാംകൂറിൽനിന്ന് ഒരു പെൺശിങ്കവും വരാനൊരുങ്ങിയിരുന്നില്ല. മലപ്പുറം എന്നാൽ കത്തി എന്നാണ് അവർ ധരിച്ചിരുന്നത്. ജീവനും കൊണ്ടു തിരിച്ചുപോകുന്നതുപോകട്ടെ, റിട്ടയർ ചെയ്യാൻ പോലും പറ്റില്ല എന്നായിരുന്നുവത്രെ തലസ്ഥാനത്തെ ഐതിഹ്യം.

അന്നാമ്മടീച്ചർ തന്റേടിയായിരുന്നു. സഹോദരങ്ങൾ എട്ടുപേരും കുടുംബസമേതം അമേരിക്കയിൽ സ്ഥിരതാമസമായിട്ട് പല വർഷങ്ങളായി. റിട്ടയർ ചെയ്തിട്ട് അവരുടെ ഇടയിലേക്ക് പറന്നുചെന്ന് ചേക്കേറാൻ കൊതിക്കുകയായിരുന്നു. ഒരു ഹെഡ്മിസ്ട്രസിന്റെ പദവിയിൽനിന്ന് നേരെ അങ്ങിറങ്ങിച്ചെന്നാൽ തുല്യപദവിയെങ്കിലും വൻശമ്പളത്തിൽ ഇനിയുള്ളകാലം ജീവിക്കാം.

പിരിഞ്ഞ ദിവസം മലപ്പുറം ഹൈസ്കൂളിലെ സ്നേഹസമ്പന്നരായ ആൺകുട്ടികളും പെൺകുട്ടികളും അവരെ നിരവധി സമ്മാനങ്ങളുമായി ഹോസ്റ്റൽ വരെ അനുഗമിച്ചു. എത്രയെത്ര പൂച്ചെണ്ടുകൾ! പെൺകുട്ടികൾ ആട്ടോഗ്രാഫിൽ എഴുതിച്ച് സ്വന്തം കണ്ണീരാൽ മുദ്രവച്ച് പതുക്കെ സ്വന്തം വീടുകളിലേക്കു പോയി. ആൺകുട്ടികൾ വണ്ടി വിളിച്ചുകൊണ്ടുവന്നു. ഒരുത്തന്റെ സ്വന്തം ജീപ്പ് അവൻ തന്നെ ഓടിക്കുന്നത്. പ്രിയപ്പെട്ട ഹെഡ്മിസ്ട്രസിന്റെ പെട്ടികളും കൂടകളും സമ്മാനപ്പൊതികളും വണ്ടിയിൽ കയറ്റി. ടീച്ചറെ ശിഷ്യന് സമീപം മുന്നിലിരുത്തി. പിറകെ കൊള്ളാവുന്ന ഇടത്തെല്ലാം അവർ കയറിപ്പറ്റി.

നല്ലൊരു ഘോഷയാത്ര. റെയിൽവേ സ്റ്റേഷനിൽ ഒരു നേതാവിന് അനുയായികൾ നൽകുന്ന യാത്രയയപ്പിനെ ലജ്ജിപ്പിക്കുന്ന യാത്രാമൊഴികൾ. ആൺകുട്ടികൾ കരഞ്ഞു കണ്ണീരൊപ്പി. കണ്ണീർ കുടിച്ചിറക്കി. കണ്ടക്ടർ വന്ന് ഇളകാൻ തുടങ്ങിയ ട്രെയിനിൽ നിന്നിറക്കി വിടുന്നതുവരെ അവർ അന്നാമ്മ ടീച്ചറെ വളഞ്ഞു നിന്നു. അഡ്രസ്സ് ഒരു പുസ്തകത്തിൽ കുറിച്ചുകൊടുത്തു. തിരിച്ചും എഴുതി മേടിച്ചു

കത്തയക്കണേ!

പെരുന്നാളിന് ഞങ്ങൾ വരും, ടീച്ചറുടെ നാട്ടിലേക്ക്!

ഒരു പയ്യൻ ദ്വീപുകാരൻ, ഓടിക്കിതച്ചെത്തി ഒരു തൊണ്ടിയലുവാപ്പൊതി ജനലിലൂടെ നീക്കി. ടീച്ചറുടെ വിരലിലൊന്നു തൊട്ടു സായൂജ്യം നേടി.

നാട്ടുവിശേഷം മറന്നു തുടങ്ങിയിരുന്നവർ ടീച്ചറുടെ സ്നേഹകഥകൾ കേൾക്കാൻ അടുത്തേക്കു വന്നു. അത്തരം ഒരു സ്വർഗത്തിൽ നിന്ന് അന്നാമ്മ ടീച്ചർ നേരെ അമേരിക്കയിലേക്ക് പറന്നു. കടലാസുകളെല്ലാം നേരത്തെ റെഡിയായിരുന്നു. പക്ഷേ ഇപ്പോഴെന്തിനാണ് അവർ കരയുന്നത്.

അവർ തന്റെ പുതിയ സ്വർഗത്തിന്റെ വിശേഷങ്ങൾ പറയാൻ തുടങ്ങി.

ഒറ്റ നോട്ടത്തിൽ നല്ല സ്കൂൾ. നല്ല കെട്ടിടം. ചുറ്റും ഉയർന്ന മതിൽ, പുൽത്തകിടി. കുട്ടികൾക്ക് കാർ പാർക്ക്, അധ്യാപകർക്ക് വേറെ അതിവിശാലമായ ഗ്രൗണ്ട്. ഓഡിറ്റോറിയം. വിശാലമായ ക്ലാസ് മുറികൾ, നല്ല വളർച്ചയുള്ള കൊഴുകൊഴുത്ത തുടുതുടുത്ത ആൺ പെൺകുട്ടികൾ.

ക്ലാസുകളിൽ പഠിപ്പിക്കുന്നത് രണ്ടധ്യാപകർ വീതം. ഒരേ പിരിയേഡിൽ ആജാനുബാഹുവായ ഒരു ആഫ്രിക്കൻ വംശജൻ, അല്ലെങ്കിൽ വെള്ളക്കാരൻ, പിന്നെ അന്നാമ്മ ടീച്ചറെപ്പോലെ ഒരു വനിത.

വനിതയാണ് മിക്കവാറും പഠിപ്പിക്കുക. പുരുഷാധ്യാപകൻ ജാഗ്രതയോടെ ക്ലാസിന്നഭിമുഖം തന്നെ നില്ക്കും. കുട്ടികളെ സസൂക്ഷ്മം നിരീക്ഷിക്കുകയെന്നതാണ് അയാളുടെ ജോലി. നിരീക്ഷണം വെറും നിരീക്ഷണമല്ല. ചില നേരങ്ങളിൽ അന്തരീക്ഷം കലങ്ങിമറിയും. കുട്ടികളിലൊരാളുടെ പോക്കറ്റിൽ നിന്ന് ഏതു നേരവും ഒരു പിസ്റ്റൾ തലനീർത്തി എഴുന്നേറ്റുനില്ക്കാം.

ഒരാൾ ചാടിയെണീറ്റു പ്രതിയോഗിയുടെ നേർക്കു പാഞ്ഞുവരാം. പ്രതിയോഗി ആരുമാവാം, ടീച്ചർ കാവൽ നില്ക്കുന്ന ആജാന ബാഹു, വാതില്ക്കലെ സെക്യൂരിറ്റി ഗാർഡ് അല്ലെങ്കിൽ ക്ലാസിലെ ഒരു കുട്ടി.

ഇന്നലെ ഉച്ച കഴിഞ്ഞു ക്ലാസെടുത്തുകൊണ്ടു നില്ക്കുമ്പോൾ ഒരു മുതിർന്ന പെൺകുട്ടി ചാടിയെണീറ്റ് താനിരുന്ന കസേര പൊക്കി മുമ്പിലിരിക്കുന്ന ഒരാൺകുട്ടിയുടെ നേർക്ക് പാഞ്ഞടുത്തു. ടീച്ചർ പാതിവാക്കുച്ചരിച്ചു തീരുംമുമ്പ്, നിരീക്ഷകനായ ഭീമൻ ഒരടി അനങ്ങും മുമ്പ്, സെക്യൂരിറ്റി ഗാർഡിന്റെ കാലിളകും മുമ്പ് പെൺകൈയിലെ കസേര എതിരാളിയുടെ മൂക്കിടിച്ചു തകർത്തു. കാർപെറ്റിൽ ചോരയൊഴുകി. കുട്ടികൾ കരഞ്ഞും ചിലർ ചിരിച്ചും നിന്നു. ടീച്ചറുടെ ബോധം മറിയുമ്പോലെ തോന്നി.

എങ്ങനെയെങ്കിലും രക്ഷപ്പെട്ട് സ്വന്തം ഓഫീസിലെ ഹെഡ്മിസ്ട്രസിന്റെ കസേരയിൽ ചെന്നു വീണു.....

ഞാൻ രാജി വെച്ചു. ഇന്നു രാവിലെ. നാലുകൊല്ലം ഞാൻ പഠിപ്പിച്ച സ്കൂൾ സ്വർഗമായിരുന്നു. മലപ്പുറത്തെ കുഞ്ഞുങ്ങൾ മാലാഖമാരായിരുന്നു.

മിസ്റ്റർ ജോസഫ് തന്റെ ജ്യേഷ്ഠത്തിയെ സമാധാനിപ്പിക്കാനായി തന്റെ കൈത്തലം അവരുടെ ചുമലിൽ വച്ചു. മതി! മറന്നു കള! നമ്മുടെ ഓണാഘോഷത്തെ ഈ കണ്ണീർക്കഥയാൽ മലിനപ്പെടുത്താതെ!

സ്കൂൾ തുറന്നതേയുള്ളു! അപ്പോഴേക്കും ഇതാണവസ്ഥയെങ്കിൽ- കൊല്ലം അവസാനിക്കുംവരെ ജീവിതം അവസാനിക്കും വരെ- എന്താണ് സംഭവിക്കുകയെന്നാരു കണ്ടു?

ഗൃഹാതുരതയുടെ കലാപരിപാടികളിലേക്ക് അതിഥികളെല്ലാം കൂപ്പുകുത്തി. അന്നാമ്മ ഹെഡ്മിസ്റ്ററസ് തന്റെ കസേരയിൽ മൂകയായിരുന്നു.

കഴിഞ്ഞയാഴ്ച ടി.വി.യിൽ കണ്ട ഒരു കഥ. ഏഴാം ക്ലാസുകാരൻ സമീപവാസിയായ തന്റെ ഹെഡ്മിസ്ട്രസ്സിനെ വെടിവച്ചുകൊന്നു, അവരുടെ വീട് കൊള്ളയടിച്ചു. ഉച്ചനേരത്തെ ഇടവേളയിൽ കളവു മുതൽ തന്റെ സ്കൂൾ ലോക്കറിൽ ഒളിപ്പിച്ചുവച്ചു. തടിച്ചുകൊഴുത്ത ആ കുട്ടി കോടതിയിൽ പറയുന്നു.

എനിക്കു പണം വേണമായിരുന്നു!

ഞാൻ അന്നാമ്മ ടീച്ചറോടു പറഞ്ഞു.

ഇപ്പോൾ ജീവൻ കൈയിലുണ്ടല്ലോ! കർത്താവിന് നന്ദി പറയുക. ❑

www.ingramcontent.com/pod-product-compliance
Lightning Source LLC
LaVergne TN
LVHW090356051026
849518LV00006B/2149
* 9 7 8 8 1 8 4 2 3 0 7 5 8 *